ಕುದ್ಮುಲ್ ರಂಗರಾಯರು ಸಿಕ್ಕಿದ್ದರು..

ಕಾರು ಇನ್ನೇನು ಅತ್ತಾವರದ ರೋಡಿನಲ್ಲಿ ಹಾದು ಮಾರ್ನಮಿಕಟ್ಟೆಯತ್ತ ಹೊರಳಿ ಕೊಳ್ಳುತ್ತಿತ್ತು.

ಅದೋ ಎತ್ತರದ ರಸ್ತೆ. ಕಾರಿಗೂ ಉಬ್ಬಸ.

ತಕ್ಷಣ ನನಗೆ ಅರೆ..! ಎತ್ತರವನ್ನು ಮುಟ್ಟುವುದು ಗುಲಾಬಿಯ ಹಾದಿಯಲ್ಲ.. ಕಾರಿಗೂ, ಜೀವಕ್ಕೂ.. ಅನಿಸಿಹೋಯಿತು.

ಎತ್ತರದ ಗುರಿ ಮುಟ್ಟಬೇಕಾದರೆ ಎಷ್ಟು ಉಬ್ಬಸಪಡಬೇಕಾದ ಸವಾಲುಗಳು!

ಆ ಕ್ಷಣಕ್ಕೆ ನನಗೆ ನೆನಪಾಗಿ ಹೋದದ್ದು ಕುದ್ಮುಲ್ ರಂಗರಾಯರು.

ಅದೇ.. ಅದೇ.. ರಸ್ತೆಯ ಎಡದಲ್ಲಿರುವ ವಿಸ್ತಾರವಾದ ಅಂಗಳದಲ್ಲಿ ಕುದ್ಮುಲ್ ರಂಗರಾಯರು ಮಲಗಿದ್ದರು.

ಇಲ್ಲ, ಅವರನ್ನು ಒಮ್ಮೆ ನೋಡದೆ ಇನ್ನೊಂದು ಹೆಜ್ಜೆ ಇಡಲಾರೆ ಅನಿಸಿತು.

ಎಲ್ಲಿಗೋ ಹೋಗುತ್ತಿದ್ದ ಕಾರು ನಿಂತಲ್ಲೇ ನಿಂತಿತು. ನನ್ನ ಹೆಜ್ಜೆಯ ಧಿಕ್ಕೂ ಬದಲಾಗಿತ್ತು..

ಮಳೆಯಿಂದ ಆಗಷ್ಟೇ ಎದ್ದು ನಿಂತಿದ್ದ ಹಸಿರೋ ಹಸಿರು ನೆಲದಲ್ಲಿ 'ಬ್ರಹ್ಮ ಸಮಾಜ' ಎನ್ನುವ ಹೆಸರು ಹೊತ್ತಿದ್ದ ಗೇಟು ತೆಗೆದೆ..

ಅದರ ಜೊತೆಗೆ ನನ್ನ ನೆನಪುಗಳ ಗೇಟೂ ತೆರೆದುಕೊಂಡಿತು..

1992ರಲ್ಲಿ ನಾನು ಮಂಗಳೂರಿಗೆ ಕಾಲಿಟ್ಟಾಗ ಕುದ್ಮುಲ್ ರಂಗರಾಯರ ಪರಿಚಯ ಏನೇನೂ ಇರಲಿಲ್ಲ. ಆದರೆ ಪ್ರತೀ ಬಾರಿ ನಾನು ಪಿವಿಎಸ್ ಸರ್ಕಲ್‌ನಿಂದ ಎಡಕ್ಕೆ ಹೊರಳಿಕೊಂಡು ಕಚೇರಿ ತಲುಪಬೇಕಾದಾಗಲೆಲ್ಲಾ ನನ್ನ ಕಣ್ಣು ಬಲಗಡೆ ಇದ್ದ ಕಟ್ಟಡದತ್ತ ಹೋಗುತ್ತಿತ್ತು.

ಅದಕ್ಕೆ ಕಾರಣ ಇಷ್ಟೇ, ಆ ಬೆಳಗ್ಗೆಯಲ್ಲಿ ಎಷ್ಟೊಂದು ಮಕ್ಕಳು ಶಿಸ್ತಾಗಿ ಶಾಲೆಯ ದಿಕ್ಕಿನತ್ತ ಬಿಲ್ಲಿನಿಂದ ಹೊರಟ ಬಾಣದಂತೆ ಹೋಗುತ್ತಿದ್ದರು. ಅದು ಹಾಸ್ಟೆಲ್.

ಕೃಶ ದೇಹ ಆದರೆ ಬೆಳಕು ಹೊತ್ತ ಕಣ್ಣುಗಳು ಅದು ಖಂಡಿತಾ ಮೇಲ್ವರ್ಗದ ಹಾಸ್ಟೆಲ್ ಅಲ್ಲ ಎನ್ನುವುದನ್ನು ತಾನೇ ತಾನಾಗಿ ಸಾರಿಬಿಟ್ಟಿತ್ತು.

ಅದು ಕುದ್ಮುಲ್ ರಂಗರಾವ್ ಅವರ ಹೆಸರು ಹೊತ್ತ ಹಾಸ್ಟೆಲ್.

ಆಫೀಸಿಗೆ ಬಂದವನೇ ನಾನು 'ಕುದ್ಮುಲ್ ರಂಗರಾವ್' ಹೆಸರಿನ ಹಿಂದೆ ಬಿದ್ದೆ. ಅದು ಗೂಗಲ್ ಕಾಲವಲ್ಲ. ಹಾಗಾಗಿ ಎಲ್ಲೆಲ್ಲಿಗೋ ಫೋನು ರಿಂಗಾಯಿಸಲು ಶುರು ಮಾಡಿದೆ.

ಆಗ ಹೊಳೆಯಿತು. ಅರೆ! ಕುದ್ಮುಲ್‌ರ ಕೈಯನ್ನು ನಾನು ಈ ಹಿಂದೆಯೇ ಕುಲುಕಿ ದ್ದೇನೆ. 'ಭಾರತ ಭಾರತಿ' ಪುಸ್ತಕದ ಮಾಲಿಕೆಯಲ್ಲಿ. ತಕ್ಷಣ ನೆನಪು ಹಿಂದೋಡಿತು.

ದಕ್ಷಿಣ ಕನ್ನಡ ಹಾಗೂ ಉತ್ತರ ಕನ್ನಡ ಎರಡೂ ಸೇರಿ ಆಗ 'ಕನ್ನಡ' ಜಿಲ್ಲೆ ಎಂದು ಮಾತ್ರ ಇತ್ತು. ಗಾಂಧಿ 'ಕನ್ನಡ' ಜಿಲ್ಲೆಗೆ ಮೂರು ಬಾರಿ ಬಂದಿದ್ದರಂತೆ.

ಆದರೆ ಒಂದು ವಿಶೇಷವಿತ್ತು. ಕನ್ನಡ ಜಿಲ್ಲೆಯ ನೆಲದಲ್ಲಿ. ಕಾಸರಗೋಡಿನ ಕುದ್ಮುಲ್ ನಲ್ಲಿ ಹುಟ್ಟಿದ ರಂಗರಾಯರು 'ಮನುಷ್ಯ ಜಾತಿ ತಾನೊಂದೇ ವಲಂ' ಎಂದು ಹೊರಟುಬಿಟ್ಟಿದ್ದರು. ಗಾಂಧಿ ಮತ್ತು ಅಂಬೇಡ್ಕರ್‌ಗೂ ಮುಂಚೆಯೇ.

ಗಾಂಧಿ ಮತ್ತು ಅಂಬೇಡ್ಕರ್ ಎದುರಿಸಿದ ಸಂಕಷ್ಟಗಳು, ಸವಾಲುಗಳ ಬಗ್ಗೆ ನಾವು ಓದಿದ್ದೇವೆ ಬೇಕಾದಷ್ಟು. ಹಾಗಾದರೆ ಅವರಿಗೂ ಮುನ್ನವೇ ಮನುಷ್ಯನನ್ನು ಕಾಣಲು ಹೊರಟ ಕುದ್ಮುಲ್ ರಂಗರಾಯರ ಹಾದಿ ಎಂತಹದ್ದಿರಬಹುದು?

ಕುದ್ಮುಲ್ ರಂಗರಾಯರು ಜಾತಿಯಿಂದ ಎತ್ತರದ ಸ್ಥಾನದಲ್ಲಿದ್ದರು. ಆದರೆ ಆ ಉಪ್ಪರಿಗೆಯನ್ನು ಅವರೇ ತೊಡೆದು ಹಾಕಿ ದಲಿತರೆಡೆಗೆ ನಡೆದುಬಂದರು.

ಶಿಕ್ಷಣವೊಂದೇ ಸಮಾನತೆಗೆ ಮೊದಲ ಬೆಳಕು ಎನ್ನುವುದು ಅವರಿಗೆ ಚೆನ್ನಾಗಿ ಗೊತ್ತಿತ್ತು. ಹಾಗಾಗಿ ಅವರು ಮೊದಲು ಕೈ ಹಾಕಿದ್ದು ದಲಿತ ಶಾಲೆಯ ಸ್ಥಾಪನೆಗೆ. ಅಂಬೇಡ್ಕರ್ ಹಾಗೂ ಗಾಂಧೀಜಿ ಹೋರಾಟದ ಕಣಕ್ಕೆ ಇಳಿಯುವ ಮೊದಲೇ..

ಅವರತ್ತ ಕಲ್ಲು ತೂರಿಬಂತು, ಮಕ್ಕಳಿಗೆ ದಾರಿಯಲ್ಲಿ ಅಪಮಾನ ಮಾಡಲಾಯಿತು, ಶಾಲೆಗೆ ಮಕ್ಕಳು ಬರದಂತೆ ಮಾಡಲಾಯಿತು. ಮಕ್ಕಳು ಬಂದರೂ ಶಿಕ್ಷಕರೇ ಇರದಂತಾಯಿತು. ಈ ಎಲ್ಲವನ್ನೂ ದಾಟಿಕೊಂಡೇ ಕುದ್ಮುಲ್ ಅವರು ಹೆಜ್ಜೆ ಹಾಕಿದರು. ಅವರೊಳಗೆ ಒಬ್ಬ ಮನುಷ್ಯ ಹುಟ್ಟಿ ಸಾಕಷ್ಟು ವರ್ಷವಾಗಿ ಹೋಗಿತ್ತು.

ರಂಜಾನ್ ದರ್ಗಾ ಹೇಳುತ್ತಾರೆ 'ಅವರು ಶಿಕ್ಷಣ, ಭೂಮಿ ಹಾಗೂ ಅಧಿಕಾರ ಈ ಮೂರನ್ನೂ ದಲಿತರ ಏಳಿಗೆಯ ದೀವಿಗೆಯಾಗಿ ಬಳಸಿದರು' ಎಂದು.

ಕುದ್ಮುಲ್ ರಂಗರಾಯರು 'ಡಿಪ್ರೆಸ್ಡ್ ಕ್ಲಾಸ್ ಮಿಷನ್' ಹುಟ್ಟು ಹಾಕಿದರು. ದಲಿತರು ಮಹಿಳೆಯರ ಪರವಾಗಿ ನಿಂತರು. ಆ ಕಾಲಕ್ಕೆ ಮುನಿಸಿಪಾಲಿಟಿಯಲ್ಲಿ ಜಿಲ್ಲಾ ಬೋರ್ಡ್‌ಗಳಲ್ಲಿ ದಲಿತರ ನೇಮಕಕ್ಕೆ ಆಗ್ರಹಿಸಿ ಯಶಸ್ಸೂ ಗಳಿಸಿದರು.

'ಅವರಿಗೆ ಕ್ಷೌರ ಮಾಡಲು ಯಾರೂ ಮುಂದೆ ಬರಲಿಲ್ಲ, ಬಟ್ಟೆ ಒಗೆಯಲು ಮುಂದೆ ಬಂದವರು ಬಹಿಷ್ಕಾರಕ್ಕೆ ಒಳಗಾಗುತ್ತಿದ್ದರು' ಎನ್ನುತ್ತಾರೆ ಲಕ್ಷ್ಮಣ ಕೊಡಸೆ.

ಬಟ್ಟೆಗೆ ಅಂಟಿದ ಕೊಳೆಯನ್ನಾದರೂ ಹಾಗೇ ಬಿಡಬಹುದು ಆದರೆ ಮನಸ್ಸಿಗೆ ಅಂಟಿದ ಕೊಳೆ?. ಹಾಗಾಗಿಯೇ ಕುದ್ಮುಲ್ ರಂಗರಾಯರು ಕೊಳೆ ತೊಳೆಯುವ ಮಡಿವಾಳನಂತೆ, ಜಗದ ಕೊಳೆ ತೊಲಗಿಸುವ ಜಲಗಾರನಂತೆ ಹೆಜ್ಜೆ ಹಾಕಿದರು.

ನಾನು 'ಬ್ರಹ್ಮ ಸಮಾಜ'ದ ಆ ನೆಲದಲ್ಲಿ ಕಾಲಿಟ್ಟಾಗ ಎಲ್ಲೆಲ್ಲೂ ಹಸಿರು ಮುಕ್ಕಳಿಸುತ್ತಿತ್ತು. ಮಂಗಳೂರಿನ ಹೃದಯ ಭಾಗದಲ್ಲೇ ಕುದ್ಮುಲ್ ರಂಗರಾಯರ ಸಮಾಧಿ ಇತ್ತು. ಮಂಗಳೂರಿಗೇ ಹೃದಯವಂತಿಕೆ ಕೊಟ್ಟ ಅವರು ಅಲ್ಲೇ ಇದ್ದರು.

ನಾನು ಕ್ಯಾಮೆರಾ ಕ್ಲಿಕ್ಕಿಸುತ್ತಾ ಹೋದೆ.

ಮನುಷ್ಯರಿಗೆ ಹೃದಯ ಕೊಡಬಹುದು ಆದರೆ ತಂತ್ರಜ್ಞಾನದ ನಾಗಾಲೋಟದಲ್ಲಿ ತಾನೂ ಇನ್ನೊಂದು ಮೆಷಿನ್ ಮಾತ್ರವಾಗಿರುವ ಸಮಾಜಕ್ಕೆ ಹೃದಯ ಕಸಿ ಮಾಡುವುದು ಹೇಗೆ? ಎನ್ನುವುದು ತಲೆಯಲ್ಲಿ ಸುತ್ತಿ ಸುಳಿಯಲಾರಂಭಿಸಿತು.

ಹೊರಡಲು ಕಾರು ಸಜ್ಜಾಯಿತು. ಒಂದಷ್ಟು ದೂರ ಸಾಗಿರಬಹುದೇನೋ..

"ನನ್ನ ಶಾಲೆಯಲ್ಲಿ ಕಲಿತ ದಲಿತ ಜನಾಂಗದ ಮಕ್ಕಳು ವಿದ್ಯಾವಂತರಾಗಿ, ದೊಡ್ಡವರಾಗಿ, ಸರಕಾರಿ ನೌಕರಿಗೆ ಸೇರಿ ನಮ್ಮೂರ ರಸ್ತೆಗಳಲ್ಲಿ ಕಾರಿನಲ್ಲಿ ಓಡಾಡಬೇಕು. ಆಗ ರಸ್ತೆಯಲ್ಲಿ ಏಳುವ ಧೂಳು ನನ್ನ ತಲೆಗೆ ತಾಗಬೇಕು. ಆಗ ನನ್ನ ಜನ್ಮ ಸಾರ್ಥಕವಾಗುತ್ತದೆ.."

–ಎಂದು ಅವರ ಸಮಾಧಿಯ ಮೇಲೆ ಇದ್ದ ಮಾತು ಕಾರಿನ ಚಕ್ರದಂತೆಯೇ ನನ್ನೊಳಗೆ ಸುತ್ತಲಾರಂಭಿಸಿತು.

ಜಿ.ಎನ್. ಮೋಹನ್

ನೀವು ಕಂಡರಿಯದ ಕುದ್ಮುಲ್ ರಂಗರಾವ್

ಇದೇ ಮೊದಲ ಬಾರಿಗೆ ಕುಟುಂಬದವರೇ
ಕಟ್ಟಿಕೊಟ್ಟಿರುವ ಆಪ್ತ ಚಿತ್ರಣ

ಪ್ರೇಮಿ ಎಂ ರಾವ್
ಜಿ ಪಾಂಡುರಂಗ ರಾವ್

ಕನ್ನಡಕ್ಕೆ
ಬಿ ಎ ವಿವೇಕ ರೈ

ಬಹುರೂಪಿ
ಎಂಬೆಸಿ ಸೆಂಟರ್, 111, ಮೊದಲನೇ ಮಹಡಿ, ಕ್ರೆಸೆಂಟ್ ರಸ್ತೆ,
ಕುಮಾರಪಾರ್ಕ್ ಈಸ್ಟ್, ಬೆಂಗಳೂರು 560 001.
ದೂರವಾಣಿ: 70191 82729

95

NEEVU KANDARIYADA KUDMUL RANGARAO
An insight into the life of Kudmul Ranga Rao
By **PRAEMI M. ROW** and **G. PANDURANG ROW**
Translated into Kannada by Noted Author **Prof B A VIVEKA RAI**
vivekaraiba@gmail.com | 94809 07975

Published By **Bahuroopi**
Embassy Centre, 111, First Floor, Crescent Road,
Kumarapark East, Bangalore 560001

editor@bahuroopi.in

Mobile | Whats App Bookstore: **70191 82729**

online book store: **bahuroopi.in**

ISBN: 978-81-964346-6-3
First Edition: January 2024
Pages: 144 | Price: Rs. 180

Cover and Inside Design: **Sagar M S**
illustrations courtesy: Internet

Printed by
Regal Prints, Bengaluru

ಶಿಕ್ಷಣದ
ಬೆಳಕಿಗಾಗಿ
ಹಂಬಲಿಸುತ್ತಿರುವ
ಎಲ್ಲರಿಗೆ...

ಇವರು 'ಕುದ್ಮುಲ್ ಪಿಜ್ಜ'

ಮಳೆಗಾಲದ ಒಂದು ದಿನ ಪ್ರೇಮಿ ರಾವ್ ಅವರು ತಮ್ಮ ಕುಟುಂಬದ ಹಳೆಯ ಫೋಟೋಗಳನ್ನು ನೋಡುತ್ತಿದ್ದಾಗ ಒಂದು ಹಳೆಯ ಮಸುಕಾದ ಫೋಟೋ ಕಾಣಸಿಕ್ಕಿತು. ಅದು ಅವರ ಪಿಜ್ಜ ಕುದ್ಮುಲ್ ರಂಗರಾವ್ ಅವರದ್ದು, ಅವರು ಕರೆಯುವ ಕುದ್ಮುಲ್ ಪಿಜ್ಜನದ್ದು. ಆದರೆ ಇವತ್ತು ಅವರ ಕುಟುಂಬದಲ್ಲಿಯೇ ಬಹಳ ಮಂದಿಗೆ ಕುದ್ಮುಲ್ ಪಿಜ್ಜನ ಸಾಧನೆಗಳ ಬಗ್ಗೆ ತಿಳಿದಿಲ್ಲ ಎಂದು ಪ್ರೇಮಿ ರಾವ್ ಅವರಿಗೆ ಬೇಸರವಾಯಿತು. ಬಡತನದ ಕುಟುಂಬದಿಂದ ಬಂದ ಅವರು ಹೇಗೆ ದಕ್ಷಿಣ ಕನ್ನಡದ ಜನರ ಆಲೋಚನೆ ಮತ್ತು ಮನಸ್ಥಿತಿಯಲ್ಲಿ ಕ್ರಾಂತಿಕಾರಕ ಬದಲಾವಣೆಯನ್ನು ತರಲು ಶಕ್ತರಾದರು ಎನ್ನುವುದು ಅವರ ಕುಟುಂಬದವರಿಗೇ ತಿಳಿದಿಲ್ಲ. ಕುದ್ಮುಲ್ ಪಿಜ್ಜನ ಕಾರ್ಯಗಳು ಆ ಪ್ರದೇಶದ ಇತಿಹಾಸದ ಮೇಲೆ ಪ್ರಭಾವ ಬೀರಿ, ಆ ಸಮಾಜದಲ್ಲಿ ಮಹತ್ತರ ಬದಲಾವಣೆಗಳನ್ನು ತಂದುವು.

ಕುದ್ಮುಲ್ ರಂಗರಾವ್ ಅವರು ದಲಿತರು ಅಲ್ಲದಿದ್ದರೂ ಅವರು ಮಹಾತ್ಮಾ ಗಾಂಧಿ ಮತ್ತು ಡಾ.ಬಿ.ಆರ್.ಅಂಬೇಡ್ಕರ್ ಅವರಿಗಿಂತ ಅನೇಕ ವಿಧಗಳಲ್ಲಿ ಪೂರ್ವ ಸಾಧಕರಾಗಿದ್ದರು. ಭಾರತದ ಇತಿಹಾಸದಲ್ಲಿ ಅವರುಗಳ ಬಗ್ಗೆ ಸಾಕಷ್ಟು ಬರಹಗಳು ದೊರೆಯುತ್ತವೆ. ಆದರೆ ಸ್ವಾತಂತ್ರ್ಯ ಪೂರ್ವದಲ್ಲಿ ಶೋಷಿತ ಸಮುದಾಯಗಳ ಉದ್ಧಾರಕ್ಕಾಗಿ ತನ್ನ ವೃತ್ತಿ ಮತ್ತು ಆಸ್ತಿಯನ್ನು ತ್ಯಜಿಸಿ, ತನ್ನ ಇಡೀ ಬದುಕನ್ನು ಮುಡುಪಾಗಿ ಇಟ್ಟ ಕುದ್ಮುಲ್ ಪಿಜ್ಜ ಪ್ರಚಾರವಿಲ್ಲದ ತೆರೆಮರೆಯ ಸಾಧಕರಾಗಿ ಉಳಿದುಬಿಟ್ಟಿದ್ದಾರೆ.

ಹಾಗೆಂದು ಜನರು ಅವರನ್ನು ಸಂಪೂರ್ಣವಾಗಿ ಮರೆತಿದ್ದಾರೆ ಎಂದಲ್ಲ. ಈಗ ದಕ್ಷಿಣ ಕನ್ನಡ ಮತ್ತು ಉಡುಪಿ ಜಿಲ್ಲೆಯ ಶೋಷಿತ ಸಮುದಾಯಗಳ ಸಾವಿರಾರು ಮಂದಿ ಕುದ್ಮುಲ್ ಪಿಜ್ಜನನ್ನು ತಮ್ಮ ಸಂರಕ್ಷಕ ಎಂದು ಆರಾಧಿಸುತ್ತಾರೆ. ಮಂಗಳೂರು ವಿಶ್ವವಿದ್ಯಾನಿಲಯದ ಸಮಾಜವಿಜ್ಞಾನಿಗಳು ದಕ್ಷಿಣ ಕನ್ನಡದ ಶೋಷಿತ ಸಮುದಾಯಗಳ ಜನರ ಶಿಕ್ಷಣ ಮತ್ತು ಆ ಮೂಲಕ ಸಾಮಾಜಿಕ ಅಂಗೀಕಾರಕ್ಕೆ ಕುದ್ಮುಲ್ ಪಿಜ್ಜರ ಧೈರ್ಯಶಾಲಿ ಪ್ರಯತ್ನಗಳೇ ಕಾರಣ ಎಂದು ಸಾಧಿಸುತ್ತಾರೆ.

ಇತ್ತೀಚೆಗೆ ದಲಿತ ಸಂಘಟನೆಗಳ ಹೋರಾಟದ ಫಲವಾಗಿ ಮಂಗಳೂರು ಪುರಭವನಕ್ಕೆ 'ಕುದ್ಮುಲ್ ರಂಗರಾವ್ ಪುರಭವನ' ಎಂದು ಮರುನಾಮಕರಣ ಮಾಡಲಾಗಿದೆ. ದಕ್ಷಿಣ ಕನ್ನಡ ಜಿಲ್ಲಾ ದಲಿತ ಕಾರ್ಮಿಕರ ಅಭಿವೃದ್ಧಿ ಸಮಿತಿಯ ವತಿಯಿಂದ ಏಪ್ರಿಲ್ 14 ರಂದು ಡಾ. ಅಂಬೇಡ್ಕರ್ ಅವರ 114ನೆಯ ಜನ್ಮದಿನವನ್ನು ಆಚರಿಸಿದ ಸಂದರ್ಭದಲ್ಲಿ ಅದರ ಜೊತೆಗೆಯೇ ಮಂಗಳೂರಿನಲ್ಲಿ ಕುದ್ಮುಲ್ ರಂಗ ರಾವ್ ಅವರ ಸ್ಮಾರಕವನ್ನು ಸ್ಥಾಪಿಸಲಾಯಿತು.

ಕುದ್ಮುಲ್ ರಂಗ ರಾಯರ ಬಗ್ಗೆ ಸಂಶೋಧಕರು ಬರೆದ ಕೆಲವು ಜೀವನಚರಿತ್ರೆಯ ಬರಹಗಳು ಇವೆ. ಆದರೆ ಪ್ರೇಮಿ ರಾವ್ ಅವರಿಗಿದ್ದ ಅನುಕೂಲತೆಗಳು ಅವರಿಗೆ ಇರಲಿಲ್ಲ. ಪ್ರೇಮಿ ರಾವ್ ಅವರು ತಮ್ಮ ತಾಯಿಯಿಂದ ಮಾತ್ರವಲ್ಲದೆ, ತಮ್ಮ ಹಿರಿಯ ಮಾವ/ಚಿಕ್ಕಪ್ಪ, ಅತ್ತೆ /ಚಿಕ್ಕಮ್ಮರಿಂದ ಹಾಗೂ ತಮ್ಮ ಅತಿ ಹಿರಿಯ ಸೋದರ ಅಕ್ಕ ತಾರಾ ಚಂದಾರ್ವಕರ್ ಅವರಿಂದ ಕುದ್ಮುಲ್ ಪಿಜ್ಜನ ಬಗೆಗಿನ ನೆನಪುಗಳನ್ನು ಸಂಗ್ರಹಿಸಿದ್ದಾರೆ. ಕುದ್ಮುಲ್ ಪಿಜ್ಜನಿಗೆ ಸಂಬಂಧಿಸಿದ ಕಾಗದ ಪತ್ರಗಳು ಹೆಚ್ಚು ಉಳಿದಿಲ್ಲ. ಆದ್ದರಿಂದ ಇಲ್ಲಿನ ಬರವಣಿಗೆಯನ್ನು ನೆನಪುಗಳು ಮತ್ತು ಮೌಖಿಕ ಇತಿಹಾಸದ ಮೂಲಕವೇ ಮಾಡಲಾಗಿದೆ. ಕುಟುಂಬದವರ ಇಂತಹ ನೆನಪುಗಳು ಕೂಡಾ ಬಹಳ ಬೇಗನೆ ಮರೆಯಾಗುತ್ತವೆ, ಆದ್ದರಿಂದ ಅವನ್ನು ಸಂರಕ್ಷಿಸಿ ಇಡಬೇಕು ಮತ್ತು ಅದರಿಂದ ಕುಟುಂಬದ ಇತಿಹಾಸವೊಂದು ಉಳಿದುಕೊಂಡು, ಆ ಕುಟುಂಬದ ಹೊಸ ತಲೆಮಾರಿನವರಿಗೆ ಕುದ್ಮುಲ್ ಪಿಜ್ಜನ ಬಗ್ಗೆ ಗೌರವ ಉಂಟಾಗಿ, ಅವರ ಆದರ್ಶವನ್ನು ಪಾಲಿಸಲು ಅವಕಾಶ ದೊರೆಯುತ್ತದೆ. ಇದು ಈ ಪುಸ್ತಕದ ಲೇಖಕಿ ಪ್ರೇಮಿ ರಾವ್ ಅವರ ಉದ್ದೇಶವಾಗಿದೆ.

ಕುದ್ಮುಲ್ ರಂಗ ರಾವ್ ಅವರನ್ನು ಅವರ ಕುಟುಂಬದವರು ಎಲ್ಲರೂ ಕುದ್ಮುಲ್ ಪಿಜ್ಜ ಎಂದು ಸಂಬೋಧಿಸುತ್ತಿದ್ದುದರಿಂದ, ಈ ಜೀವನ ಚರಿತ್ರೆಯ ಗ್ರಂಥದಲ್ಲಿಯೂ ಹಾಗೆಯೇ ಉಲ್ಲೇಖಿಸಲಾಗಿದೆ.

ಕೃತಜ್ಞತೆಗಳು

ಈ ಗ್ರಂಥ ರಚನೆಯಲ್ಲಿ ಸಹಾಯ ಮಾಡಿದ ಅನೇಕ ಮಂದಿಯನ್ನು ನೆನಪಿಸಿಕೊಳ್ಳಬೇಕಾಗಿದೆ ಮತ್ತು ಕೃತಜ್ಞತೆ ಸಲ್ಲಿಸಬೇಕಾಗಿದೆ.

ಈ ಗ್ರಂಥ ರಚನೆಯ ಸಂಶೋಧನೆ ಮಾಡಿದವರು ಪ್ರೇಮಿ ರಾವ್. ಅವರಿಗೆ ಶಾಲಿನಿ ಪಂಡಿತ್ ಮತ್ತು ಸಾವಿತ್ರಿ ಬಬುಲ್ಕರ್ ಪ್ರೋತ್ಸಾಹ ಕೊಟ್ಟರು. ತಾರಾ ಚಂದಾವರ್ಕರ್ ಅವರು ತನ್ನ ನೆನಪುಗಳನ್ನು ಹಂಚಿಕೊಂಡರು ಮತ್ತು ಕುಟುಂಬದ ಬಗ್ಗೆ ಮಾಹಿತಿ ಕೊಟ್ಟರು. ವಸಂತಿ ಚಂದಾರ್ವಕರ್ ಅವರು 'ಅಪೋಸ್ತಲ್ ಆಫ್ ಸ್ಯಾಕ್ರಿಫೈಸ್' ಪುಸ್ತಕವನ್ನು ಎರವಲು ಕೊಟ್ಟರು ಮತ್ತು ಗಾಂಧೀಜಿ ಅವರ ಮಂಗಳೂರು ಭೇಟಿಯ ಬಗ್ಗೆ ನೆನಪುಗಳನ್ನು ಹಂಚಿಕೊಂಡರು. ಎನ್.ಎಸ್.ಕಾಮತ್ ಅವರು ಮಂಗಳೂರಿನ ಈಶ್ವರಾನಂದ ಸಂಸ್ಥೆಗಳ ಬಗ್ಗೆ ಮಾಹಿತಿಯನ್ನು ಕೊಟ್ಟರು. ಅಜಯ್ ರಾವ್ ಅವರು ಇದರ ಹಸ್ತಪ್ರತಿಯನ್ನು ಪ್ರಕಟಿಸಲು ಸಹಾಯ ಮಾಡಿದರು. ಸುಬ್ಬನ್ ಶಿವರಾವ್ ತನ್ನ ಸೇರ್ಪಡೆಗಳನ್ನು ಕೊಟ್ಟರು. ಮಿಹಿಕಾ ರಾವ್ ಅವರು ಮುಖಪುಟದ ಫೋಟೋವನ್ನು ಕೊಟ್ಟರು. ಸತ್ಯ ಅವರು ಪ್ರೇಮಿ ರಾವ್ ಅವರ ಬರವಣಿಗೆಯನ್ನು ಕಂಪ್ಯೂಟರ್‌ನಲ್ಲಿ ಅಳವಡಿಸಿದರು. ಮಮತಾ ಶೆಟ್ಟಿ ಮತ್ತು ಜ್ಯೋತಿ ಅವರು ವರ್ತಮಾನ ಪತ್ರಿಕೆ ಮತ್ತು ಇತರ ಬರಹಗಳನ್ನು ಕನ್ನಡದಿಂದ ಇಂಗ್ಲಿಷ್‌ಗೆ ಅನುವಾದ ಮಾಡಿಕೊಟ್ಟರು. ಶಾದಿಯ ಟಿ.ಎಂ. ಅವರು ಎಲ್ಲ ಮಾಹಿತಿಗಳನ್ನು ಕಂಪ್ಯೂಟರ್‌ನಲ್ಲಿ ಸೇರಿಸಿ ಜೋಡಿಸಿ ಟೈಪ್ ಮಾಡಿ ಪ್ರೇಮಿ ರಾವ್ ಅವರಿಗೆ ಸಹಕರಿಸಿದರು. ಅವರ ತಾಳ್ಮೆ ಮತ್ತು ಸಜ್ಜನಿಕೆ ಅಸಾಧಾರಣವಾದುದು.

ಪ್ರೇಮಿ ಎಂ ರಾವ್
ಜಿ ಪಾಂಡುರಂಗ ರಾವ್

ಧನ್ಯತೆಯ ಕೆಲಸ

ಒಮ್ಮೆ ನಾನು ಬೆಂಗಳೂರಿಗೆ ಹೋಗಿದ್ದಾಗ ಭೇಟಿಯಾದ ನಿಡುಗಾಲದ ಮಾಧ್ಯಮ ಮಿತ್ರ, ಪುಸ್ತಕ ಪ್ರಿಯ ಸ್ನೇಹಿತ ಜಿ ಎನ್ ಮೋಹನ್ ಕುದ್ಮುಲ್ ರಂಗರಾವ್ ಬಗ್ಗೆ ಪ್ರಕಟವಾದ ಇಂಗ್ಲಿಷ್ ಪುಸ್ತಕವೊಂದರ ಬಗ್ಗೆ ಪ್ರಸ್ತಾವಿಸಿದರು. ಆ ಪುಸ್ತಕವನ್ನು ತೋರಿಸಿ ಅದನ್ನು ಕನ್ನಡಕ್ಕೆ ಅನುವಾದ ಮಾಡಿಸಿ ತಮ್ಮ 'ಬಹುರೂಪಿ' ಪ್ರಕಾಶನದಲ್ಲಿ ಪ್ರಕಟಿಸುವ ಯೋಚನೆಯನ್ನು ಪ್ರಸ್ತಾವಿಸಿದರು. ನಾನು ಪುಸ್ತಕವನ್ನು ಕೈಗೆತ್ತಿಕೊಂಡು ನೋಡಿದೆ. ಪುಸ್ತಕದ ಹೆಸರು: The Man Who Inspired Gandhi. ಲೇಖಕರು: Praemi M. Row ಮತ್ತು G. Pandurang Row. ಮೊದಲನೆಯವರು ಕುದ್ಮುಲ್ ರಂಗರಾವ್ ಅವರ ಮರಿಮಗಳು ಮತ್ತು ಎರಡನೆಯವರು ಮರಿ ಮರಿ ಮಗ ಎಂದು ಮೋಹನ್ ತಿಳಿಸಿದರು.

ಪುಸ್ತಕವನ್ನು ಒಮ್ಮೆ ತಿರುವಿಹಾಕಿದವನು, ನಾನೇ ಅದನ್ನು ಕನ್ನಡಕ್ಕೆ ಅನುವಾದ ಮಾಡಿಕೊಡುತ್ತೇನೆ ಎಂದು ಹೇಳಿದೆ. ಮೋಹನ್ ಬಹಳ ಸಂತೋಷದಿಂದ ಒಪ್ಪಿಕೊಂಡರು. ನನ್ನ ಪಾಲಿಗೆ ಇದೊಂದು ಧನ್ಯತೆಯ ಕೆಲಸವಾಗಿತ್ತು. ಕುದ್ಮುಲ್ ರಂಗರಾಯರ ಬಗ್ಗೆ ಪ್ರಕಟವಾದ ಕೆಲವು ಪುಸ್ತಕಗಳನ್ನು ಲೇಖನಗಳನ್ನು ಓದಿದ್ದೆ. ನಾನು ಕನ್ನಡ ಎಂಎ ಅಧ್ಯಯನ ಮಾಡುತ್ತಿದ್ದಾಗ ನಮ್ಮ ಕನ್ನಡ ವಿಭಾಗದ ಕಟ್ಟಡದ ಸಮೀಪದಲ್ಲಿ ಶೇಡಿಗುಡ್ಡೆ/ಕರಂಗಲಪಾಡಿಯಲ್ಲಿ ರಂಗರಾಯರು ಸ್ಥಾಪಿಸಿದ ಪರಿಶಿಷ್ಟ ಜಾತಿಯ ವಿದ್ಯಾರ್ಥಿಗಳ ಹಾಸ್ಟೆಲ್ ಇತ್ತು. ಅಲ್ಲಿನ ವಿದ್ಯಾರ್ಥಿಗಳನ್ನು ದಿನನಿತ್ಯ ನೋಡುತ್ತಿದ್ದೆ, ಕೆಲವೊಮ್ಮೆ ಮಾತಾಡಿಸುತ್ತಿದ್ದೆ. 1970–73ರ ಅವಧಿಯಲ್ಲಿ ನಂದಿಗುಡ್ಡದ ಬಳಿ ಕುದ್ಮುಲ್ ಸಮಾಧಿಯ ಅನತಿ ದೂರದಲ್ಲಿ ನನ್ನ ವಾಸದ ಕೋಣೆ ಇತ್ತು. ಬಾಬುಗುಡ್ಡದ ರಸ್ತೆಯ ಬಳಿ ಕುದ್ಮುಲ್ ಸಮಾಧಿಯ ಸಮೀಪ ಸಾಮಾನ್ಯವಾಗಿ ಓಡಾಡುತ್ತಿದ್ದೆ. 1987ರಿಂದ ನಾನು ವಾಸ ಮಾಡುತ್ತಿರುವ ಮಾರ್ನಮಿಕಟ್ಟೆಯ ಬಳಿಯ ಮನೆಯಿಂದ ನಂದಿಗುಡ್ಡದ ಬಳಿಯ ಕುದ್ಮುಲ್ ಸಮಾಧಿಗೆ ಹತ್ತು ನಿಮಿಷದ ಕಾಲ್ನಡಿಗೆಯ ದೂರ. ನನ್ನ ಸಂಜೆಯ ಕಾಲ್ನಡಿಗೆಯ ದಾರಿಯಲ್ಲಿ ಅನೇಕ ಬಾರಿ ಅವರ ಸಮಾಧಿಯನ್ನು ಸಂದರ್ಶಿಸಿದ್ದೇನೆ. 2016ರಲ್ಲಿ

ನಾನು 'ಮಂಗಳೂರು ದರ್ಶನ' ದ ಪ್ರಧಾನ ಸಂಪಾದಕನಾಗಿ ಕೆಲಸ ಮಾಡಿದಾಗ ಕುದ್ಮುಲ್ ರಂಗರಾಯರ ಬಗ್ಗೆ ಲೇಖನ ಬರೆಸುವಾಗ ಮತ್ತೊಮ್ಮೆ ಅವರ ಬಗ್ಗೆ ಹೆಚ್ಚಿನ ವಿವರ ತಿಳಿದುಕೊಳ್ಳುವ ಅವಕಾಶ ದೊರೆಯಿತು.

ಮೋಹನ್ ಕೊಟ್ಟ ಇಂಗ್ಲಿಷ್ ಪುಸ್ತಕವನ್ನು ಕನಿಷ್ಠ ಹತ್ತು ಬಾರಿ ಓದಿರಬಹುದು. ಅದು ಕೇವಲ ಅನುವಾದಕ್ಕಾಗಿ ಅಲ್ಲ. ನನ್ನ ಗ್ರಹಿಕೆಗಾಗಿ ಮತ್ತು ನನ್ನ ಸಂತೃಪ್ತಿಗಾಗಿ. ನನ್ನ ವೈಯಕ್ತಿಕ ಸಮಸ್ಯೆಗಳ ಕಾರಣ ಕನ್ನಡ ಅನುವಾದ ಮಾಡಿ ಮುಗಿಸಲು ಸಾಕಷ್ಟು ತಡವಾದರೂ ಮೋಹನ್ ತಾಳ್ಮೆಯಿಂದ ಕಾದಿದ್ದಾರೆ. ಕುದ್ಮುಲ್ ರಂಗರಾಯರ ಮರಿಮಗಳು ಮತ್ತು ಮರಿಮರಿಮಗ ಜಂಟಿಯಾಗಿ ಬರೆದಿರುವ ಈ ಗ್ರಂಥದಲ್ಲಿ ತಾವು ಹಿರಿಯರಿಂದ ಕೇಳಿದ ಕಥನಗಳು ಇವೆ, ಪುಸ್ತಕಗಳು ಹಾಗೂ ಪತ್ರಿಕೆಗಳಿಂದ ಪಡೆದ ಮಾಹಿತಿಗಳಿವೆ. ಅಧ್ಯಯನಕಾರರ ಗ್ರಂಥಗಳ ಓದಿನ ವಿಷಯಗಳಿವೆ. ಜೊತೆಗೆ ಕುದ್ಮುಲ್ ಅವರ ಬದುಕು ಮತ್ತು ಸಾಧನೆಗಳನ್ನು ಇಂದಿನ ಕಾಲದ ಸಮಾಜದೊಂದಿಗೆ ಹೋಲಿಸುವ ಒಳನೋಟಗಳಿವೆ. ಹಾಗಾಗಿಯೇ ಈ ಗ್ರಂಥದಲ್ಲಿ ಕುದ್ಮುಲ್ ರಂಗರಾಯರ ಕುಟುಂಬದ ಬೆಸುಗೆ ಇದೆ.

ನನ್ನ ಕನ್ನಡ ಅನುವಾದದಲ್ಲಿ ನಾನು ಮೂಲದ ವಿಷಯವನ್ನು ಯಥಾವತ್ತಾಗಿ ಕೊಟ್ಟಿದ್ದೇನೆ. ಕರಾವಳಿಯ ಸ್ಥಳನಾಮಗಳು, ತುಳು ಸಂಸ್ಕೃತಿಯ ಹೆಸರುಗಳು, ಕೆಲವು ಮಾಹಿತಿಗಳು ಇಂಗ್ಲಿಷ್‌ನಲ್ಲಿ ಬದಲಾಗಿರುವ ಕಡೆಗಳಲ್ಲಿ ನನ್ನ ಅನುಭವ ಮತ್ತು ಓದಿನ ಹಿನ್ನೆಲೆಯಲ್ಲಿ ಕೆಲವೆಡೆ ಸಣ್ಣ ಪರಿಷ್ಕಾರಗಳನ್ನು ಮಾತ್ರ ಮಾಡಿದ್ದೇನೆ. ಇಂಗ್ಲಿಷ್‌ನಲ್ಲಿ ಇದ್ದ ಸುಭಾಷಿತ ಅಥವಾ ಪದ್ಯಭಾಗಗಳನ್ನು ಕನ್ನಡಕ್ಕೆ ಸರಳವಾಗಿ ಅನುವಾದಿಸಿದ್ದೇನೆ. ಕನ್ನಡ ಜನಮನದಿಂದ ಬಹುಮಟ್ಟಿಗೆ ಮರೆಯಾಗಿ ಹೋದ ಮಹಾನ್ ಚೇತನ ಕುದ್ಮುಲ್ ರಂಗರಾವ್ ಅವರನ್ನು ಕರ್ನಾಟಕ ಮತ್ತೆ ನೆನಪಿಸಿಕೊಳ್ಳಲು ಈ ಅನುವಾದ ಕೃತಿ ಪ್ರೇರಣೆಯನ್ನು ಕೊಡಬಹುದು ಎಂದು ಆಶಿಸುತ್ತೇನೆ. ಈ ಗ್ರಂಥದಲ್ಲಿ ವ್ಯಕ್ತವಾದ ಅಭಿಪ್ರಾಯಗಳು ಮೂಲ ಲೇಖಕರದ್ದು. ಅವು ನನ್ನ ಅಭಿಪ್ರಾಯಗಳು ಅಲ್ಲ.

ಈ ಗ್ರಂಥದ ಅನುವಾದದ ಹೊಣೆಯನ್ನು ನನಗೆ ಒಪ್ಪಿಸಿ 'ಬಹುರೂಪಿ'ಯ ಮೂಲಕ ಪ್ರಕಟಿಸುತ್ತಿರುವ ಗೆಳೆಯ ಜಿ ಎನ್ ಮೋಹನ್ ಅವರಿಗೆ, ಬಹುರೂಪಿಯ ಕ್ರಿಯಾಶಕ್ತಿ ಆಗಿರುವ ಶ್ರೀಜಾ ಅವರಿಗೆ ಕೃತಜ್ಞತೆಗಳನ್ನು ಹೇಳುವುದು ನನಗೆ ಸಂತೋಷ ಮತ್ತು ಸಂಭ್ರಮದ ಸಂಗತಿ.

ಬಿ ಎ ವಿವೇಕ ರೈ

ಅವರು ನಡೆದ ಹಾದಿ...

ಕುದ್ಮುಲ್ ಮತ್ತು ಕೊಂಕಣ ಕರಾವಳಿ: ಕುದ್ಮುಲ್ ರಂಗರಾವ್ ಅವರ ಜನ್ಮಭೂಮಿ

ನಾರ್ತ್ ಕೆನರಾ ಮತ್ತು ಸೌತ್ ಕೆನರಾಗಳು ರಾಜ್ಯಗಳ ಪುನರ್ವಿಂಗಡಣೆಯ ಬಳಿಕ ಉತ್ತರ ಕನ್ನಡ ಮತ್ತು ದಕ್ಷಿಣ ಕನ್ನಡ ಎಂಬ ಹೆಸರು ಪಡೆದವು. ಈ ಪ್ರದೇಶವು ಪಶ್ಚಿಮ ಘಟ್ಟಗಳು ಮತ್ತು ಅರಬ್ಬೀಸಮುದ್ರದ ನಡುವಣ ಸುಮಾರು ಇಪ್ಪತ್ತರಿಂದ ನೂರಿಪ್ಪತ್ತು ಕಿಲೋಮೀಟರ್ ಅಗಲದ ಸಪೂರವಾದ ಭೂಪ್ರದೇಶ. ಈ ಪ್ರದೇಶವು ಉತ್ತರದಲ್ಲಿ ಗೋವಾ, ದಕ್ಷಿಣದಲ್ಲಿ ಕೇರಳ ರಾಜ್ಯಗಳ ಗಡಿಗಳನ್ನು ಹೊಂದಿದೆ. ಮೋಡಗಳು ಪಶ್ಚಿಮ ಘಟ್ಟಗಳ ತಡೆಗೋಡೆಗಳನ್ನು ಘರ್ಷಿಸಿ ಈ ಪ್ರದೇಶದಲ್ಲಿ ಬಿರುಸಾದ ಮುಂಗಾರು ಮಳೆಯನ್ನು ಸುರಿಸುತ್ತವೆ. ಏರಿಳಿತದ ಭೂಪ್ರದೇಶ ಮತ್ತು ಪ್ರಶಾಂತ ವಾತಾವರಣದ ಇದು ನಮ್ಮ ದೇಶದ ಬಹಳ ಸುಂದರವಾದ ನಾಡು. ಇಲ್ಲಿ ಹಚ್ಚಹಸುರಾದ ತೆಂಗು ಮತ್ತು ಅಡಕೆಮರಗಳು ಕಡಲಿನ ಗಾಳಿಗೆ ಓಲಾಡುತ್ತವೆ. ಇದು ಬಹಳ ಫಲವತ್ತಾದ ನೆಲ. ಇಲ್ಲಿ ಬಹುಪಾಲು ಪ್ರದೇಶ ಕೃಷಿಕರ ಕೃಷಿಭೂಮಿಯಾಗಿದೆ. ಜೊತೆಗೆ ಕೆಲವು ಗುಡಿಕೈಗಾರಿಕೆಗಳು ಸ್ಥಳೀಯರಿಗೆ ಉದ್ಯೋಗವನ್ನು ಕಲ್ಪಿಸಿಕೊಟ್ಟಿವೆ. ಕಣ್ಣು ಹಾಯಿಸಿದಷ್ಟು ದೂರ ಇಲ್ಲಿ ಸಪೂರವಾದ ಬದುಗಳಿಂದ ಕೂಡಿದ ಹಚ್ಚಹಸುರಾದ ಭತ್ತದ ಗದ್ದೆಗಳನ್ನು ಕಾಣಬಹುದು. ಅವುಗಳ ಜೊತೆಗೆ ಎತ್ತರಕ್ಕೆ ನೆಟ್ಟಗೆ ಬೆಳೆದು ನಿಂತಿರುವ ತೆಂಗಿನಮರಗಳನ್ನೂ

ಅಡಕೆಮರಗಳನ್ನೂ ಕಾಣಬಹುದು. ಮಾವು, ಗೇರು, ಹಲಸು, ಸಪೋಟ ಮತ್ತು ಲಿಂಬೆಯಂತಹ ಹಣ್ಣಿನ ಅಸಂಖ್ಯಾತ ಮರಗಿಡಗಳು ಇಲ್ಲಿ ಹರಡಿಕೊಂಡಿವೆ. ಹಕ್ಕಿಗಳು ಹಚ್ಚಹಸುರಾದ ಭತ್ತದ ಗದ್ದೆಗಳಲ್ಲಿ ಮುತ್ತಿಕೊಂಡು ಮೀನುಗಳನ್ನು ಹೆಕ್ಕಲು ಬೆಚ್ಚಗಿನ ನೀರಿನಲ್ಲಿ ಗಂಟೆಗಟ್ಟಲೆ ಕಾದು ನಿಂತಿರುತ್ತವೆ. ನೇತ್ರಾವತಿ ಮತ್ತು ಗುರುಪುರದಂತಹ ವಿಶಾಲವಾದ ನದಿಗಳು ಹಾಗೂ ಗೇರುಸೊಪ್ಪೆ, ಬಸ್ರೂರು, ಹೊನ್ನಾವರ, ಶರಾವತಿಯ ಸಣ್ಣ ಹೊಳೆಗಳು ಪಶ್ಚಿಮಘಟ್ಟದಿಂದ ಕೆಳಕ್ಕೆ ಹರಿದು ಕಣ್ಣಿಗೆ ಕಟ್ಟುವ ಸುಂದರವಾದ ಜಲಪಾತಗಳನ್ನು ಉಂಟುಮಾಡುತ್ತವೆ. ಇಲ್ಲಿ ಹೊಳೆಗಳು, ನದಿಗಳು ಅರಬ್ಬೀ ಸಮುದ್ರವನ್ನು ಸೇರುವುದಕ್ಕೆ ಮೊದಲು ಅವು ತಾವು ಹರಿಯುವ ಪ್ರದೇಶಗಳಲ್ಲಿ ಸುತ್ತಿ ಸುಳಿಯುತ್ತವೆ. ಈ ರೀತಿ ಹರಿಯುವ ನದಿಗಳು ಸಾರಿಗೆಗೆ ಅನುಕೂಲವಾಗಿವೆ ಮತ್ತು ಅಲ್ಲಿ ಕರಾವಳಿ ಪ್ರದೇಶದ ಎಂದರೆ ಹೊಳೆಗಳ ತೀರ ಪ್ರದೇಶದ ಜನರಿಗೆ ಆಹಾರವನ್ನು ಒದಗಿಸುತ್ತವೆ.

ಕುದ್ಮುಲ್ ಪಿಜ್ಜ ಅವರ ಕಾಲದಲ್ಲಿ ಬಹುಶಃ ಈ ನಾಡಿನಲ್ಲಿ ನದಿಗಳಿಗೆ ಸೇತುವೆಗಳು ಇರಲಿಲ್ಲ ಮತ್ತು ಜನರೆಲ್ಲ ಕಡವುಗಳ ಮೂಲಕ ನದಿಗಳನ್ನು ದಾಟುತ್ತಿದ್ದರು ಅಥವಾ ಈಜಿಕೊಂಡು ದಾಟುತ್ತಿದ್ದರೇನೋ! ಈ ಪ್ರದೇಶ, ಇದು ಯುರೋಪ್ ಮತ್ತು ಮಧ್ಯಪೂರ್ವ ಆಫ್ರಿಕಾದ ಖಂಡಗಳ ಜನರ ಜೊತೆಗೆ ಸಂಪರ್ಕವನ್ನು ಹೊಂದಿತ್ತು ಮತ್ತು ಆ ಮೂಲಕ ನಮ್ಮ ದೇಶಕ್ಕೆ ಪ್ರವೇಶ ಮಾಡುವಂತಹ ಬಹಳ ಮುಖ್ಯವಾದ ಒಂದು ಬಾಗಿಲು ಆಗಿತ್ತು. ಕುದ್ಮುಲ್ ಎನ್ನುವುದು ಕುದ್ಮುಲ್ ಪಿಜ್ಜನ ಜನ್ಮಭೂಮಿ, ಇದು ಕಾಸರಗೋಡು ಜಿಲ್ಲೆಯಲ್ಲಿದೆ. ಆ ಕಾಲದಲ್ಲಿ ಅದೊಂದು ಸಣ್ಣ ಕುಗ್ರಾಮವಾಗಿತ್ತು, ಸುತ್ತಮುತ್ತಲೂ ತೆಂಗಿನ ಮರಗಳು, ಭತ್ತದ ಗದ್ದೆಗಳು ಮತ್ತು ಅನೇಕ ನದಿಗಳು ಸುತ್ತುವರೆದ ಒಂದು ಸುಂದರವಾದ ಪ್ರದೇಶ ಆಗಿದ್ದಿರಬೇಕು. ಆ ಕಾಲದಲ್ಲಿ ಮಂಗಳೂರು ಇದ್ದುದರಲ್ಲಿ ಒಂದು ದೊಡ್ಡ ಪಟ್ಟಣವಾಗಿದ್ದು ಶಿಕ್ಷಣದ ಸೌಲಭ್ಯಗಳು ಮತ್ತು ಉದ್ಯೋಗಾವಕಾಶಗಳನ್ನು ಒದಗಿಸಿತ್ತು. ಆಗಲೂ ಕೂಡಾ ಅದು ಒಂದು ಹಳ್ಳಿಯಂತೆಯೇ ಇದ್ದು ಉನ್ನತ ಶಿಕ್ಷಣಕ್ಕೆ ವಿದ್ಯಾರ್ಥಿಗಳು ಆ ಕಾಲಕ್ಕೆ ಮದ್ರಾಸಿಗೆ ಹೋಗಬೇಕಾಗಿತ್ತು. ಒಂದರ್ಥದಲ್ಲಿ ಶಿಕ್ಷಣ ಮತ್ತು ಉದ್ಯೋಗದ ಕೇಂದ್ರ ಆಗಿತ್ತು ಮದ್ರಾಸ್. 1947ರಲ್ಲಿ ನಮ್ಮ ದೇಶಕ್ಕೆ ಸ್ವಾತಂತ್ರ್ಯ ಬಂದಾಗ ದಕ್ಷಿಣಕನ್ನಡ ಮತ್ತು ಉತ್ತರಕನ್ನಡ ಪ್ರದೇಶಗಳು ಮದ್ರಾಸು ಪ್ರೆಸಿಡೆನ್ಸಿಯ ಭಾಗವಾಗಿದ್ದವು. ಆ ಬಳಿಕ 1956ರಲ್ಲಿ ರಾಜ್ಯಗಳ ಪುನರ್ವಿಂಗಡಣೆಯಾದ ಬಳಿಕ ಕನ್ನಡ ಮಾತನಾಡುವ ಪ್ರದೇಶಗಳು ದಕ್ಷಿಣ ಮತ್ತು ಉತ್ತರಕನ್ನಡದವುಗಳು ಒಟ್ಟಾದವು ಮತ್ತು ಅವು ಮೈಸೂರು ರಾಜ್ಯಕ್ಕೆ ಸೇರಿದವು. ಆ ನಂತರ ಅದನ್ನು 'ಕರ್ನಾಟಕ' ಎಂದು ನಾಮಕರಣ ಮಾಡಲಾಯಿತು. ಕುದ್ಮುಲ್ ಎಂಬಂತಹ ಊರಿದ್ದ ಕಾಸರಗೋಡು 1956ರಲ್ಲಿ ರಾಜ್ಯಗಳ ಪುನರ್ವಿಂಗಡಣೆಯಾದಾಗ ಕೇರಳ ರಾಜ್ಯಕ್ಕೆ ಸೇರ್ಪಡೆಯಾಯಿತು. ಮೈಸೂರು ರಾಜ್ಯವು 1973ರಲ್ಲಿ ಕರ್ನಾಟಕವೆಂಬ ನಾಮಕರಣವನ್ನು ಪಡೆಯಿತು.

ಆ ಪ್ರದೇಶದ ಸಾಮಾನ್ಯರು, ಬಡಜನರು ಸ್ಥಳೀಯ ಭಾಷೆಗಳನ್ನು ಮಾತನಾಡುತ್ತಿದ್ದರು. ಈ ಭಾಷೆಗಳು ಮಿಶ್ರಣಗೊಂಡಿದ್ದವು ಮತ್ತು ಕೊಂಕಣಿ, ತುಳು, ಮಲಯಾಳಂ ಹೀಗೆ ಅನೇಕ ಸ್ಥಳೀಯ ಭಾಷೆಗಳು ಅಲ್ಲಿ ಸೇರಿಕೊಂಡಿದ್ದವು, ಪಟ್ಟಣದವರು ಆ ಭಾಷೆಗಳನ್ನು ಅರ್ಥಮಾಡಿಕೊಳ್ಳುತ್ತಿದ್ದರು. ಕೊಂಕಣಿ ಭಾಷೆಯನ್ನು ಚಿತ್ರಾಪುರ ಸಾರಸ್ವತ ಬ್ರಾಹ್ಮಣರು, ಗೌಡ ಸಾರಸ್ವತ ಬ್ರಾಹ್ಮಣರು ಮತ್ತು ಕೆಥೋಲಿಕ್ ಕ್ರಿಶ್ಚಿಯನ್ನರು ಮಾತನಾಡುತ್ತಾರೆ. ತುಳುವನ್ನು ಬಂಟರು, ಬಿಲ್ಲವರು, ಜೈನರು ಮತ್ತು ಇತರೆ ಕೆಲವು ಬ್ರಾಹ್ಮಣ ಜಾತಿಯವರು ಮಾತನಾಡುತ್ತಾರೆ. ಮಲಯಾಳಂ ಭಾಷೆಯನ್ನು ಸಾಮಾನ್ಯವಾಗಿ ಕರ್ನಾಟಕ ಮತ್ತು ಕೇರಳದ ಗಡಿ ಪ್ರದೇಶದ ಜನರು ಮಾತನಾಡುತ್ತಾರೆ ಹಾಗೂ ಅರ್ಥ ಮಾಡಿಕೊಳ್ಳುತ್ತಾರೆ. ಶಿಕ್ಷಣ ವ್ಯವಸ್ಥೆ ಬಂದ ಬಳಿಕ ಬಹಳಷ್ಟು ಮಂದಿ ಕರ್ನಾಟಕದಲ್ಲಿ ಕನ್ನಡ ಅಥವಾ ಇಂಗ್ಲಿಷಿನಲ್ಲಿ ಶಿಕ್ಷಣ ಪಡೆಯುತ್ತಾರೆ.

ಕರಾವಳಿಯ ಈ ಭಾಗವು ಅಲ್ಲಿ ವಾಸಿಸುವ ಜನರ ನಡುವೆ ಶಾಂತಿಯುತವಾದ ಸೌಹಾರ್ದಯುತ ವಾತಾವರಣವನ್ನು ಕಲ್ಪಿಸಿದೆ. ಅಲ್ಲಿರುವ ಬೇರೆ ಬೇರೆ ಸಮುದಾಯಗಳಿಗೆ ಸೇರಿದ ಜನರು ಸೌಹಾರ್ದದಿಂದ ಬೆರೆತು ಬದುಕುತ್ತಾರೆ. ಪ್ರತಿಯೊಂದು ಸಮುದಾಯಕ್ಕೂ ತನ್ನದೇ ಆದ ಒಂದು ಭಾಷೆಯಿರುತ್ತದೆ. ತನ್ನದೇ ಆದ ಪದ್ಧತಿಗಳು ಮತ್ತು ಸಂಪ್ರದಾಯಗಳಿವೆ. ಹಿಂದೂಗಳು, ಮುಸ್ಲಿಮರು, ಕ್ರೈಸ್ತರು, ಜೈನರು ಪರಸ್ಪರ ಸೌಹಾರ್ದದಿಂದ ಸಂಘರ್ಷವಿಲ್ಲದೆ ಬದುಕುತ್ತಿದ್ದಾರೆ. ನಿಜವಾಗಿ ನೋಡಿದರೆ 1920ರಲ್ಲಿ ಬ್ರಿಟಿಷರ ಆಳ್ವಿಕೆಯ ಕಾಲಕ್ಕೆ ಒಂದು ಮಾಪ್ಳ ಗೊಂದಲ ಗಲಾಟೆ ಆಗಿರುವುದು ಬಿಟ್ಟರೆ ಈ ಕರಾವಳಿಯಲ್ಲಿ ಮತೀಯ ಸೌಹಾರ್ದ ನಿರಂತರವಾಗಿ ಇದೆ. ಮಾಪ್ಳ ಗೊಂದಲ ಗಲಾಟೆ ಆಗಿದ್ದು ಕೂಡಾ ಮಲಬಾರಿನ ಕರಾವಳಿಯಲ್ಲಿಯೇ ಹೊರತು ಕನ್ನಡ ಜಿಲ್ಲೆಯಲ್ಲಿ ಅಲ್ಲ. ಇದು ಕೂಡಾ ಬ್ರಿಟಿಷರ ವಿರುದ್ಧ ನಡೆದಂತಹ ಸ್ಥಳೀಯ ಪಾಳೇಗಾರರ ದಂಗೆ, ಆ ಬಳಿಕ ಅದು ಕಡಿಮೆಯಾಯಿತು. ಕ್ರೈಸ್ತರು ಹಾಗೂ ಹಿಂದೂಗಳ ನಡುವೆ ಮತೀಯ ದಂಗೆಗಳು ನಡೆಯಲಿಲ್ಲ. ಇತ್ತೀಚೆಗಿನ ಅಧ್ಯಯನಗಳಲ್ಲಿ ಈ ತರಹದ ಮತೀಯ ಸಂಘರ್ಷಗಳು ನಡೆಯುತ್ತಿವೆ ಎಂದು ವರದಿಯಾಗುತ್ತಿದೆ. ಭಟ್ಕಳದಲ್ಲಿ ಪ್ರತೀವರ್ಷ ಮಸೀದಿಯ ಮುಂದೆ ದೇವಸ್ಥಾನದ ರಥ ಕೊಂಡುಹೋಗುವಾಗ ಅಲ್ಲಿನ ಮುಲ್ಲಾಗಳು ಆಶೀರ್ವಾದ ಮಾಡುತ್ತಾರೆ. ರಥವನ್ನೆಳೆಯುವ ಮೊದಲು ಮುಲ್ಲಾಗಳು ತಮ್ಮ ಶುಭಾಶಯ ಕೋರುತ್ತಾರೆ. ಕುದ್ಮುಲ್ ಪಿಜ್ಜ ಅವರ ಕಾಲದಲ್ಲಿ ಬೇರೆ ಬೇರೆ ತರಹದ ಸಾಮಾಜಿಕ ಸಮಸ್ಯೆಗಳು ಅಲ್ಲಿದ್ದವು. ಹೊರಗಡೆ ಸೌಹಾರ್ದವಿದ್ದರೂ ಆಂತರ್ಯದಲ್ಲಿ ಬಹಳಷ್ಟು ಸಮಸ್ಯೆಗಳು ಇದ್ದವು.

ಸಾರಸ್ವತ ಸಮಾಜ

ಮರಗಿಡಗಳು ಮತ್ತು ನದಿಗಳಿಂದ ತುಂಬಿಕೊಂಡ ಹಳ್ಳಿಗಳು ಇರುವಂತಹ ಕರಾವಳಿಯಲ್ಲಿ ಅನೇಕ ಸಮುದಾಯಗಳಿವೆ. ಅವುಗಳಲ್ಲಿ ಚಿತ್ರಾಪುರ ಸಾರಸ್ವತ ಬ್ರಾಹ್ಮಣ ಸಮುದಾಯ ಕೂಡಾ ಒಂದು. ಸಾರಸ್ವತರು ದಕ್ಷಿಣ ಮತ್ತು ಉತ್ತರಕನ್ನಡ ಜಿಲ್ಲೆಗಳಲ್ಲಿರುವ ಹಿಂದೂ ಸಮಾಜದ ಒಂದು ಭಾಗ. ಅವರು ತಮ್ಮ ಮೂಲವನ್ನು ಋಗ್ವೇದದ ಕಾಲದ ಸರಸ್ವತಿ ನದಿಯ ತೀರದಿಂದ ಗುರುತಿಸುತ್ತಾರೆ ಮತ್ತು ಅವರು ಪಂಚ ಗೌಡ ಬ್ರಾಹ್ಮಣ ಸಮುದಾಯಗಳಲ್ಲಿ ಒಂದು ಎಂದು ತಮ್ಮನ್ನು ಹೇಳಿಕೊಳ್ಳುತ್ತಾರೆ.

ಸಾರಸ್ವತರು ಈಗಲೂ ಕೂಡಾ ಒಂದು ಸಣ್ಣ ಸಮುದಾಯ. ಕಳೆದ ಜನಗಣತಿಯ ಪ್ರಕಾರ ಅವರ ಸಂಖ್ಯೆ ಸುಮಾರು ಇಪ್ಪತ್ತೆರಡು ಸಾವಿರದಿಂದ ಇಪ್ಪತ್ತೈದು ಸಾವಿರದವರೆಗೆ ಮಾತ್ರ. ವರ್ಷದಿಂದ ವರ್ಷಕ್ಕೆ ಭಾರತದ ಜನಸಂಖ್ಯೆಯಲ್ಲಿ ಅವರ ಸಂಖ್ಯೆ ಕಡಿಮೆಯಾಗುತ್ತಾ ಬರುತ್ತಿದೆ. ಅವರು ಜಗತ್ತಿನಾದ್ಯಂತ ಈಗ ಹರಡಿಕೊಂಡಿದ್ದಾರೆ, ಕೆಲವೇ ಕೆಲವು ಮಂದಿ ಮಾತ್ರ ಕನ್ನಡ ಜಿಲ್ಲೆಗಳಲ್ಲಿ ಉಳಿದುಕೊಂಡಿದ್ದಾರೆ.

ಸಾರಸ್ವತ ಬ್ರಾಹ್ಮಣರು ಪ್ರಧಾನವಾಗಿ ಕೃಷಿಯನ್ನು ವೃತ್ತಿಯನ್ನಾಗಿಸಿ ಅವಲಂಬಿಸಿ ಕೊಂಡಿದ್ದವರು. ಜೊತೆಗೆ ಅವರು ಬಿಳಿ ಕಾಲರ್‌ನ ಎಂದರೆ ಅಧಿಕಾರ ವರ್ಗದ ಎಂದು ಹೇಳಬಹುದಾದ ವೃತ್ತಿಗಳಲ್ಲಿ ತೊಡಗಿಸಿಕೊಂಡಿದ್ದರು. ಶಾನುಭೋಗರು, ವಕೀಲರುಗಳು, ಅಧ್ಯಾಪಕರುಗಳು ಇಂತಹ ವೃತ್ತಿಗಳಲ್ಲಿ ತಮ್ಮನ್ನು ತೊಡಗಿಸಿ ಕೊಂಡಿದ್ದರು. ಸಾರಸ್ವತರು ಬಹಳ ಸರಳ ಜೀವಿಗಳು ಮತ್ತು ಯಾವುದೇ ಮಾನದಂಡದಿಂದಲೂ ಅವರು ಶ್ರೀಮಂತವರ್ಗಕ್ಕೆ ಸೇರಿದವರಲ್ಲ.

ಸಾರಸ್ವತರ ಬಗ್ಗೆ ಒಂದು ಸ್ವಾರಸ್ಯಕರವಾದ ಐತಿಹ್ಯವಿದೆ. ಅದೇನೆಂದರೆ, ಸಾರಸ್ವತರ ಮೂಲ ಕಾಶ್ಮೀರ, ಹದಿನೈದನೆಯ ಶತಮಾನದ ಕಾಲಕ್ಕೆ ಅಲ್ಲಿಂದ ಅವರು ಕನ್ನಡ ಪ್ರದೇಶದ ಜಿಲ್ಲೆಗಳ ಬೇರೆ ಬೇರೆ ಹಳ್ಳಿಗಳಿಗೆ ಬಂದು ನೆಲೆಸಿದರು. ಸಾಮಾನ್ಯವಾಗಿ ನಮ್ಮ ಗಮನಕ್ಕೆ ಬರುವ ಹಾಗೆ ಅವರು ಶಿವಮೊಗ್ಗದ ಸುತ್ತಮುತ್ತಲಿನ ಪ್ರದೇಶದಲ್ಲಿ ನೆಲೆಯೂರಿದರು. ಅದನ್ನು ಆಳುತ್ತಿದ್ದವರು ಕೆಳದಿ ನಾಯಕರ ಮನೆತನದವರು. ಇಕ್ಕೇರಿಯನ್ನು ಬಿದನೂರಿನ ಕೆಳದಿ ನಾಯಕರು 1499ರಿಂದ 1763ರವರೆಗೆ ಆಳಿದವರು. ಒಮ್ಮೆ ಕೆಳದಿ ನಾಯಕರು ಸಾರಸ್ವತರಲ್ಲಿ "ನಿಮ್ಮ ಕುಟುಂಬದ ಕುಲನಾಮಗಳು ಯಾವುವು?" ಎಂದು ಕೇಳಿದಾಗ ನಮ್ಮ ಕುಲನಾಮಗಳು ಯಾವುದೂ ಇಲ್ಲವೆಂದು ಹೇಳಿಕೊಂಡರಂತೆ. ಆಗ ಇಕ್ಕೇರಿ ನಾಯಕರು "ನೀವು ಯಾವ್ಯಾವ ಊರಿಗೆ ಹೋಗುತ್ತೀರೋ, ಎಲ್ಲೆಲ್ಲಿ ನೆಲೆಯೂರುತ್ತೀರೋ ಆ ಊರುಗಳ ಹೆಸರನ್ನೇ ನಿಮ್ಮ ಕುಲನಾಮವಾಗಿ ಬಳಸಿಕೊಳ್ಳಿ" ಎಂದು ಸಾರಸ್ವತರಲ್ಲಿ ಹೇಳಿದರಂತೆ. ಈ ಕಥನ ಒಂದು ಐತಿಹ್ಯದ ಹಾಗಿದೆ. ಇಂತಹ ಉಪನಾಮಗಳನ್ನು ಇಟ್ಟುಕೊಳ್ಳುವ ಪದ್ಧತಿ ಇಂದಿಗೂ ಇದೆ. ಕನ್ನಡ ಜಿಲ್ಲೆಗಳನ್ನು ಸಂಚಾರ ಮಾಡಿದರೆ ಅವರ ಹೆಚ್ಚಿನ ಕುಲನಾಮಗಳೆಲ್ಲವೂ ಅವರು ನೆಲೆಸಿರುವ ಒಂದೊಂದು ಊರುಗಳ ಹೆಸರುಗಳನ್ನು ಹೊಂದಿರುತ್ತವೆ ಮತ್ತು ಅವರ ಕುಲನಾಮಗಳ ನಿಷ್ಪತ್ತಿ ಕೂಡಾ ಆ ಊರಿನಿಂದಲೇ ಬಂದಿರುತ್ತದೆ. ಬೈಲೂರು, ಭಟ್ಕಳ, ಗಂಗೊಳ್ಳಿ, ಕಲ್ಯಾಣಪುರ, ಕಿಲ್ಪಾಡಿ, ಕಂಬದಕೋಣೆ, ಕುಂದಾಪುರ, ತ್ರಾಸಿ ಹೀಗೆ ಇವೆಲ್ಲ ಊರಿನ ಹೆಸರುಗಳು ಈಗಲೂ ಸಾರಸ್ವತರಲ್ಲಿ ಕುಲನಾಮಗಳಾಗಿ ಬಳಕೆಯಾಗುತ್ತಿವೆ.

1704ರಲ್ಲಿ ಸಾರಸ್ವತರು ತಮ್ಮದೇ ಆದಂತಹ ಒಂದು ಮಠವನ್ನು, ಧಾರ್ಮಿಕ ಕೇಂದ್ರವನ್ನು ಉತ್ತರಕನ್ನಡ ಜಿಲ್ಲೆಯ ಶಿರಾಳಿಯಲ್ಲಿ ಸ್ಥಾಪಿಸಿ ಅಲ್ಲಿ ಒಬ್ಬ ಮಠಾಧಿಪತಿಯನ್ನು ನೇಮಕ ಮಾಡಿದರು. ಆ ಸ್ವಾಮೀಜಿಯನ್ನು ಆಯ್ಕೆ ಮಾಡುವಾಗ ಆತನಿಗೆ ಆಧ್ಯಾತ್ಮಿಕವಾದ ಗುಣಗಳಿರಬೇಕು ಎನ್ನುವ ರೂಢಿಯನ್ನು ಇಟ್ಟುಕೊಂಡಿದ್ದರು. ಮಠಾಧಿಪತಿಯೆಂದರೆ ವಂಶಪಾರಂಪರ್ಯವಾಗಿ ಬರುವಂತಹ ಸ್ಥಾನವಲ್ಲ. ಸಾರಸ್ವತ ಬ್ರಾಹ್ಮಣರು ಕೃಷಿಯನ್ನು ಬಿಟ್ಟು ಹೆಚ್ಚಾಗಿ ವೈಟ್ ಕಾಲರ್ ಅಥವಾ ಬಿಳಿ ಕಾಲರ್ ಉದ್ಯೋಗಕ್ಕೆ ಹೆಚ್ಚು ಮನಸ್ಸು ಮಾಡಿದರು.

ಬ್ರಾಹ್ಮಣರಾಗಿ ಸಾರಸ್ವತರು ಆ ಕಾಲದಲ್ಲಿ ವಿಶಿಷ್ಟವಾದ ಕೆಲವು ಪದ್ಧತಿಗಳನ್ನು ಆಚರಿಸುತ್ತಿದ್ದರು. ಅವುಗಳಲ್ಲಿ ಬಹಳ ಮುಖ್ಯವಾದದ್ದು ಎಂದರೆ ಜಾತಿಪದ್ಧತಿ, ಅದಕ್ಕೆ ಬಹಳ ನಿಷ್ಠರಾಗಿ ಅವರು ಇರುತ್ತಿದ್ದರು. ಅವರ ಸಮುದಾಯದ ಧಾರ್ಮಿಕ ಆಚರಣೆಗಳನ್ನು ಬಹಳ ಕಟ್ಟುನಿಟ್ಟಾಗಿ ಆಚರಿಸುತ್ತಿದ್ದರು. ಆಮೇಲೆ ಸಾರಸ್ವತ ಬ್ರಾಹ್ಮಣರು ಬೇರೆ ಬೇರೆ ಕಡೆಗಳಲ್ಲಿ ನೆಲೆ ನಿಂತ ಕಾರಣ ಹಲವು ಹೊರರೂಪದ ಗುಂಪುಗಳಾಗಿ ಒಡೆದು ಹೋದರು. ಹಾಗಾಗಿ ಈ ಗುಂಪುಗಳ ನಡುವೆ ಒಂದು ಕಾಲಕ್ಕೆ ವಿವಾಹಗಳು ಆಗುತ್ತಿರಲಿಲ್ಲ. ಸಮಾಜ ವಿಜ್ಞಾನಿಯಾಗಿರುವ ಗೋಪಾಲ ಸಬರ್ವಾಲ್ ಅವರು 2006ರಲ್ಲಿ ಹೇಳುವ ಹಾಗೆ ಸಾರಸ್ವತರಿಗೆ ಮತ್ತು ಸಾರಸ್ವತ ಬ್ರಾಹ್ಮಣೇತರರಿಗೆ ಸುಮಾರು ಹತ್ತೊಂಬತ್ತು ಇಪ್ಪತ್ತನೆಯ ಶತಮಾನದ ಆರಂಭದವರೆಗೆ ಪರಸ್ಪರ ವಿವಾಹವಾಗುತ್ತಿರಲಿಲ್ಲ. ಯಾಕೆಂದರೆ ಸಾರಸ್ವತರು ಮೀನು ತಿನ್ನುತ್ತಿದ್ದರು ಮತ್ತು ಕೆಲವೊಮ್ಮೆ ಮಾಂಸವನ್ನೂ ಸೇವಿಸುತ್ತಿದ್ದರು. ಆದರೆ ಆ ಪ್ರದೇಶದ ಇತರ ಬ್ರಾಹ್ಮಣರೆಲ್ಲರೂ ಸಸ್ಯಾಹಾರಿಗಳಾಗಿದ್ದರು.

ಸಾರಸ್ವತ ಬ್ರಾಹ್ಮಣರಲ್ಲಿ ಹೆಚ್ಚಿನವರು ಹತ್ತೊಂಬತ್ತನೆಯ ಶತಮಾನದ ವೇಳೆಗೆ ಶಿಕ್ಷಣ ಪಡೆದವರಾಗಿದ್ದರು. ಒಂದರ್ಥದಲ್ಲಿ ಅಕ್ಷರ ಜ್ಞಾನವೆನ್ನುವುದು ಸಾಕ್ಷರತೆಯೆನ್ನುವುದು ಅವರಿಗೆ ಒಂದು ದೊಡ್ಡ ಉಡುಗೊರೆಯಾಗಿ ದೊರೆಯಿತು. ಇದರಿಂದಾಗಿ ಅನೇಕ ರೀತಿಗಳಲ್ಲಿ ಆ ಸಮುದಾಯ ಪ್ರಗತಿಯನ್ನು ಸಾಧಿಸಲು ಕಾರಣವಾಯಿತು. ಆದರೆ ಆ ಸಮುದಾಯವು ಕೆಲವು ವಿಚಾರಗಳಲ್ಲಿ ಬಹಳ ಸಂಕುಚಿತ ಮನೋಭಾವವನ್ನು ಹೊಂದಿತ್ತು. ಆ ಸಮುದಾಯದಲ್ಲಿ ಸುಧಾರಣೆ ಗಳನ್ನು ಕಾಣಲು ಬಹಳ ಸಮಯ ಹಿಡಿಯಿತು. ಉದಾಹರಣೆಗೆ ಬಹಳ ಪ್ರಯತ್ನಗಳ ಬಳಿಕವೇ ಹಾಗೂ ಅಪಾರ ತ್ಯಾಗ, ನೋವುಗಳ ಬಳಿಕವೇ ಸಾರಸ್ವತ ಸಮುದಾಯದ ಮಹಿಳೆಯರಿಗೆ ತಮಗಿಷ್ಟ ಬಂದ ಶಿಕ್ಷಣವನ್ನು ಪಡೆಯುವ ಅವಕಾಶ ದೊರೆಯಿತು.

ಆದರೆ ಕಳೆದ ಕೆಲವು ದಶಕಗಳಲ್ಲಿ ಸಾಕ್ಷರತೆಯ ದೃಷ್ಟಿಯಿಂದ ಗಂಡಸರಲ್ಲಿ ಮತ್ತು ಹೆಂಗಸರಲ್ಲಿ ಪ್ರಗತಿ ಕಂಡುಬಂದಿದೆ. ಕಡಿಮೆ ಸಂಖ್ಯೆಯಲ್ಲಾದರೂ ಆ ಸಮುದಾಯ ತಮ್ಮ ಊರಿನಿಂದ ಜಗತ್ತಿನ ಬೇರೆ ಬೇರೆ ಕಡೆಗಳಿಗೆ ವಲಸೆ ಹೋಗಿ ಅಲ್ಲಿ ಉದ್ಯೋಗವನ್ನು ಮಾಡಿ ಅವಕಾಶಗಳನ್ನು ಪಡೆದಿದ್ದಾರೆ. ಆ ಕಾರಣಕ್ಕಾಗಿಯೇ ಸಾರಸ್ವತ ಸಮಾಜದವರು ಸಾಧನೆ ಮಾಡಿದ ಕ್ಷೇತ್ರಗಳು ಅಸಂಖ್ಯಾತ ಇವೆ. ವಲಸೆಗಾರರಾಗಿ ಹೋದಲ್ಲೆಲ್ಲ ಅವರು ಹೆಚ್ಚು ಒದ್ದಾಡಬೇಕಾಗಿತ್ತು, ಆ ಮೂಲಕ ಪ್ರಯತ್ನಶೀಲತೆಯಿಂದಲೇ ಅವರು ಹೆಸರನ್ನು ಪಡೆದರು. ಸಾರಸ್ವತ ಸಮುದಾಯವು ಜಗತ್ತಿನಲ್ಲಿ ವಿಶೇಷವಾದ ಸ್ಥಾನವನ್ನು ಪಡೆದ ಪುರುಷರನ್ನು ಮತ್ತು ಮಹಿಳೆಯರನ್ನು ಹೊಂದಿದೆ. ಇಡೀ ಸಮುದಾಯ ಬಹಳ ಚಿಕ್ಕದಾಗಿದ್ದರೂ

ಸಂಖ್ಯೆಯಲ್ಲಿ ಕಡಿಮೆಯಾಗಿದ್ದರೂ ನಾನಾ ಕ್ಷೇತ್ರಗಳಲ್ಲಿ ಮೇಧಾವಿಗಳು ಬೇರೆ ಬೇರೆ ಕ್ಷೇತ್ರಗಳಲ್ಲಿ ತಮ್ಮ ಸಾಧನೆಯಿಂದ, ಪ್ರಾಮಾಣಿಕತೆಯಿಂದ ಹೆಸರನ್ನು ಗಳಿಸಿದ್ದಾರೆ. ಚಿತ್ರಾಪುರ ಸಾರಸ್ವತರು ಮತ್ತು ಗೌಡ ಸಾರಸ್ವತರು ನಿಸ್ವಾರ್ಥ ಪುರುಷರು ಮತ್ತು ಮಹಿಳೆಯರನ್ನು ನಿರ್ಮಾಣ ಮಾಡಿದ್ದಾರೆ ಹಾಗೂ ನಿಸ್ವಾರ್ಥ ಸೇವೆಯಿಂದ ಜನರ ಕಲ್ಯಾಣಕ್ಕಾಗಿ ಪ್ರತಿಫಲಾಪೇಕ್ಷೆಯಿಲ್ಲದೆ ದುಡಿದಿದ್ದಾರೆ. ಉತ್ತರಕನ್ನಡ ಮತ್ತು ದಕ್ಷಿಣಕನ್ನಡ ಈ ಎರಡು ಪ್ರದೇಶಗಳು ಇಂತಹ ಅನೇಕ ಹಿರಿಯ ಜೀವಗಳ ನಿರ್ಮಾಣಕ್ಕೆ ಅವಕಾಶ ಕಲ್ಪಿಸಿವೆ. ಸಹಾಯ ಬಯಸಿದವರಿಗೆ ಅನೇಕ ರೀತಿಯ ಸಹಾಯವನ್ನು ಮಾಡಿ ಬದುಕಿಗೆ ನೆರವನ್ನು ಕೊಟ್ಟಿದ್ದಾರೆ. ಇವರು ಹೆಚ್ಚು ಪ್ರಜಾಪ್ರಭುತ್ವಾತ್ಮಕವಾಗಿ ಸಮಾಜದಲ್ಲಿ ಸಮಾನತೆಗಾಗಿ ನಿರಂತರವಾಗಿ ಹೋರಾಟ ಮಾಡಿದ್ದಾರೆ.

ತಮ್ಮ ಸಮಾಜಕ್ಕೆ ಹಿರಿಮೆಯನ್ನು ಗೌರವವನ್ನು ತಂದ ಸಾರಸ್ವತರ ಸಂಖ್ಯೆ ಬಹಳ ದೊಡ್ಡದಿದೆ. ಶಿಕ್ಷಣ ಕ್ಷೇತ್ರದಲ್ಲಿ ಸರ್.ನಾರಾಯಣ್‌ಜಿ ಚಂದಾವರ್ಕರ್, ಮತ್ತವರ ಮಗ ಸರ್.ವಿಠ್ಠಲ ಚಂದಾವರ್ಕರ್ ಇಬ್ಬರೂ ಕೂಡಾ ಬಾಂಬೆ ವಿಶ್ವವಿದ್ಯಾನಿಲಯದ ಕುಲಪತಿಗಳ ಸ್ಥಾನವನ್ನು ಅಲಂಕರಿಸಿದವರು. ಶ್ರೀಮತಿ.ಬಿ.ತಾರಾಬಾಯಿ ಅವರು ನವದೆಹಲಿಯ ಲೇಡಿ ಇರ್ವಿನ್ ಕಾಲೇಜಿನ ಪ್ರಾಂಶುಪಾಲರ ಸ್ಥಾನವನ್ನು ಪಡೆದವರು. ಕುದ್ಮುಲ್ ರಂಗರಾಯರ ಮಗಳು ಶ್ರೀಮತಿ ಶಾಂತಾಬಾಯಿ ಅವರು ನಾಗ್ಪುರದಲ್ಲಿ ಲೇಡಿ ಅಮೃತಾಬಾಯಿ ದಾಗಾ ಕಾಲೇಜನ್ನು ಪ್ರಾರಂಭಿಸಲು ನೆರವಾದವರು. ಒಂಭತ್ತುಕೆರೆ ಪಾಂಡುರಂಗರಾವ್ ಅವರು ಭಾರತದ ಸ್ವಾತಂತ್ರ್ಯ ಪೂರ್ವದಲ್ಲಿ ಮದ್ರಾಸು ಹೈಕೋರ್ಟಿನಲ್ಲಿ ನೇಮಕಗೊಂಡ ಮೊತ್ತಮೊದಲ ಭಾರತೀಯ ನ್ಯಾಯಾಧೀಶ. ಬೆನಗಲ್ ಸಹೋದರರು ಎಂದರೆ ಬೆನಗಲ್ ರಾಮರಾವ್, ಬೆನಗಲ್ ಶಿವರಾವ್ ಮತ್ತು ಬೆನಗಲ್ ನರಸಿಂಗರಾವ್ ಇವರು ನಮ್ಮ ಭಾರತದ ಇತಿಹಾಸದ ಅವಿಭಾಜ್ಯ ಅಂಗವಾಗಿದ್ದಾರೆ. ಬೆನಗಲ್ ನರಸಿಂಗರಾವ್ ಅವರು ಒಬ್ಬ ಮುತ್ಸದ್ದಿ ನ್ಯಾಯಾಧೀಶರಾಗಿ ಭಾರತ ಸಂವಿಧಾನದ ಕರಡು ನಿರ್ಮಾಣದಲ್ಲಿ ಪ್ರಮುಖ ಪಾತ್ರ ನಿರ್ವಹಿಸಿ ದೇಶ ಸೇವೆ ಮಾಡಿದವರು. ಬೆನಗಲ್ ಶಿವರಾವ್ ಅವರು ಭಾರತದ ಕಾನ್ಸ್ಟಿಟ್ಯೂಷನಲ್ ಅಸೆಂಬ್ಲಿ ಸದಸ್ಯರಾಗಿದ್ದವರು ಮತ್ತು ಮೊದಲ ಲೋಕಸಭೆಯಲ್ಲಿ ದಕ್ಷಿಣ ಕನ್ನಡ ಜಿಲ್ಲೆಯಿಂದ ಆಯ್ಕೆಗೊಂಡ ಲೋಕಸಭೆ ಸದಸ್ಯರಾಗಿದ್ದವರು. ಅವರು ಹಿಂದೂ ಪತ್ರಿಕೆಯ ವರದಿಗಾರರೂ ಆಗಿದ್ದರು. ಆಮೇಲೆ 'ಮ್ಯಾಂಚೆಸ್ಟರ್ ಗಾರ್ಡಿಯನ್' ಎಂಬ ಪತ್ರಿಕೆಯಲ್ಲಿ ಕೆಲಸ ಮಾಡಿದರು. ಅವರಿಗೆ ಭಾರತದ ಅತ್ಯುನ್ನತ ಗೌರವವಾದ ಪದ್ಮಭೂಷಣ ಪ್ರಶಸ್ತಿಯೂ ದೊರಕಿತು. ಸರ್ ಬೆನಗಲ್ ರಾಮರಾವ್ ಅವರು ರಿಸರ್ವ್ ಬ್ಯಾಂಕ್ ಆಫ್ ಇಂಡಿಯಾದ ನಾಲ್ಕನೇ ಗವರ್ನರ್ ಆಗಿದ್ದರು. 1930ರಲ್ಲಿ ಅವರನ್ನು ಇಂಡಿಯನ್ ಎಂಪಾಯರ್‌ನ ಕಂಪೇನಿಯನ್

ಆಫ್ ಆರ್ಡರ್‌ಗೆ ನೇಮಕ ಮಾಡಲಾಯಿತು. 1939ರಲ್ಲಿ ಅವರು 'ನೈಟ್' ಎಂಬ ಗೌರವಕ್ಕೆ ಪಾತ್ರರಾದರು.

ಮಣಿಪಾಲದಲ್ಲಿ ಶಿಕ್ಷಣ ಸಂಸ್ಥೆಯನ್ನು ಆರಂಭಿಸಿದ ಪ್ರಾತಃಸ್ಮರಣೀಯರಾದ ಗೌಡ ಸಾರಸ್ವತ ಬ್ರಾಹ್ಮಣ ಸಮುದಾಯದ ತೋನ್ಸೆ ಮಾಧವ ಪೈ ಮತ್ತು ತೋನ್ಸೆ ಅನಂತ ಪೈ ಇವರಿಬ್ಬರ ಹೆಸರನ್ನು ಮರೆಯಲು ಸಾಧ್ಯವಿಲ್ಲ. ಈಗ ಮಣಿಪಾಲ ಶಿಕ್ಷಣ ಸಂಸ್ಥೆಗಳಲ್ಲಿ ವೈದ್ಯಕೀಯ, ಹೋಟೆಲ್ ಮ್ಯಾನೇಜ್ಮೆಂಟ್, ಬ್ಯುಸಿನೆಸ್ ಮ್ಯಾನೇಜ್ಮೆಂಟ್ ಮತ್ತು ಇತರ ಅನೇಕ ಜ್ಞಾನಶಿಸ್ತುಗಳಲ್ಲಿ ಪುರುಷರಿಗೆ ಹಾಗೂ ಮಹಿಳೆಯರಿಗೆ ಶಿಕ್ಷಣ ದೊರೆಯುತ್ತಿದೆ. ದಕ್ಷಿಣಕನ್ನಡ ಜಿಲ್ಲೆಯಲ್ಲಿ ಆರಂಭವಾದ ಬ್ಯಾಂಕ್‌ಗಳಲ್ಲಿ ಒಂದಾದ ಕೆನರಾ ಬ್ಯಾಂಕನ್ನು ಸ್ಥಾಪನೆ ಮಾಡಿದವರು ಅಮ್ಮೆಂಬಳ ಸುಬ್ರಾಯ ಪೈ.

ಮಹಿಳೆಯರು ಸಾಧನೆಯಲ್ಲಿ ಹಿಂದೆ ಬೀಳಲಿಲ್ಲ. ಸಾರಸ್ವತ ಬ್ರಾಹ್ಮಣರ ಮಹಿಳೆಯರಲ್ಲಿ ಪ್ರಮುಖರಾದವರು ಭಾರತದ ಸ್ವಾತಂತ್ರ್ಯ ಹೋರಾಟದಲ್ಲಿ ನೇರವಾಗಿ ಪಾಲ್ಗೊಂಡು ಸರೋಜಿನಿ ನಾಯ್ಡು ಜೊತೆ ಕಾರಾಗೃಹದಲ್ಲಿದ್ದ ಕಮಲಾದೇವಿ ಚಟ್ಟೋಪಾಧ್ಯಾಯರು. ಭಾರತದಲ್ಲಿ ಗುಡಿಕೈಗಾರಿಕೆಗಳ ಅಭಿವೃದ್ಧಿಯ ನೆಲೆಯಲ್ಲಿ ಕಮಲಾದೇವಿ ಚಟ್ಟೋಪಾಧ್ಯಾಯರದ್ದು ಬಹಳ ದೊಡ್ಡ ಹೆಸರಾಗಿದ್ದು ಸ್ವಾತಂತ್ರ್ಯಾನಂತರ ಕರಕುಶಲ ಕೈಗಾರಿಕೆಗಳಿಗೆ ವಿಶೇಷವಾದ ಪ್ರೋತ್ಸಾಹ ಮತ್ತು ಬೆಂಬಲವನ್ನು ಕೊಟ್ಟರು. ಇನ್ನೊಬ್ಬಾಕೆ 1930ರಲ್ಲಿ ಇಂಗ್ಲೆಂಡ್‌ನಲ್ಲಿ ನಡೆದ ದುಂಡುಮೇಜಿನ ಸಭೆಯಲ್ಲಿ ಭಾರತವನ್ನು ಪ್ರತಿನಿಧಿಸಿದ್ದ ಸಾರಸ್ವತ ಮಹಿಳೆ ರಾಧಾಬಾಯಿ ಸುಬ್ಬರಾಯನ್. ನಂತರ 1937ರಲ್ಲಿ ಅಪ್ಪರ್ ಹೌಸ್ ಆಫ್ ಲೆಜಿಸ್ಲೇಚರ್ ಸದಸ್ಯರಾದರು. ಸಾರಸ್ವತ ಸಮಾಜದ ಇನ್ನೊಬ್ಬ ಹೆಮ್ಮೆಯ ಮಹಿಳೆ ತಾರಾ ಚಂದಾವರ್ಕರ್. ಆಕೆ ದಕ್ಷಿಣಭಾರತದಲ್ಲಿ ಅತ್ಯಂತ ಬೃಹತ್ತಾದ ವಾಸ್ತುಶಿಲ್ಪದ ಕಟ್ಟಡವನ್ನು ನಿರ್ಮಾಣ ಮಾಡಿದವರು.

ಕ್ರೀಡಾಕ್ಷೇತ್ರದಲ್ಲಿ ಸಾರಸ್ವತ ಸಮಾಜದ ಅನೇಕರು ಮಿಂಚಿದ್ದಾರೆ. ಸಂಕ್ಷಿಪ್ತವಾಗಿ ಪಟ್ಟಿಯನ್ನು ಕೊಡುವುದಾದರೆ ಸ್ನೂಕರ್‌ನಲ್ಲಿ ಅರವಿಂದ ಸಾವೂರ್, 1951ರ ಮೊದಲ ಏಷ್ಯನ್ ಗೇಮ್ಸ್‌ನಲ್ಲಿ ಭಾರತವನ್ನು ಟೇಬಲ್ ಟೆನ್ನಿಸ್‌ನಲ್ಲಿ ಪ್ರತಿನಿಧಿಸಿದ ಜಯಂತ್ ಕಲ್ಯಾಣಪುರ್, ಬ್ಯಾಡ್ಮಿಂಟನ್‌ನಲ್ಲಿ ಮರೆಯಲಾಗದ ಹೆಸರಾದ ಪ್ರಕಾಶ್ ಪಡುಕೋಣೆ ಮುಂತಾದವರು.

ಸಾರಸ್ವತ ಸಮುದಾಯದವರು ದೇಶದ ರಕ್ಷಣಾಕ್ಷೇತ್ರದಲ್ಲಿ ಬಹಳ ದೊಡ್ಡ ಸ್ಥಾನವನ್ನು ಪಡೆದು ಕರ್ತವ್ಯ ನಿರ್ವಹಿಸಿದ್ದಾರೆ. ಚೀಫ್ ಆಫ್ ಸ್ಟಾಫ್ ಆದ ಪಿ.ಕುಮಾರಮಂಗಲಂ ಅವರು ಕುದ್ಮುಲ್ ರಂಗರಾಯರ ಮೊಮ್ಮಗ. ಜನರಲ್ ಪಿ.ಮುಕುಂದರಾವ್, ಏರ್‌ಚೀಫ್ ಮಾರ್ಶಲ್ ಲಕ್ಷ್ಮಣ ಮಾಧವ ಕತ್ರೆ, ಲೆಫ್ಟಿನೆಂಟ್

ಜನರಲ್ ಪ್ರಕಾಶ್ ಗೋಕರ್ಣ, ವೈಸ್‌ಅಡ್ಮಿರಲ್ ವಿ.ಎಲ್.ಕೊಪ್ಪೀಕರ್, ಮೇಜರ್ ಜನರಲ್ ಬಿ.ನಾಗೇಶ್ ರಾವ್, ಏರ್‌ವೈಸ್ ಮಾರ್ಶಲ್ ಪ್ರತಾಪ್.ಎಸ್ ಮುಂಡ್ಕೂರು. ಮೇಜರ್ ಜನರಲ್ ಸುಧೀರ್ ಒಂಭತ್ತುಕೆರೆ ಅವರು ಲಡಾಖ್‌ನ ಖರ್ದುಂಗ್ಲಾದಲ್ಲಿ 1982ರ ಆಗಸ್ಟ್‌ನಲ್ಲಿ 18,300 ಅಡಿ ಎತ್ತರದಲ್ಲಿ ಜಗತ್ತಿನ ಅತೀ ಎತ್ತರದ ಸೇತುವೆಯನ್ನು ನಿರ್ಮಿಸಿದರು.

ಕಲೆ, ರಂಗಭೂಮಿ ಮತ್ತು ಸಿನಿಮಾಕ್ಕೆ ಸಾರಸ್ವತರ ಕೊಡುಗೆಯನ್ನು ನಾವು ಸ್ಮರಿಸಬೇಕು. ಇಲ್ಲಿ ಕೂಡಾ ಅನೇಕರು ಬಹಳ ವಿಶೇಷವಾದ ಕೊಡುಗೆಗಳನ್ನು ಕೊಟ್ಟಿದ್ದಾರೆ. ಉದಾಹರಣೆಗೆ ಗುರುದತ್ತ ಪಡುಕೋಣೆ, ಶ್ಯಾಮ ಬೆನಗಲ್, ಸುಶೀಲರಾಣಿ ಪಟೇಲ್, ಲೀಲಾ ಚಂದಾವರ್ಕರ್, ದೀಪಿಕಾ ಪಡುಕೋಣೆ. ಅಮಿತ್ ಮಸೂರ್ಕರ್ ಅವರ ಸಿನಿಮಾ 'ನ್ಯೂಟನ್' ಭಾರತದಿಂದ 2017ರಲ್ಲಿ ಆಸ್ಕರ್ ಪ್ರಶಸ್ತಿಗೆ ಪ್ರವೇಶವನ್ನು ಪಡೆಯಿತು. ಜಗತ್ತಿನ ಫೋಟೋಗ್ರಫಿಯಲ್ಲಿ ಮರೆಯಲಾಗದ ಹೆಸರು ಅಡೂರು ಸುಂದರರಾವ್. ಅವರು ಹೈದರಾಬಾದ್ ನಿಜಾಮನ ಅಧಿಕೃತ ಫೋಟೋಗ್ರಾಫರ್ ಆಗಿದ್ದರು. ಅಮ್ಮೆಂಬಳ ದಿನಕರ್, ಪಂಡಿತ ದಿನಕರ ಕಾಯ್ಕಿಣಿ, ಸುಧಾ ಕಲ್ಯಾಣಪುರ್ ಮತ್ತು ವಿದುಷಿ.ಎನ್.ಲಲಿತರಾವ್ ಮುಂತಾದ ಸಾರಸ್ವತರ ಕೊಡುಗೆ ಸಂಗೀತ ಕ್ಷೇತ್ರಕ್ಕೂ ಬಹಳ ಇದೆ. ಮುಂದಾಲೋಚನೆ ಉಳ್ಳ ಗಣೇಶ ರಾಮರಾವ್ ಭಟ್ಕಳ ಅವರು 1896ರಲ್ಲಿ ಪಾಪ್ಯುಲರ್ ಪ್ರಕಾಶನ ಎನ್ನುವಂತಹ ಪ್ರಕಾಶನ ಸಂಸ್ಥೆಯನ್ನು ಆರಂಭಿಸಿದರು. ಬಹುಶಃ ಸಾರಸ್ವತರು ಸ್ಥಾಪನೆ ಮಾಡಿದ ಮೊದಲ ಪ್ರಕಾಶನ ಸಂಸ್ಥೆ ಇದಾಗಿದೆ ಹಾಗೂ ಈಗಲೂ ಉತ್ತಮವಾಗಿ ನಡೆಯುತ್ತಿದೆ. ಬಹಳ ದೊಡ್ಡ ಪ್ರೇಕ್ಷಕ ವರ್ಗವನ್ನು ಆಕರ್ಷಿಸಿದ ಮಾಯಾ ರಾವ್, ಕೃಷ್ಣ ಮತ್ತು ಚಂದ್ರಭಾಗಾ ಉಭಯಂಕರ್ ಮುಂತಾದವರು ಸಾರಸ್ವತ ಸಮಾಜದಿಂದ ಕೊಡುಗೆಗಳನ್ನು ಕೊಟ್ಟಂತಹ ನೃತ್ಯಪಟುಗಳಾಗಿದ್ದಾರೆ. ರಾಮಮೋಹನ್, ಬಿ.ಬಿ ಬೆನಗಲ್ ಮತ್ತು ಶಿರೂರು ಇವರು ಕಲಾವಿದರು ಹಾಗೂ ಚಿತ್ರ ಕಲಾವಿದರಾಗಿಯೂ ಗುರುತಿಸಿಕೊಂಡವರು.

ಒಂದು ಸಮುದಾಯವಾಗಿ ಚಿತ್ರಾಪುರ ಸಾರಸ್ವತರು ಮೂಲತಃ ಕೃಷಿಕರಾಗಿದ್ದು ಆ ಬಳಿಕ ಬಿಳಿ ಕಾಲರ್‌ನ ಉದ್ಯೋಗ ಪಡೆದವರು. ಆದರೆ ಈಗಲೂ ಅನೇಕ ಮಂದಿ ಉದ್ಯಮ ಕ್ಷೇತ್ರದಲ್ಲಿ ಸಾಧನೆ ಮಾಡಿದವರಿದ್ದಾರೆ. ಉದಾಹರಣೆಗೆ ನಂದನ್ ನಿಲೇಕಣಿ ಅವರು ಇನ್ಫೋಸಿಸ್ ಸ್ಥಾಪಕರಲ್ಲೊಬ್ಬರು. ಕೈಗಾರಿಕೋದ್ಯಮಿಯಾಗಿರುವ ಡಿ.ಎನ್ ಶಿರೂರು ಬೆಂಗಳೂರಿನ ಮಿನರ್ವಾ ಮಿಲ್ಸ್‌ಗಳನ್ನು ತಮ್ಮ ಆಡಳಿತಕ್ಕೆ ತೆಗೆದುಕೊಂಡು ಯಶಸ್ವಿಯಾದರು. ಪೆಸ್ಟ್ ಕಂಟ್ರೋಲ್ ಆಫ್ ಇಂಡಿಯಾ ಆರಂಭಿಸಿದ ನಾಲ್ಕೂರು ಶ್ರೀಪಾದ ರಾವ್ ಅವರು "ನೊಣಗಳನ್ನು ಕೊಂದೂ ಹಣ ಮಾಡಬಹುದು" ಎಂದು ಪೆಸ್ಟ್ ಕಂಟ್ರೋಲ್ ದೃಷ್ಟಿಯಿಂದ ತಮಾಷೆಗಾಗಿ

ಹೇಳುತ್ತಿದ್ದರಂತೆ. ಸಮಾಜ ಸೇವಾಕ್ಷೇತ್ರದಲ್ಲಿ ಸಾರಸ್ವತರ ಅನೇಕ ಹೆಸರುಗಳಿವೆ. ಬಾಂಬೆಯಲ್ಲಿ ತಲ್ಮಾ ಕೀ ವಾಡಿಯೆಂದು ಕರೆಯುವ ಸಹಕಾರಿ ಗೃಹ ನಿರ್ಮಾಣ ಸಂಘವನ್ನು ರಾವ್ ಬಹದ್ದೂರ್ ಎಸ್.ಎಸ್ ತಾಲ್ಮಕಿಯವರು ಆರಂಭಿಸಿದವರು. ಸಾಮಾಜಿಕ ನೇತಾರರೂ ಚಳುವಳಿಕಾರರೂ ಸ್ವಾತಂತ್ರ್ಯ ಹೋರಾಟಗಾರರೂ ಆಗಿದ್ದ ಕಾರ್ನಾಡ್ ಸದಾಶಿವ ರಾಯರ ಹೆಸರಿನಲ್ಲಿ ಬೆಂಗಳೂರಿನಲ್ಲಿ ಸದಾಶಿವ ನಗರ ಎನ್ನುವಂತಹ ಬಡಾವಣೆಯಿದೆ. ದೇಶ ಹೆಮ್ಮೆಪಡುವಂತಹ ಸಾಧನೆ ಮಾಡಿದ ಅನೇಕ ಮಂದಿ ಸಾರಸ್ವತರಿದ್ದಾರೆ.

ಕುದ್ಮುಲ್ ರಂಗರಾಯರು ಬಡ ದಲಿತರ ಒಬ್ಬ ನೇತಾರನಾಗಿ ಸುಧಾರಕನಾಗಿ ಕೆಲಸ ಮಾಡಿದರು. ಶೈಕ್ಷಣಿಕ ಹಿನ್ನೆಲೆಯುಳ್ಳ ಮತ್ತು ಪುರೋಗಾಮಿ ಚಿಂತನೆ ಯುಳ್ಳಂತಹ ಸಮುದಾಯದಲ್ಲಿ ಹುಟ್ಟಿದ ಕುದ್ಮುಲ್ ಪಿಜ್ಜರು ಪಂಚಮರ ಹೀನ ಸ್ಥಿತಿ ಹಾಗೂ ನೋವುಗಳನ್ನು ಅನುಭವಿಸಿ ಅರ್ಥಮಾಡಿಕೊಂಡಿದ್ದರು. ಕೆಳಜಾತಿಯವರೆಂದು ಕರೆಯುತ್ತಿದ್ದ ಮಹರ್‌ಗಳ ಮತ್ತು ಪಂಚಮರ ನೋವುಗಳನ್ನು ಕುದ್ಮುಲ್ ಪಿಜ್ಜ ಮನವರಿಕೆ ಮಾಡಿಕೊಂಡಿದ್ದರು. ಸಮಾಜದ ದುರ್ಬಲ ವರ್ಗಗಳನ್ನು ಸಬಲೀಕರಣ ಮಾಡುವುದಕ್ಕೆ ಆರಂಭಿಸಿದವರಲ್ಲಿ ಕುದ್ಮುಲ್ ಪಿಜ್ಜ ಒಬ್ಬರಾಗಿದ್ದಾರೆ. ಆದರೆ ದುರದೃಷ್ಟವಶಾತ್ ಅವರ ಹೆಸರು ಸಾರಸ್ವತ ಸಮಾಜದಲ್ಲಿ ಹೆಚ್ಚು ಪ್ರಚಲಿತಕ್ಕೆ ಬರದಿದ್ದರೂ ಕುದ್ಮುಲ್ ಪಿಜ್ಜನ ಕತೆ ಹೇಳಬೇಕಾದ ಕೇಳಬೇಕಾದ ಸಂಗತಿ. ಯಾಕೆಂದರೆ ಅವರು ಬಹಳ ಧೈರ್ಯದಿಂದ, ಬದ್ಧತೆಯಿಂದ, ಆತ್ಮವಿಶ್ವಾಸದಿಂದ ತಮ್ಮ ಸಮುದಾಯವನ್ನು ಎದುರು ಹಾಕಿಕೊಂಡು ದಲಿತರ ವಿಮೋಚನೆಗಾಗಿ ಹೋರಾಡಿದವರು.

ಕುದ್ಮುಲ್ ಪಿಜ್ಜ, ಅವರ ಹೆತ್ತವರು ಮತ್ತು ಒಡಹುಟ್ಟಿದವರು

ಕುದ್ಮುಲ್ ಪಿಜ್ಜ 1859ರ ಜೂನ್ 29ರಂದು ಕಾಸರಗೋಡಿನ ಕುದ್ಮುಲ್ ಎಂಬ ಸಣ್ಣ ಹಳ್ಳಿಯಲ್ಲಿ ಹುಟ್ಟಿದರು. ಆ ಹಳ್ಳಿಯು ಮಂಗಳೂರಿನಿಂದ ಸುಮಾರು 40 ಕಿಲೋಮೀಟರ್ ದೂರದಲ್ಲಿದೆ ಮತ್ತು ಇವತ್ತು ಕೇರಳ ರಾಜ್ಯಕ್ಕೆ ಸೇರಿದೆ. ಆ ಪ್ರದೇಶ ಮೊದಲು ಬ್ರಿಟಿಷರ ಕಾಲದಲ್ಲಿ ಮದ್ರಾಸು ಪ್ರಾಂತ್ಯ ಇದ್ದಾಗ ದಕ್ಷಿಣಕನ್ನಡದ ಭಾಗವಾಗಿತ್ತು. ಕುದ್ಮುಲ್ ಪಿಜ್ಜ ಹೇಗಿದ್ದರೆಂಬ ಚಹರೆಯನ್ನು ಅಧಿಕೃತವಾಗಿ ಹೇಳುವಂತಹವರು ಇವತ್ತು ನಮಗೆ ಸಿಗುವುದು ವಿರಳ. ಯಾಕೆಂದರೆ ಅವರನ್ನು ನೋಡಿದ ಕುಟುಂಬದ ಸದಸ್ಯರು ಯಾರೂ ಉಳಿದಿಲ್ಲವಾದರೂ ಕಾಲದಿಂದ ಕಾಲಕ್ಕೆ ನಾವು ಕೇಳಿಕೊಂಡು ಬಂದ ವಿಷಯವೆಂದರೆ ಪಿಜ್ಜ ಸುಮಾರು ಐದು ಅಡಿ ನಾಲ್ಕು ಇಂಚು ಎತ್ತರದ ಸ್ವಲ್ಪ ಕುಳ್ಳಗಿನ ದೇಹಕಾಯ ಹೊಂದಿದ್ದು ಸುಮಾರು 77 ಕಿಲೋ ತೂಕವುಳ್ಳವರಾಗಿದ್ದು ಸದಾ ನಗುಮೊಗದ ಮಿನುಗುವ ಕಣ್ಣಿನ ಅವರ ವ್ಯಕ್ತಿತ್ವ ಬಹಳ ಆಕರ್ಷಕವಾಗಿತ್ತು. ಅವರು ಅದ್ಭುತವಾದ ಹಾಸ್ಯಪ್ರಜ್ಞೆ ಉಳ್ಳವರಾಗಿದ್ದರು. ತಮ್ಮ ಸಮಾಜದ ವಿರುದ್ಧ ಹೋರಾಟ ಮಾಡಿದವರಾಗಿದ್ದುದರಿಂದ ದ್ವೇಷಿಗಳು ಬಹಳಷ್ಟು ಜನ ಇದ್ದರೂ ಅವರು ತಮ್ಮ ಮಾತಿನಿಂದ ದ್ವೇಷಿಸುವವರನ್ನೂ ನಗಿಸುತ್ತಿದ್ದರು. ಇದು ಅನೇಕರಿಗೆ ಅಪಥ್ಯದ ವಿಷಯವೂ ಆಗಿತ್ತು.

ಕುದ್ಮುಲ್ ಎಂಬುದು ಕುದ್ಮುಲ್ ಸಾರಸ್ವತ ಬ್ರಾಹ್ಮಣ ಕುಟುಂಬ ವಾಸವಾಗಿದ್ದ ಸ್ಥಳ. ಕುದ್ಮುಲ್ ಪಿಜ್ಜರ ತಂದೆ ದೇವಪ್ಪಯ್ಯ ಎನ್ನುವವರು ಮಂಗಳೂರಿನ ಬಂದರಿನ ಮುಸ್ಲಿಮ್ ವ್ಯಾಪಾರಿಯ ಬಳಿ ಕ್ಲರ್ಕ್ ಆಗಿ ಕೆಲಸ ಮಾಡುತ್ತಿದ್ದರು. ಸರಳ ಹಾಗೂ ಧಾರ್ಮಿಕ ವ್ಯಕ್ತಿಯಾದ ದೇವಪ್ಪಯ್ಯನವರದ್ದು ಮಧ್ಯಮ ದರ್ಜೆಯ ಬಡತನದ ಬದುಕಾಗಿತ್ತು. ಕುದ್ಮುಲ್ ಪಿಜ್ಜರ ತಾಯಿ ಶ್ರೀಮತಿ ಗೌರಿಯವರು ಸಹ ಧಾರ್ಮಿಕತೆಯನ್ನು ಮೈಗೂಡಿಸಿಕೊಂಡಿದ್ದ ಸಹಾನುಭೂತಿಯುಳ್ಳ ಮಹಿಳೆಯಾಗಿದ್ದರು. ಅವರು ಅನಕ್ಷರಸ್ಥರಾಗಿದ್ದರೂ ಗಂಡನಿಗೆ ಮತ್ತು ಕುಟುಂಬಕ್ಕೆ ಸಹವರ್ತಿಯಾಗಿದ್ದರು, ವಿಧೇಯರಾಗಿದ್ದರು. ಒಡಹುಟ್ಟಿದವರ ಬಗ್ಗೆ ಹೆಚ್ಚೇನೂ ಮಾಹಿತಿ ದೊರೆಯದಿದ್ದರೂ ಒಬ್ಬ ಸಹೋದರ ಸದಾಶಿವ ರಾವ್ ಎಂಬವರು ಅವಿವಾಹಿತರಾಗಿಯೇ ಉಳಿದಿದ್ದರೆಂದು ತಿಳಿದುಬಂದಿದ್ದು ಏಳು ಮಕ್ಕಳಲ್ಲಿ ಕುದ್ಮುಲ್ ಪಿಜ್ಜ ಹಿರಿಯ ಮಗನಾಗಿದ್ದರು.

ಕುದ್ಮುಲ್ ಪಿಜ್ಜ ಕುಟುಂಬದೊಂದಿಗೆ ಹೆಚ್ಚು ಅನ್ಯೋನ್ಯ ಮತ್ತು ಆತ್ಮೀಯರಾಗಿದ್ದರೆಂಬುದನ್ನು ಬಿಟ್ಟರೆ ಅವರ ಕುಟುಂಬದ ಬಗ್ಗೆ ಇತರ ಮಾಹಿತಿ ನಮಗೆ ತಿಳಿದಿಲ್ಲ. ಕುದ್ಮುಲ್ ಪಿಜ್ಜರ ಮೇಲೆ ಹೆತ್ತವರ ಪ್ರಭಾವ ಅಥವಾ ಅವರ ಯುವ ಮನಸ್ಸಿನ ಮೇಲೆ ಪ್ರಭಾವ ಬೀರಿದ ಅಂಶಗಳು ಇತ್ಯಾದಿ ಬಗ್ಗೆ ತಿಳಿಯದು. ಬಹುಶಃ ತಾಯಿಯ ಪ್ರಭಾವವೇ ಹೆಚ್ಚಾಗಿ ಬೀರಿರಬೇಕು. ಯಾಕೆಂದರೆ ಅವರ ತಂದೆ ಬಹಳ ಬೇಗನೆ ತೀರಿಕೊಂಡಿದ್ದರು. ಇವುಗಳ ಬಗ್ಗೆ ಸ್ಪಷ್ಟ ಮಾಹಿತಿ ಇಲ್ಲದಿದ್ದರೂ ಕುದ್ಮುಲ್ ಪಿಜ್ಜರ ನಡವಳಿಕೆ ಬಹುಮಟ್ಟಿಗೆ ರೂಪಿತವಾದದ್ದು ಬಹಳ ಚಿಕ್ಕ ವಯಸ್ಸಿನಲ್ಲಿ ತಂದೆಯನ್ನು ಕಳೆದುಕೊಂಡ ಬಳಿಕ ಅನುಭವಿಸಿದ ಸಂಕಷ್ಟಗಳ ಮೂಲಕ ಆಗಿರುವುದರಿಂದ ಆ ನಂತರದ ದಿನಗಳೇ ಹೆಚ್ಚು ಪ್ರಭಾವ ಬೀರಿತ್ತೆಂಬುದನ್ನು ಖಚಿತವಾಗಿ ಹೇಳಬಹುದು. ಕುದ್ಮುಲ್ ಪಿಜ್ಜರ ತಂದೆ ಬಹಳ ಸಣ್ಣ ವಯಸ್ಸಿನಲ್ಲಿ ಅವರಿಗೆ ಮದುವೆ ಮಾಡಿಸಿದ್ದರು. ಆಗ ಅವರಿಗೆ ಕೇವಲ ಹನ್ನೆರಡು ವರ್ಷ ವಯಸ್ಸು, ಅವರ ಹೆಂಡತಿ ರುಕ್ಮಿಣಿಯಮ್ಮನಿಗೆ ಮದುವೆಯ ವೇಳೆ ಕೇವಲ ಒಂಭತ್ತು ವರ್ಷ ವಯಸ್ಸಾಗಿದ್ದು ಒಂದು ರೀತಿಯಲ್ಲಿ ಮಗುವೇ ಆಗಿದ್ದರು. ಆ ಕಾಲದಲ್ಲಿ ಇದು ಅಸಹಜ ಆಗಿರಲಿಲ್ಲ. ಯಾಕೆಂದರೆ ಅವರ ಕುಟುಂಬದ ಒಬ್ಬ ಹಳೆಯ ಸದಸ್ಯೆ ಕಲ್ಯಾಣಿ ಉಳ್ಳಾಲ ಎಂಬವರಿಗೆ ಏಳು ವರ್ಷ ವಯಸ್ಸಿಗೇ ಮದುವೆಯಾಗಿತ್ತಂತೆ!

ರುಕ್ಮಿಣಿಯಮ್ಮನವರು ಕಾಸರಗೋಡಿನ ಮುನ್ಸಿಪಲ್ ಕೋರ್ಟಿನಲ್ಲಿ ಹೆಡ್‌ಕ್ಲರ್ಕ್ ಆಗಿದ್ದವರ ಮಗಳು. ಆ ಕಾಲಕ್ಕೆ ಹೆಡ್‌ಕ್ಲರ್ಕ್ ಎನ್ನುವಂತಹ ಹುದ್ದೆ ಬಹಳ ಗೌರವಯುತ ಹುದ್ದೆಯಾಗಿ ಪರಿಗಣಿತವಾಗಿತ್ತು. ಆದುದರಿಂದ ಅವರ ತಂದೆ ವಿಶೇಷವಾದ ಗೌರವಕ್ಕೆ ಪಾತ್ರರಾಗಿದ್ದರು. ಅಂತಹವರು ತಮ್ಮ ಮಗಳನ್ನು ಅಷ್ಟೇನೂ ವಿದ್ಯೆಯಿಲ್ಲದ ಮೆಟ್ರಿಕ್ಯುಲೇಷನ್ ಕೂಡಾ ಆಗದ ಬಡಕುಟುಂಬದಿಂದ

ಬಂದ ಕುದ್ಮುಲ್ ಪಿಜ್ಜನಿಗೆ ಯಾಕೆ ವಿವಾಹ ಮಾಡಿಕೊಟ್ಟರೆನ್ನುವುದೇ ವಿಶೇಷ. ರುಕ್ಮಿಣಿಯಮ್ಮನವರ ತಂದೆ ತನ್ನ ಭಾವೀ ಅಳಿಯ ಮುಂದೆ ಯಶಸ್ವಿ ವ್ಯಕ್ತಿ ಆಗಬಲ್ಲನೆಂಬ ಕಲ್ಪನೆ ಮಾಡಿರಬೇಕೆನ್ನುವುದು ಒಂದು ಕಾರಣವಾಗಿರಬಹುದು.

ರುಕ್ಮಿಣಿಯಮ್ಮ ವಿನಯಶೀಲ ಮತ್ತು ಎಲ್ಲರನ್ನೂ ಪ್ರೀತಿಸುವ ಮಹಿಳೆಯಾಗಿದ್ದರು. ಅವರು ಗಂಡನ ಬದುಕಿಗೆ ವಿಶೇಷವಾದ ಬೆಂಬಲವನ್ನೂ ನೆರವನ್ನೂ ಕೊಟ್ಟರು. ಗಂಡನ ವಿರುದ್ಧ ಎಂದೂ ಎದುರು ಮಾತನಾಡಲಿಲ್ಲ. ಸಾಮಾಜಿಕ, ಧಾರ್ಮಿಕ ಕಾರ್ಯಚಟುವಟಿಕೆಗಳಲ್ಲಿ ಮಧ್ಯೆ ಪ್ರವೇಶಿಸದೆ ಗಂಡನ ಸುಧಾರಣೆಯ ಕೆಲಸಗಳಲ್ಲಿ ಬೆಂಬಲವಾಗಿ ನಿಂತರು. ಆಕೆ ಬೆಳೆದು ಬಂದ ಪರಿಸರಕ್ಕೆ ವಿರುದ್ಧವಾದ ಧೋರಣೆಗಳನ್ನು ಗಂಡ ಹೊಂದಿರುವುದು ಅವರಿಗೆ ಕಷ್ಟವಾಗಿತ್ತಾದ್ದರೂ ಅನುಸರಿಸಿಕೊಂಡು ಬದುಕಿದರು. ಹದಿನಾರು ವರ್ಷ ವಯಸ್ಸಾಗಿದ್ದಾಗ ಕುದ್ಮುಲ್ ಪಿಜ್ಜ ತನ್ನ ತಂದೆಯನ್ನು ಕಳೆದುಕೊಂಡಾಗ ಮೂವರು ತಮ್ಮಂದಿರು ಮತ್ತು ನಾಲ್ವರು ತಂಗಿಯಂದಿರನ್ನು ನೋಡಿಕೊಳ್ಳುವ ಜವಾಬ್ದಾರಿ ಅವರ ಹೆಗಲಿಗೆ ಬಿತ್ತು. ಅವರ ತಂದೆ ತೀರಿಹೋಗುವ ಸಂದರ್ಭದಲ್ಲಿ ಇಬ್ಬರು ತಂಗಿಯರಿಗಷ್ಟೇ ವಿವಾಹವಾಗಿತ್ತು. ಇನ್ನುಳಿದವರ ಬದುಕಿಗೊಂದು ಆಸರೆ ಬೇಕಾಗಿತ್ತು. ಕುದ್ಮುಲ್ ಪಿಜ್ಜರ ಉಳಿದ ತಮ್ಮಂದಿರ ಶಿಕ್ಷಣ ಪೂರ್ತಿಯಾಗಿರಲಿಲ್ಲ.

ದೇವಪ್ಪಯ್ಯನವರ ನಿಧನದ ಸಮಯದಲ್ಲಿ ಅವರಿಗೆ ಸಿಗುತ್ತಿದ್ದ ಸಂಬಳ ತಿಂಗಳಿಗೆ ಹದಿನೈದು ರೂಪಾಯಿಗಳು. ಆ ಕಾಲದಲ್ಲಿ ಸಂಬಳ ಎನ್ನುವುದನ್ನು ತಿಂಗಳ ಕೊನೆಗೆ ಕೊಡದೆ ಒಂದು ಕಡತದಲ್ಲಿ ಹೆಸರಿನ ಮುಂದೆ ಲೆಕ್ಕಕ್ಕೆ ಸೇರಿಸಿ ಬರೆದಿಡುತ್ತಿದ್ದರು. ಹಾಗಾಗಿ ಕೊಡಬೇಕಾಗಿರುವ ಹಣದ ಒಂದು ಭಾಗವನ್ನು ದೀಪಾವಳಿ ಸಮಯದಲ್ಲಿ ಕೊಟ್ಟು ಬಾಕಿ ಉಳಿದ ಹಣವನ್ನು ಮುಂದಿನ ವರ್ಷಕ್ಕೆ ಮುಂದೂಡುತ್ತಿದ್ದರು. ಆ ಕಾಲದಲ್ಲಿ ಆಯವ್ಯಯವನ್ನು ಬರೆದಿಡುವ ಯಾವುದೇ ದಾಖಲೆಗಳಿರಲಿಲ್ಲ. ಎಂದರೆ ಒಂದು ಕುಟುಂಬದೊಳಗಿನ ಖರ್ಚನ್ನು ಲೆಕ್ಕ ಹಾಕಿದ ಮಾಹಿತಿಯ ದಾಖಲೆಗಳಿರಲಿಲ್ಲ. ಬಡಕುಟುಂಬಗಳಿಗೆ ಇದು ಬಹಳ ಕಷ್ಟವಾಗಿತ್ತು ಯಾಕೆಂದರೆ ಸಂಬಳ ಸಿಕ್ಕಿದರೆ ಅವರ ಕುಟುಂಬದ ಖರ್ಚನ್ನು ನೋಡಿಕೊಳ್ಳುವುದು ಮುಖ್ಯವಾಗಿತ್ತೇ ಹೊರತು ಖರ್ಚಿನ ಲೆಕ್ಕದ ಬಗ್ಗೆಯಲ್ಲ.

ಕುದ್ಮುಲ್ ಪಿಜ್ಜ ಮತ್ತು ರುಕ್ಮಿಣಿಯಮ್ಮ ಮದುವೆಯಾಗಿ ನಾಲ್ಕು ವರ್ಷವಾದಾಗ ತಂದೆ ತೀರಿಕೊಂಡರು. ಇದರಿಂದ ನವವಿವಾಹಿತರಿಗೆ ಬದುಕು ಸಾಗಿಸುವುದು ಕಷ್ಟವಾಯಿತು. ಇಡೀ ಕುಟುಂಬವನ್ನು ಸಾಕುವ ಜವಾಬ್ದಾರಿ ಕುದ್ಮುಲ್ ಪಿಜ್ಜರ ಹೆಗಲಿಗೆ ಬಿದ್ದು ಸಹೋದರರಿಗೆ ಶಿಕ್ಷಣ ನೀಡುವ ಹೊಣೆಯನ್ನು ಅವರು ವಹಿಸಿಕೊಂಡರು. ಅವರು ತಂಗಿಯರ ಮದುವೆಯನ್ನು ಮಾಡಿಸಿ ಅವರಿಗೆ ನೆಲೆಯನ್ನು ಕಲ್ಪಿಸಿದರು. 1880ರ ಹೊತ್ತಿಗೆ ಕುದ್ಮುಲ್ ಪಿಜ್ಜ ತನ್ನ ಕೊನೆಯ ತಂಗಿಗೆ ಮದುವೆ ಮಾಡಿಸಿದರು.

ತಂದೆಯ ಸಾವಿನ ಬಳಿಕದ ಬದುಕು

ತಂದೆಯ ಸಾವಿನ ಬಳಿಕ ತಮ್ಮ ಕುಟುಂಬದ ಬಡತನದ ಹಿನ್ನೆಲೆಯಲ್ಲಿ ಕುದ್ಮುಲ್ ಪಿಜ್ಜ ಒಂದು ಉದ್ಯೋಗವನ್ನು ಅರಸಿದರು. ಆಗ ಅವರು ಆಯ್ಕೆ ಮಾಡಿದ್ದು ತಿಂಗಳಿಗೆ ಎಂಟು ರೂಪಾಯಿ ಸಂಬಳದ ಶಿಕ್ಷಕ ವೃತ್ತಿಯನ್ನು. ಅವರ ತಂದೆ ದೇವಪ್ಪಯ್ಯನವರು ನಿಧನರಾದ ಬಳಿಕ ಅವರ ಕುಟುಂಬದ ಆದಾಯ ತಿಂಗಳಿಗೆ ಹದಿನೈದು ರೂಪಾಯಿ ಇದ್ದದ್ದು ಎಂಟು ರೂಪಾಯಿಗೆ ಇಳಿಯಿತು. ಆದ್ದರಿಂದ ಇಡೀ ಕುಟುಂಬವನ್ನು ಸಾಕುವುದು ಸುಲಭದ ಕೆಲಸವಾಗಿರಲಿಲ್ಲ.

ಎಂಟು ರೂಪಾಯಿಯೆನ್ನುವುದು ಇವತ್ತು ನಮಗೆ ಸಣ್ಣ ಮೊತ್ತವೆಂದು ಕಂಡರೂ ಆ ಕಾಲದಲ್ಲಿ ಒಂದು ಕುಟುಂಬ ನಿರ್ವಹಣೆಗೆ ಸಾಕಾಗುತ್ತಿತ್ತು. ನಾವು ಗಮನಿಸಬೇಕಾಗಿದ್ದು ಭಾರತದಲ್ಲಿ ಬ್ರಿಟಿಷರ ಆಡಳಿತದ ಕಾಲದಲ್ಲಿ ಒಂದು ಮುಡಿ ಅಕ್ಕಿಗೆ ಒಂದು ಆಣೆ ಎಂಟು ಪೈ ಬೆಲೆಯಿತ್ತು. ಒಂದು ಮುಡಿ ಅಕ್ಕಿಯೆಂದರೆ ಇವತ್ತಿನ ಕಿಲೋ ಅಳತೆಯಲ್ಲಿ ಮೂವತ್ತೆಂಟು ಕಿಲೋ. ಆಗ ಒಂದು ಸಾಮಾನ್ಯ

ಮನೆಯ ಬಾಡಿಗೆ ನಾಲ್ಕರಿಂದ ಎಂಟಾಣೆಗಳಷ್ಟಿತ್ತು. ಬ್ರಿಟಿಷರ ಕಾಲದಲ್ಲಿ ಒಂದು ರೂಪಾಯಿಯೆಂದರೆ ಹದಿನಾರು ಆಣೆಗಳು ಮತ್ತು ಒಂದು ಆಣೆಗೆ ಹನ್ನೆರಡು ಪೈಗಳು. ಹಣದ ದಶಮಾನ ಪದ್ಧತಿ ನಮ್ಮ ದೇಶದಲ್ಲಿ ಬಂದ ಮೇಲೆ ಹಣದ ಮಾನಗಳು ಬದಲಾದವು.

ಕುದ್ಮುಲ್ ಪಿಜ್ಜ ಅವರು ತಮ್ಮ ತಂದೆಯನ್ನು ಕಳೆದುಕೊಂಡ ಬಳಿಕ ಒಂದು ಬಾಡಿಗೆ ಮನೆಯನ್ನು ತೆಗೆದುಕೊಂಡರು. ಅಧ್ಯಾಪಕ ವೃತ್ತಿಯ ಅವರ ಸಂಬಳ ಒಂದು ಮುಳಿಹುಲ್ಲು ಗುಡಿಸಲನ್ನು ಬಾಡಿಗೆಗೆ ತೆಗೆದುಕೊಳ್ಳುವುದಕ್ಕಷ್ಟೇ ಸೀಮಿತವಾಗಿ ಇತ್ತು. ಮಂಗಳೂರಿನ ಕರಾವಳಿಯ ಮುಂಗಾರಿನ ಹೊಡೆತಕ್ಕೆ ಮತ್ತು ಬೇಸಗೆಗೆ ಇಂತಹ ಮುಳಿಹುಲ್ಲಿನ ಗುಡಿಸಲಿನಲ್ಲಿ ಬದುಕುವುದು ಬಹಳ ಕಷ್ಟವಿತ್ತು. ತಮ್ಮ ಸಮಸ್ಯೆಗಳನ್ನು ಮತ್ತು ಸಂಕಷ್ಟಗಳನ್ನು ಅವರು ಎಲ್ಲಿಯೂ ಹೇಳಿಕೊಳ್ಳದೆ ಅಧ್ಯಾಪಕ ವೃತ್ತಿಯನ್ನು ಮಾಡಿದರು. ಮತ್ತು ಶಿಕ್ಷಕ ವೃತ್ತಿ ಮಾಡುತ್ತಿರುವಾಗಲೇ ಕಾಸರಗೋಡಿನಲ್ಲಿ ತಮ್ಮ ಪ್ರಾಥಮಿಕ ಶಿಕ್ಷಣವನ್ನು ಪೂರ್ತಿಗೊಳಿಸಿದರು.

ಒಬ್ಬ ಶಿಕ್ಷಕನಾಗಿ ಕುದ್ಮುಲ್ ಪಿಜ್ಜ ಅವರು ಬಹಳ ಜನಪ್ರಿಯರಾಗಿದ್ದರು. ಅವರು ವಿದ್ಯಾರ್ಥಿಗಳಿಗೆ ಮಾದರಿ ವ್ಯಕ್ತಿಯಾಗಿದ್ದರು ಮತ್ತು ಮಾರ್ಗದರ್ಶಕರಾಗಿದ್ದರು. ಜನಸಾಮಾನ್ಯರಂತಿದ್ದ ಅವರನ್ನು ಎಲ್ಲರೂ ಕೂಡ ಬಹಳ ಪ್ರೀತಿಸುತ್ತಿದ್ದರು. ಅವರ ಮೊದಲ ಉದ್ಯೋಗ ಕಾಸರಗೋಡಿನಲ್ಲಿ. ಬಳಿಕ ಅವರು ಕೈಕಾರ್‌ನ ಸ್ಥಳೀಯ ಶಾಲೆಯಲ್ಲಿ ಕೆಲಸ ಮಾಡಿದರು. ಆ ಶಾಲೆಯಲ್ಲಿ ಆಗಿನ ಕಾಲದ ಬೋರ್ಡ್ ಶಾಲೆಯ ಪಠ್ಯಕ್ರಮವಿತ್ತು. ಅಲ್ಲಿ ಕೆಲವು ಕಾಲ ಶಿಕ್ಷಕರಾಗಿ ಕೆಲಸ ಮಾಡಿದ ಬಳಿಕ ಮಂಗಳೂರಿಗೆ ಬಂದು ಒಂದು ಮುನ್ಸಿಪಲ್ ಶಾಲೆಯಲ್ಲಿ ಅಧ್ಯಾಪಕನಾಗಿ ಸೇವೆಗೆ ಸೇರಿಕೊಂಡರು. ಆ ಕಾಲದಲ್ಲಿ ಶಾಲೆಯ ಶಿಕ್ಷಕನೆನ್ನುವುದು ಒಂದು ಗೌರವದ ಹುದ್ದೆಯಾಗಿತ್ತು. ಅವರನ್ನು ಎಲ್ಲರೂ 'ಗುರು' ಎಂದು ಗೌರವಿಸುತ್ತಿದ್ದರು ಮತ್ತು ಪ್ರೀತಿಸುತ್ತಿದ್ದರು. ಎಷ್ಟೋ ಬಾರಿ ಹಣದ ಕೊರತೆಯಿದ್ದಾಗ ವಿದ್ಯಾರ್ಥಿಗಳ ಹೆತ್ತವರು ಅಧ್ಯಾಪಕರುಗಳಿಗೆ ವಸ್ತುರೂಪದಲ್ಲಿ ಸಹಾಯ ಮಾಡುತ್ತಿದ್ದರು.

ಕುದ್ಮುಲ್ ಪಿಜ್ಜ ಅವರು ಕೆಲವು ವರ್ಷಗಳ ಕಾಲ ಶಿಕ್ಷಕರಾಗಿ ಕೆಲಸ ಮಾಡಿದರು. ಅವರು ಉತ್ತಮ ಶಿಕ್ಷಕರಾಗಿದ್ದರು. ಆದರೆ ಅವರಿಗೆ ಇನ್ನಷ್ಟು ಶಿಕ್ಷಣವನ್ನು ಪಡೆಯಬೇಕೆನ್ನುವ ಹಿರಿದಾದ ಬಯಕೆಯಿತ್ತು. ಅವರಿಗೆ ಅವರ ಮೆಟ್ರಿಕ್ಯುಲೇಷನ್ ಪರೀಕ್ಷೆಯನ್ನು ಮೊದಲ ಪ್ರಯತ್ನದಲ್ಲೇ ತೇರ್ಗಡೆಯಾಗಲು ಸಾಧ್ಯ ಆಗಲಿಲ್ಲ. ಯಾಕೆಂದರೆ ಹಣಕಾಸಿನ ಸಂಕಷ್ಟವಿತ್ತು. ಆದ್ದರಿಂದ ಅವರು ಅಧ್ಯಯನ ಮಾಡುತ್ತಲೇ ತನ್ನ ಬದುಕನ್ನು ರೂಪಿಸುವ ಕೆಲಸ ಮಾಡಿದರು. ಕೊನೆಗೆ ಅವರು ಕರೆಸ್ಪಾಂಡೆನ್ಸ್ ಕೋರ್ಸಿನ ಮೂಲಕ ತಮ್ಮ ಮೆಟ್ರಿಕ್ಯುಲೇಷನ್

ಪರೀಕ್ಷೆ ತೇರ್ಗಡೆಯಾದರು. ಬಳಿಕ ಕುದ್ಮುಲ್ ಪಿಜ್ಜ ಅವರು ಮಂಗಳೂರಿನ ಸರಕಾರಿ ಕಾಲೇಜಿಗೆ ಸೇರಿದರು. ಮಂಗಳೂರಿನ ಸರಕಾರಿ ಕಾಲೇಜೆನ್ನುವುದು ಈಗ ವಿಶ್ವವಿದ್ಯಾಲಯ ಕಾಲೇಜಾಗಿದೆ. ಅದು 147 ವರ್ಷ ಹಳೆಯ ಒಂದು ಶಿಕ್ಷಣ ಸಂಸ್ಥೆ.

ಈ ಶಿಕ್ಷಣ ಸಂಸ್ಥೆಯು 1868ರಲ್ಲಿ 315 ವಿದ್ಯಾರ್ಥಿಗಳಿಂದ ಒಂದು ಪ್ರೊವಿನ್ಸಿಯಲ್ ಸ್ಕೂಲ್ ಆಗಿ ಆರಂಭವಾಯಿತು. ಈಗ ಈ ಶಿಕ್ಷಣ ಸಂಸ್ಥೆಯಲ್ಲಿ ಅನೇಕ ಪದವಿ ಶಿಕ್ಷಣಗಳು ನಡೆಯುತ್ತಿವೆ. ಈ ಶಿಕ್ಷಣ ಸಂಸ್ಥೆಯಲ್ಲಿ ಕಲಿತ ಹಳೆ ವಿದ್ಯಾರ್ಥಿಗಳು ಬಹಳ ಹೆಸರುವಾಸಿಯಾದವರು ಮತ್ತು ಪ್ರಸಿದ್ಧಿಯನ್ನು ಪಡೆದವರಿದ್ದಾರೆ. ಅವರು ತಮ್ಮ ಕ್ಷೇತ್ರಗಳಲ್ಲಿ ಮಾಡಿದ ಸಾಧನೆಯ ಕಾರಣಕ್ಕಾಗಿ ಈಗಲೂ ಕೂಡ ಜನ ನೆನಪಿಸಿಕೊಳ್ಳುತ್ತಾರೆ. ಆ ಪಟ್ಟಿಯಲ್ಲಿ ಬಹಳ ಪ್ರಸಿದ್ಧವಾದ ಹೆಸರುಗಳೆಂದರೆ ಸಾಹಿತಿ ಪಂಜೆ ಮಂಗೇಶರಾವ್, ರಿಸರ್ವ್ ಬ್ಯಾಂಕ್ ಆಫ್ ಇಂಡಿಯಾದ ಗವರ್ನರ್ ಆಗಿದ್ದ ಬೆನಗಲ್ ರಾಮರಾವ್, ನಮ್ಮ ಪ್ರಾಚೀನ ಕಲೆ, ಭಾರತದ ಗುಡಿ ಕೈಗಾರಿಕೆ, ಕರಕುಶಲ ಕಲೆಗಳನ್ನು ಪುನರುಜ್ಜೀವನ ಮಾಡಿದ ಶ್ರೀಮತಿ ಕಮಲಾದೇವಿ ಚಟ್ಟೋಪಾಧ್ಯಾಯ, ಸ್ವಾತಂತ್ರ್ಯ ಹೋರಾಟಗಾರ ಮತ್ತು ಹಿರಿಯ ಕಾಂಗ್ರೆಸಿಗರಾಗಿದ್ದ ಕಾರ್ನಾಡ್ ಸದಾಶಿವ ರಾವ್, ದಕ್ಷಿಣ ಕನ್ನಡ ಜಿಲ್ಲೆಯಲ್ಲಿ ಸಹಕಾರಿ ಬ್ಯಾಂಕನ್ನು ಸ್ಥಾಪಿಸಿದ ಮೊಳಹಳ್ಳಿ ಶಿವರಾವ್ ಹೀಗೆ ಅನೇಕರು ಈ ಶಿಕ್ಷಣ ಸಂಸ್ಥೆಯ ಹಳೆ ವಿದ್ಯಾರ್ಥಿಗಳು.

ಕುದ್ಮುಲ್ ಪಿಜ್ಜ ಅವರು ಒಬ್ಬ ಅಸಾಮಾನ್ಯ ವ್ಯಕ್ತಿಯಾಗಿದ್ದರು. ಜನರ ಮನವೊಲಿಸಿ ಪ್ರಗತಿಪರ ಚಿಂತನೆಗಳನ್ನು ಜನರು ಅನುಸರಿಸುವ ಹಾಗೆ ಅವರು ಪ್ರಯತ್ನಿಸುತ್ತಿದ್ದರು. ಅವರಿಗೆ ಬಹಳ ಗಟ್ಟಿಯಾದ ಮನಸ್ಥೈರ್ಯವಿತ್ತು. ಯಾರೊಬ್ಬರ ಮನಸ್ಸನ್ನೂ ನೋಯಿಸದೆ ಅಡ್ಡಿ ಅಡಚಣೆಗಳನ್ನು ಎದುರಿಸುವಂತಹ, ಅದರ ವಿರುದ್ಧ ಹೋರಾಡುವಂತಹ ದಿಟ್ಟ ನಿರ್ಧಾರವಿತ್ತು. ಆ ಕಾಲದಲ್ಲಿ ಅವರ ನಿರ್ಧಾರವನ್ನು ಬದಲಾಯಿಸಲು ಯಾರಿಂದಲೂ ಸಾಧ್ಯವಾಗುತ್ತಿರಲಿಲ್ಲ. ಅವರು ತೆಗೆದುಕೊಳ್ಳುವ ನಿರ್ಧಾರಗಳು ಬಹಳ ಚಿಂತನೆಯಿಂದ ಮತ್ತು ವಿವೇಚನೆಯಿಂದ ಕೂಡಿರುತ್ತಿತ್ತು. ತಾವು ನಂಬಿಕೊಂಡು ಬಂದ ತತ್ವಗಳನ್ನು ಕೈಬಿಡದೆ ಎಂತಹ ಪ್ರತಿಕೂಲ ಪರಿಸ್ಥಿತಿಯನ್ನೂ ಅವರು ಎದುರಿಸುತ್ತಿದ್ದರು. ಕುದ್ಮುಲ್ ಪಿಜ್ಜ ಅವರು ಬಹಳ ದೊಡ್ಡ ಹೋರಾಟಗಾರರಾಗಿದ್ದರೂ ಅವರು ಮುಗ್ಧ ಸ್ವಭಾವದ ವ್ಯಕ್ತಿಯಾಗಿದ್ದುದರಿಂದ ಕೆಲವೊಂದು ಸಲ ಮೋಸದ ಲವಲೇಶವೂ ಅರಿಯದೆ ವಂಚನೆಗಳಿಗೆ ಬಲಿಯಾಗುತ್ತಿದ್ದರು. ಅವರು ಯಾವುದೇ ವಿಷಯವನ್ನು ಬಚ್ಚಿಡುತ್ತಿರಲಿಲ್ಲ ಹಾಗೂ ನಿರಪಾಯವಾದ ಸುಳ್ಳು ನುಡಿಯುವಷ್ಟೂ ಶಕ್ತರಾಗಿರಲಿಲ್ಲ.

ಕುದ್ಮುಲ್ ಪಿಜ್ಜರಿಗೆ ಒಳ್ಳೆಯ ಹಾಸ್ಯ ಪ್ರವೃತ್ತಿಯಿತ್ತು. ಅವರು ವಾರದ ಒಂದೊಂದು ದಿವಸಕ್ಕೆ ಒಂದೊಂದು ಹೆಸರಿನ ಪದ್ಯವನ್ನು ರಚಿಸಿದ್ದರು. ಅದು

ಬಹಳ ಮನಮುಟ್ಟುವಂತಹದ್ದು ಮತ್ತು ವಿನೋದ ಪ್ರವೃತ್ತಿಯದ್ದು ಆಗಿತ್ತು. ಇದನ್ನು ಅವರು ತಮ್ಮ ಪ್ರತೀ ದಿನದ ಬದುಕಿನಲ್ಲಿ ನಂಬುತ್ತಿದ್ದರು ಹಾಗೂ ಅದರ ಬಗ್ಗೆ ಆಳವಾದ ವಿಶ್ವಾಸವನ್ನು ಇಟ್ಟಿದ್ದರು.

ಆ ಪದ್ಯ ಹೀಗಿದೆ:

ಸೋಮವಾರ – ತೊಳೆಯುವ ದಿನ

ಶಿವಾ, ನನ್ನ ಸ್ವಾರ್ಥವನ್ನು ಹಾಗೂ ಅಹಂಕಾರವನ್ನು ತೊಳೆಯಲು ನನಗೆ ಸಹಾಯ ಮಾಡು. ನಾನು ಅತ್ಯಂತ ವಿನಯದಿಂದ ನಿನ್ನ ಸೇವೆ ಮಾಡುವುದಕ್ಕೆ ಅವಕಾಶ ಕೊಡು. ನನಗೆ ಇಡೀ ವಾರ ಆ ಕೆಲಸ ಮಾಡಲು ಅವಕಾಶ ಕಲ್ಪಿಸಿಕೊಡು.

ಮಂಗಳವಾರ–ಇಸ್ತ್ರಿ ಹಾಕುವ ದಿನ

ಶಿವಾ, ನನ್ನ ಯಾವುದೋ ಪೂರ್ವಗ್ರಹಗಳು ಎನ್ನುವ ಸುಕ್ಕುಗಳೆಲ್ಲವನ್ನೂ ಇಸ್ತ್ರಿ ಹಾಕಿ ಅದೆಲ್ಲವನ್ನು ಮಟ್ಟಸ ಮಾಡಲು ನನಗೆ ಸಹಾಯ ಮಾಡು. ನಾನು ಅನೇಕ ವರ್ಷಗಳ ಕಾಲ ಸುಕ್ಕುಗಳನ್ನು ಸಂಗ್ರಹ ಮಾಡಿದ್ದೇನೆ. ಆದ ಕಾರಣ ಅವೆಲ್ಲವುಗಳನ್ನೂ ಸರಿಪಡಿಸಿ ಸೌಂದರ್ಯವನ್ನು ನಾನು ನೋಡುವಂತೆ ಮಾಡು.

ಬುಧವಾರ – ರಿಪೇರಿಯ ದಿನ

ಶಿವಾ, ನನ್ನ ರೀತಿಗಳನ್ನು ಸರಿ ಮಾಡಲು ಮತ್ತು ಬೇರೆಯವರಿಗೆ ನಾನು ಕೆಟ್ಟ ನಿದರ್ಶನ ಆಗದಿರಲು ನನಗೆ ಸಹಾಯ ಮಾಡು.

ಗುರುವಾರ – ಸ್ವಚ್ಛತೆಯ ದಿನ

ಶಿವಾ, ನನ್ನ ಎಲ್ಲಾ ತಪ್ಪುಗಳನ್ನೂ ದೋಷಗಳನ್ನೂ ನಿವಾರಿಸು. ನಾನು ನನ್ನ ಹೃದಯದ ಗುಪ್ತವಾದ ಮೂಲೆಗಳಲ್ಲಿ ಹುದುಗಿಸಿಟ್ಟಂತಹ ಎಲ್ಲ ದೋಷಗಳನ್ನು ನೀನು ನಿವಾರಿಸು.

ಶುಕ್ರವಾರ – ಸಾಮಗ್ರಿ ಕೊಳ್ಳುವ ದಿನ

ಓ ಶಿವಾ, ನಾನು ನನಗೆ ಮತ್ತು ಉಳಿದೆಲ್ಲರಿಗೂ ಶಾಶ್ವತವಾದ ಸುಖವನ್ನು ಕೊಳ್ಳುವ ಹಾಗೆ ಅನುಗ್ರಹವನ್ನು ಮಾಡು. ಯಾರು ಪ್ರೀತಿಗೆ ಅರ್ಹರೋ ಅವರನ್ನು ದಯಪಾಲಿಸು ಮತ್ತು ನನ್ನ ಪೂಜೆಯನ್ನು ನೀನು ಸ್ವೀಕರಿಸು.

ಶನಿವಾರ – ಅಡುಗೆಯ ದಿನ

ಓ ಶಿವಾ, ಭ್ರಾತೃತ್ವದ ದೊಡ್ಡ ಕೆಟಲ್‌ನಲ್ಲಿ ಪ್ರೀತಿಯನ್ನು ಕುದಿಸು ಮತ್ತು ಶುದ್ಧವಾದ ಸಿಹಿಯಾದ ಬ್ರೆಡ್ಡನ್ನು ಎಂದರೆ ಮಾನವ ದಯೆಯೆನ್ನುವ ಬ್ರೆಡ್ಡನ್ನು ಅವಶ್ಯಕತೆಯುಳ್ಳವರಿಗೆ ಬಡಿಸುವಂತೆ ಮಾಡು.

ಭಾನುವಾರ

ಓ ಶಿವಾ, ನಾನು ನನ್ನ ಮನೆಯನ್ನು ನಿನಗಾಗಿ ಸಿದ್ಧ ಮಾಡಿದ್ದೇನೆ. ನನ್ನ ಹೃದಯದ ಒಳಗೆ ಬಾ. ನಿನ್ನ ಸಾನ್ನಿಧ್ಯದಲ್ಲಿ ನಾನು ಇಡೀ ದಿನವನ್ನು ಕಳೆಯುತ್ತೇನೆ.

ಕುದ್ಮುಲ್ ಪಿಜ್ಜರಿಗೆ ಅನೇಕ ಪ್ರಿಯವಾದ ಹವ್ಯಾಸಗಳಿದ್ದವು. ಎಷ್ಟೋ ಬಾರಿ ಅವರ ಹವ್ಯಾಸಗಳು ಹೆಂಡತಿಗೆ ಕಿರಿಕಿರಿ ಉಂಟುಮಾಡುತ್ತಿತ್ತು. ಅಂತಹ ಒಂದು ವಿಲಕ್ಷಣ ಹವ್ಯಾಸವೆಂದರೆ ಕುದ್ಮುಲ್ ಪಿಜ್ಜ ಯಾವುದೇ ವಸ್ತುವನ್ನು ಎಸೆಯುತ್ತಿರಲಿಲ್ಲ. ಬಳಸಿದ ಬೆಂಕಿಕಡ್ಡಿಗಳಿಂದ ಹಿಡಿದು ಪೆನ್ನಿನ ನಿಬ್ಬುಗಳ ತನಕ ಅವರ ಮೇಜಿನ ಡ್ರಾಯರ್‌ನಲ್ಲಿ ಎಲ್ಲ ವಸ್ತುಗಳನ್ನು ಸಂಗ್ರಹ ಮಾಡುತ್ತಿದ್ದರು. "ಆ ಡ್ರಾಯರ್ ಎನ್ನುವುದು ಮಾಂತ್ರಿಕ ಪೆಟ್ಟಿಗೆಯಿದ್ದಂತೆ, ಯಾರಿಗೆ ಯಾವುದು ಬೇಕೋ ಅದೆಲ್ಲವೂ ಸಿಗುತ್ತದೆ" ಎಂದು ಅವರ ಮಗಳು ಲಲಿತಾಬಾಯಿ ಹೇಳುತ್ತಿದ್ದರು. ಯಾಕೆ ಎಲ್ಲ ವಸ್ತುಗಳನ್ನೂ ಹೊರಗೆಸೆಯುವುದಿಲ್ಲವೆಂದು ಕೇಳಿದರೆ "ಯಾಕೆ? ಅವು ಒಂದಲ್ಲ ಒಂದು ಸಲ ಬಳಕೆಗೆ ಸಿಗಬಹುದು" ಎಂದು ಕುದ್ಮುಲ್ ಪಿಜ್ಜ ಹೇಳುತ್ತಿದ್ದರಂತೆ. ಲಲಿತಾಬಾಯಿಯವರಿಗೂ ಅದೇ ಹವ್ಯಾಸ ಇತ್ತೆಂದು ಅವರ ಮರಿಮಗಳು ಪ್ರೇಮಿ ನೆನಪಿಸಿಕೊಳ್ಳುತ್ತಾರೆ. "ನನ್ನಲ್ಲಿ ಇದೆಯೇ ಎಂದು ಕೇಳಬೇಡ, ಕೊಡು ಎಂದು ಕೇಳು. ಯಾಕೆಂದರೆ ನೀನು ಕೇಳಿದ್ದೆಲ್ಲವೂ ನನ್ನ ಬಳಿ ಇದೆ" ಎಂದು ಲಲಿತಾಬಾಯಿ ಹೇಳುತ್ತಿದ್ದರೆಂದರೆ ಸಂಗ್ರಹಿಸುವ ಗುಣ ಮಗಳಲ್ಲೂ ಇತ್ತೆಂದು ತಿಳಿಯಬಹುದು. ಆದರೆ ಕುದ್ಮುಲ್ ಪಿಜ್ಜ ಜಿಪುಣನಲ್ಲ ಹಾಗೂ ಅವರು ವಸ್ತುಗಳಿಗೆ ಅಂಟಿಕೊಂಡವರಲ್ಲ. 1905ರಲ್ಲಿ ಅವರ ಒಬ್ಬ ಸ್ನೇಹಿತ ಅವರಿಗೆ ಮುಂಬೈಯಿಂದ ಚಿನ್ನದ ಫೌಂಟೇನ್ ಪೆನ್ನನ್ನು ತಂದು ಉಡುಗೊರೆಯಾಗಿ ಕೊಟ್ಟಾಗ ಕುದ್ಮುಲ್ ಪಿಜ್ಜ ಅದನ್ನು ನೋಡಿ ಕೂಡಲೇ ತನ್ನ ಹಿರಿಯ ಮೊಮ್ಮಗನಿಗೆ ಕೊಟ್ಟು "ನನಗೆ ಇಷ್ಟು ದುಬಾರಿ ಪೆನ್ನು ಬೇಡ, ಯಾವುದೇ ಪೆನ್ನಾದರೂ ಅದು ಮಾಡುವ ಕೆಲಸ ಬರೆಯೋದೇ ತಾನೇ!" ಎಂದು ಹೇಳಿದ್ದರು.

ಕುದ್ಮುಲ್ ಪಿಜ್ಜ ವಿನಯವಂತರಾಗಿದ್ದರೂ ಕೆಲವೊಂದು ಸಲ ತಾಳ್ಮೆ ಕಳೆದುಕೊಳ್ಳುತ್ತಿದ್ದರು. ಒಂದು ಬಾರಿ ಕುದ್ಮುಲ್ ಪಿಜ್ಜ ಸ್ಥಾಪಿಸಿದ ಡಿಪ್ರೆಸ್ಡ್ ಕ್ಲಾಸ್ ಮಿಷನ್ನಿನಲ್ಲಿ ಸಹಾಯಕನಾಗಿ ಕೆಲಸ ಮಾಡುತ್ತಿದ್ದ ದಡ್ಡಲಕಾಡು ಕಾಲನಿಯ ಬಾಬು ಅವರ ಮಗ ಆನಂದ ಪ್ರತಿದಿನ ಶೇಡಿಗುಡ್ಡೆಯ ಆಫೀಸಿನಿಂದ ಹಾಗೂ

ಕೋರ್ಟ್‌ಹಿಲ್ ಶಾಲೆಯಿಂದ ಪತ್ರಗಳನ್ನು ಕುದ್ಮುಲ್ ಪಿಜ್ಜರ ಮನೆಗೆ ತಂದು ಕೊಡುತ್ತಿದ್ದ. ಒಂದು ದಿನ ಕುದ್ಮುಲ್ ಪಿಜ್ಜರ ತುರ್ತು ಕೆಲಸಕ್ಕಾಗಿ ಬೇಗನೆ ಮನೆ ಬಿಟ್ಟಿದ್ದರು. ಅವರು ಮರುದಿನ ಬೆಳಗ್ಗೆ ಹತ್ತು ಗಂಟೆಯ ಮೊದಲು ಪತ್ರ ತರುವಂತೆ ಆನಂದನಿಗೆ ಹೇಳಿದ್ದರು. ಆದರೆ ಮರುದಿನ ಏನಾಯಿತೆಂದರೆ ಶೇಡಿಗುಡ್ಡೆ ಶಾಲೆಯ ಹೆಡ್‌ಮಾಸ್ಟರ್ ಆವತ್ತು ಶಾಲೆಗೆ ತಡವಾಗಿ ಬಂದುದರಿಂದ ಆನಂದನಿಗೆ ಪತ್ರ ಸಿಗುವಾಗಲೇ ತಡವಾಗಿತ್ತು. ಆನಂದ ಅವಸರವಸರವಾಗಿ ಕುದ್ಮುಲ್ ಪಿಜ್ಜರ ಮನೆಗೆ ಬಂದು ಪತ್ರ ಕೊಡುವಾಗ ಗಂಟೆ ಹತ್ತೂವರೆ ಆಗಿತ್ತು. ಕುದ್ಮುಲ್ ಪಿಜ್ಜ ಸಿಟ್ಟಿನಿಂದ ಆನಂದನ ಕಿವಿಗಳನ್ನು ಹಿಂಡಿದರು. ಆ ಯುವಕ ಎರಡೂ ಕೈಗಳನ್ನು ಮುಗಿದು ನಡೆದುದನ್ನು ವಿವರಿಸಲು ಪ್ರಯತ್ನಿಸಿದ. ಆದರೆ ಕುದ್ಮುಲ್ ಪಿಜ್ಜ ಸಿಟ್ಟಾಗಿದ್ದುದರಿಂದ ಕೇಳುವ ವ್ಯವಧಾನವಿರದೆ ಆತನನ್ನು ಹಿಂದಕ್ಕೆ ಕಳುಹಿಸಿದರು. ಆತ ಇಡೀ ಪ್ರಸಂಗವನ್ನು ಹೆಡ್‌ಮಾಸ್ಟರರಿಗೆ ಹೇಳಿದಾಗ ಅವರಿಗೆ ತನ್ನ ತಪ್ಪಿನ ಅರಿವಾಗಿ ಕುದ್ಮುಲ್ ಪಿಜ್ಜರಿಗೆ ನಡೆದ ನಿಜ ಸಂಗತಿಯ ಕುರಿತಾಗಿ ಪತ್ರ ಬರೆದರು. ಈ ಸತ್ಯ ತಿಳಿದ ಬಳಿಕ ಕುದ್ಮುಲ್ ಪಿಜ್ಜರಿಗೆ ವಿಷಾದವಾಯಿತು. ತಾವು ಅವಸರದಲ್ಲಿ ಯುವಕನಿಗೆ ಶಿಕ್ಷೆ ಕೊಟ್ಟದ್ದಕ್ಕೆ ಬೇಸರಗೊಂಡು ಪ್ರತಿದಿನ ತನ್ನ ತಿಂಡಿಯಲ್ಲಿ ಒಂದು ಇಡ್ಲಿ ಹಾಗೂ ಒಂದು ಲೋಟ ಕಾಫಿಯನ್ನು ಬೆಳಗ್ಗಿನ ಉಪಾಹಾರದ ವೇಳೆ ಪ್ರಾಯಶ್ಚಿತ್ತವೆಂಬಂತೆ ಆನಂದನಿಗೆ ಕೊಡುತ್ತಿದ್ದರು.

ಕುದ್ಮುಲ್ ಪಿಜ್ಜರಿಗೆ ಓದು ಬಹಳ ಪ್ರೀತಿಯ ಹವ್ಯಾಸವಾಗಿತ್ತು. ಆ ಗುಣ ಅವರ ಕುಟುಂಬದ ಬಹಳ ಮಂದಿಗೆ ಬಂದಿದೆ. ಅವರೆಲ್ಲರೂ ಪುಸ್ತಕಪ್ರೇಮಿಗಳಾಗಿದ್ದರು ಮತ್ತು ಓದುತ್ತಿದ್ದರು. ಕುದ್ಮುಲ್ ಪಿಜ್ಜ ಬರೆಯುತ್ತಿದ್ದರು. ಅವರು ಕಿರಿದಾದ ಹಾಗೂ ಶಕ್ತವಾದ ಪತ್ರಗಳನ್ನು ಬರೆಯುತ್ತಿದ್ದರು. ಅವರ ಮಗಳು ಲಲಿತಾ ಬಾಯಿ ತಂದೆಯ ಗುಣವನ್ನು ಹೊಂದಿದ್ದರು. ಅವರು ಕೂಡ ತುಂಬ ಅಂದವಾದ ಪತ್ರಗಳನ್ನು ಬರೆಯುತ್ತಿದ್ದರು. ಮೊಮ್ಮಕ್ಕಳಿಗೆ ಕೂಡ ಈ ಗುಣ ಬಂದಿದೆ ಹಾಗೂ ಅನೇಕರು ಬರವಣಿಗೆ ಮಾಡಿ ಪುಸ್ತಕ ಪ್ರಕಾಶನ ಮಾಡಿದ್ದಾರೆ.

ಕುದ್ಮುಲ್ ಪಿಜ್ಜರು ಸಂಪೂರ್ಣ ಸನ್ಯಾಸ ಸ್ವೀಕರಿಸುವುದಕ್ಕೆ ಸ್ವಲ್ಪ ಮೊದಲು ಲಲಿತಾ ಬಾಯಿಯವರಲ್ಲಿ ಒಂದು ದಿನ ತಾನು ತನ್ನ ಆತ್ಮಚರಿತ್ರೆಯನ್ನು ಬರೆಯುತ್ತೇನೆಂದು ಹೇಳಿದ್ದರಂತೆ, ಆದರೆ ಮುಂದೆ ಅವರು ತನ್ನ ಮನಸ್ಸನ್ನು ಬದಲಾಯಿಸಿಕೊಂಡರು. ಬಹಳ ನಮ್ರತೆಯಿಂದ ಅವರು 'ತನ್ನ ಸುತ್ತಮುತ್ತಲಿನವರಿಗೆ ತನ್ನ ಹೆಸರು ಮರೆತುಹೋಗಬೇಕು, ಕೆಲಸಗಳು ಮಾತ್ರ ಉಳಿಯಬೇಕು' ಎಂದು ಹೇಳಿದರಂತೆ. ತುಂಬ ವಿಷಾದದ ಸಂಗತಿಯೆಂದರೆ ಅವರು ತಮ್ಮ ಎಲ್ಲ ವ್ಯವಹಾರದ ದಾಖಲೆಗಳನ್ನು ನಾಶ ಮಾಡಿದರು. ಪ್ರಶಸ್ತಿ ಪತ್ರ, ಗೌರವ ಪತ್ರ, ವಸ್ತುಗಳು ಎಲ್ಲವನ್ನೂ ಯಾರ ಕೈಗೂ ಸಿಗದಂತೆ ನಾಶ ಮಾಡಿದರು. ಕುದ್ಮುಲ್

ಪಿಜ್ಜ ಎಂದೂ ಹೊಗಳಿಕೆ ಮತ್ತು ಪ್ರಚಾರ ಬಯಸಲಿಲ್ಲ. ಅವರ ಕೆಲಸಗಳು ಅವರಿಗೆ ಹೆಸರನ್ನು ತಂದುಕೊಟ್ಟವು.

ಒಂದು ಬಾರಿ ಅನಿರೀಕ್ಷಿತ ಘಟನೆಯೊಂದು ಸಂಭವಿಸಿತು. ಅವರ ಮನಸ್ಸನ್ನು ಕಲಕಿದುದರ ಜೊತೆಗೆ ಮುಜುಗರವನ್ನುಂಟು ಮಾಡಿತು. ಅಂದಿನ ಜೇಡಿಗುಡ್ಡೆ ಅಥವಾ ಈಗಿನ ಶೇಡಿಗುಡ್ಡೆಯಲ್ಲಿ ಉಡುಪಿ ರಾಘವೇಂದ್ರ ಎನ್ನುವ ಒಬ್ಬ ಅಸ್ಪೃಶ್ಯ ಸಮುದಾಯದ ಯುವಕನಿದ್ದ. ಅವನು ಡಿಪ್ರೆಸ್ಡ್ ಕ್ಲಾಸ್ ಮಿಶನ್ನಿನನಲ್ಲಿ ಪ್ರಾಥಮಿಕ ತರಗತಿಯಲ್ಲಿ ಓದುತ್ತಿದ್ದ. ಅವನಿಗೆ ತನ್ನ ಮಾರ್ಗದರ್ಶಕರಾಗಿದ್ದ ಕುದ್ಮುಲ್ ಪಿಜ್ಜರಲ್ಲಿ ಅಪಾರ ಗೌರವ ಮತ್ತು ಪ್ರೀತಿಯಿತ್ತು. ಹುಡುಗ ಬಹಳ ಬುದ್ಧಿವಂತ ಮಾತ್ರವಲ್ಲ ಅವನೊಬ್ಬ ಕವಿಯೂ ಆಗಿದ್ದ. ಬಡವನಾಗಿದ್ದ ಅವನು ಕುದ್ಮುಲ್ ಪಿಜ್ಜರಿಗೆ ಒಂದು ಕವನ ಬರೆದು ತನ್ನ ಭಾವನೆಗಳನ್ನೂ ಪ್ರೀತಿಯನ್ನೂ ಕೃತಜ್ಞತೆಯನ್ನೂ ವ್ಯಕ್ತಪಡಿಸಬೇಕೆಂದು ಬಯಸಿದ್ದ. ಆ ರೀತಿ ಪ್ರಶಂಸೆ ರೂಪದಲ್ಲಿ ಒಂದು ಕವನ ಬರೆದು ಅದನ್ನು ಕುದ್ಮುಲ್ ಪಿಜ್ಜರಿಗೆ ಆತ ಅರ್ಪಿಸಿದ. ಆ ಕವನ ಓದಿ ಕುದ್ಮುಲ್ ಪಿಜ್ಜರ ಮನಸ್ಸು ಕರಗಿ ಕಣ್ಣೀರು ಹರಿದಾಗ ರಾಘವೇಂದ್ರನಿಗೆ ತಾನು ಗುರುವಿನ ಮನಸ್ಸನ್ನು ನೋಯಿಸಿದೆನೋ ಎಂದು ಆತಂಕವಾಯಿತು. ಕುದ್ಮುಲ್ ಪಿಜ್ಜ ಆ ಹುಡುಗನಿಗೆ ಮೊದಲು ಆಶ್ವಾಸನೆ ಕೊಟ್ಟು, ಬಳಿಕ ತಾನು ಇಂತಹ ಹೊಗಳಿಕೆಗೆ ಅರ್ಹನಲ್ಲ ತನ್ನನ್ನು ಚಿತ್ರಿಸಿದ ರೂಪದಲ್ಲಿ, ರೀತಿಯಲ್ಲಿ ತಾನಿಲ್ಲ, ಆದುದರಿಂದ ತನ್ನ ನಿಧನದವರೆಗೆ ಕವನವನ್ನು ಯಾರಿಗೂ ತೋರಿಸಬೇಡ ಮತ್ತು ಓದಿ ಹೇಳಬೇಡ ಎಂದು ಹೇಳಿದರು.

ಕುದ್ಮುಲ್ ಪಿಜ್ಜ ಅವರು ತಮ್ಮ ಭಾವಚಿತ್ರಕ್ಕಾಗಿ ಕುಳಿತುಕೊಳ್ಳಲು ನಿರಾಕರಿಸಿದರು. ಅವರ ಕುಟುಂಬದವರಲ್ಲಿ ಇರುವ ಕೆಲವು ಭಾವಚಿತ್ರಗಳು ಮಸುಕಾಗಿವೆ ಮತ್ತು ಅಸ್ಪಷ್ಟವಾಗಿವೆ. ಕುದ್ಮುಲ್ ಪಿಜ್ಜ ಅವರ ನಿಧನದ ಬಳಿಕ ಮೊಮ್ಮಗ ಎನ್. ರಾಮರಾವ್ ಅವರು ಪಿಜ್ಜ ಬಿಟ್ಟು ಹೋದಂತಹ ಬರೆಹಗಳನ್ನು, ಪತ್ರಗಳನ್ನು ಹಾಗೂ ಗಾಂಧೀಜಿ ಅವರಿಗೆ ಬರೆದ ಪತ್ರ ಇವೆಲ್ಲವನ್ನೂ ಸಂಗ್ರಹ ಮಾಡಿ ಸರಿಯಾಗಿ ವಿಂಗಡಿಸಲು ವಕೀಲರೊಬ್ಬರಿಗೆ ಕೊಟ್ಟರು. ದುರದೃಷ್ಟವಶಾತ್ ಆ ವಕೀಲರ ಹೆಂಡತಿ ಅನಕ್ಷರಸ್ಥೆಯಾಗಿದ್ದುದರಿಂದ ಹಳೆಯ ಧೂಳು ತುಂಬಿದ ಕಾಗದ ಪತ್ರವನ್ನೆಲ್ಲ ನೋಡಿ ಇವೆಲ್ಲ ನಿಷ್ಪ್ರಯೋಜಕವೆಂದು ಹಳೆಯ ಪತ್ರಿಕೆ ಕೊಳ್ಳುವ ರದ್ದಿಯವರಿಗೆ ಮಾರಿಬಿಟ್ಟರು. ಹೀಗೆ ಕಡಿಮೆ ಪ್ರಮಾಣದಲ್ಲಿ ಉಳಿಸಿದ ಬರೆಹಗಳೂ ಕಾಗದ ಪತ್ರಗಳೂ ಕಣ್ಮರೆಯಾದವು. ಹಾಗಾಗಿ ಕುಟುಂಬಸ್ಥರಿಗೆ ಅವರ ಬಗ್ಗೆ ಬರೆಯಲು ಸಾಮಗ್ರಿಗಳು ಉಳಿಯಲಿಲ್ಲ. ಕುಟುಂಬದವರಿಗೆ ಕುದ್ಮುಲ್ ಪಿಜ್ಜರ ಮನಸ್ಥಿತಿ, ಕಾರ್ಯ ವೈಖರಿ, ಆಲೋಚನೆಗಳು, ಸೋಲು ಗೆಲುವುಗಳು, ನೋವು-ನಿರಾಸೆಗಳು ಇವು ಯಾವುದನ್ನೂ ತಿಳಿದುಕೊಳ್ಳುವುದಕ್ಕೆ ಬೇಕಾದ ಸಾಮಗ್ರಿಗಳು

ದೊರೆಯಲಿಲ್ಲ. ಅವರ ಪತ್ರಗಳು, ಬರೆಹಗಳು ಒಂದು ವೇಳೆ ಸಂಗ್ರಹಿಸಲ್ಪಟ್ಟಿದ್ದರೆ ಒಂದು ಶತಮಾನದ ಬಳಿಕ ಅದನ್ನು ಓದುವ ಸಂತೋಷ, ಸಂಭ್ರಮ ಈಗಲೂ ಇರುತ್ತಿತ್ತು.

ಕುದ್ಮಲ್ ಪಿಜ್ಜ ಅವರು ಎರಡು ಪುಸ್ತಕಗಳನ್ನು ಕಾಪಾಡಿಕೊಂಡಿದ್ದರು. ಒಂದು "ಡೈಲಿ ಸ್ಟ್ರೆಂಥ್", ಅದು ಆಗಿನ ಮುತ್ಸದ್ದಿಗಳ ಬರೆಹಗಳ ಸಂಗ್ರಹ. ಎರಡನೆಯದು ಭಜನೆಗಳ ಪುಸ್ತಕ. ತಮ್ಮ ಮಗಳು ಲಲಿತಾ ಬಾಯಿಯವರಿಗೆ ಅವುಗಳನ್ನು ಉಡುಗೊರೆಯಾಗಿ ಓದಲು ಕೊಟ್ಟರು. ಆ ನಂತರ ಮಗಳು ಅವನ್ನು ತಮ್ಮ ಮಗನಾದ ಎನ್. ರಾಮರಾವ್ ಅವರಿಗೆ ಕೊಟ್ಟರು. ಈ ಎರಡು ಪುಸ್ತಕಗಳು ಈಗ ಎಲ್ಲಿದೆಯೋ ಸಿಗುತ್ತಿಲ್ಲ. ಭಜನೆಗಳ ಪುಸ್ತಕದ ಮುಖಪುಟದಲ್ಲಿ ಕುದ್ಮಲ್ ಪಿಜ್ಜನ ಕೈ ಬರೆಹವಿದೆ ಹಾಗೂ ಅದಷ್ಟೇ ಈಗ ನಮಗೆ ದೊರಕಿರುತ್ತದೆ.

ಉಳ್ಳಾಲ ರಘುನಾಥಯ್ಯ: ಭಾವ, ಗೆಳೆಯ, ಸ್ಫೂರ್ತಿಯ ಚಿಲುಮೆ

ಕುದ್ಮುಲ್ ರಂಗರಾವ್ ಅವರು ಶಾಲೆಯಲ್ಲಿ ಅಧ್ಯಾಪಕ ವೃತ್ತಿ ಮಾಡುತ್ತಿರುವಾಗ ಒಬ್ಬ ಮಹಾನುಭಾವರ ಪರಿಚಯವಾಯಿತು. ಅವರೇ ಉಳ್ಳಾಲ ರಘುನಾಥಯ್ಯನವರು. ಉಳ್ಳಾಲ ರಘುನಾಥಯ್ಯ ಅವರ ಆಲೋಚನೆಗಳು ಅವರ ಕಾಲಕ್ಕಿಂತ ಬಹಳ ಮುಂದೆ ಇದ್ದುವು. 1880ರಲ್ಲಿ ಕುದ್ಮುಲ್ ರಂಗರಾವ್ ಅವರು ತನ್ನ ತಂಗಿಯರಿಗೆ ಮದುವೆ ಮಾಡುವಂತಹ ಯೋಚನೆಯಲ್ಲಿದ್ದಾಗ ತಮ್ಮ ಕಿರಿಯ ತಂಗಿಯನ್ನು ಉಳ್ಳಾಲ ರಘುನಾಥಯ್ಯ ಅವರಿಗೆ ಮದುವೆ ಮಾಡಿಕೊಡುವಲ್ಲಿ ಯಶಸ್ವಿಯಾದರು. ಉಳ್ಳಾಲ ರಘುನಾಥಯ್ಯ ಅವರ ಮೊದಲ ಹೆಂಡತಿ ಕೆಲವು ತಿಂಗಳ ಹಿಂದೆ ತೀರಿ ಹೋಗಿದ್ದ ಕಾರಣ ಅವರ ಹೆತ್ತವರು ತಮ್ಮ ಮಗನಿಗೆ ಇನ್ನೊಂದು ವಧುವನ್ನು ಹುಡುಕುತ್ತಿದ್ದ ಸಮಯದಲ್ಲಿ ಕುದ್ಮುಲ್ ರಂಗರಾಯನ ತಂಗಿಯನ್ನು ಆಯ್ಕೆ ಮಾಡಿದರು. ಆ ವೇಳೆಗೆ ಉಳ್ಳಾಲ ರಘುನಾಥಯ್ಯ ಅವರಿಗೆ ಮದುವೆಯಾಗಿ ಮಕ್ಕಳಿದ್ದರೂ ಕುದ್ಮುಲ್ ರಂಗರಾಯರಿಗೆ ಅವರ ಕಡೆಯಿಂದ ಬಂದ ಆಹ್ವಾನ ನಿರಾಕರಿಸಲಾಗಲಿಲ್ಲ. ಯಾಕೆಂದರೆ ತಮ್ಮ ತಂಗಿಯನ್ನು ಮದುವೆ ಮಾಡಿಕೊಡಲು ಬೇಕಾದಷ್ಟು ಅನುಕೂಲ ಆವಾಗ ಅವರಿಗಿರಲಿಲ್ಲ. ಆದುದರಿಂದ ಇದು ಆಕಸ್ಮಿಕ ಆಯ್ಕೆಯಾಯಿತು.

ಉಳ್ಳಾಲ ರಘುನಾಥಯ್ಯ ಅವರು ಅಸಾಮಾನ್ಯ ವ್ಯಕ್ತಿಯಾಗಿದ್ದರು. ಅವರು ಉದ್ಯೋಗದ ಸ್ವಾತಂತ್ರ್ಯಕ್ಕಾಗಿ ಮತ್ತು ಸಾಂಪ್ರದಾಯಿಕ ಧರ್ಮದ ಬಿಡುಗಡೆಗಾಗಿ ಕೆಲಸ ಮಾಡುತ್ತಿದ್ದರು. ಹಾಗಾಗಿ ಉಳ್ಳಾಲ ರಘುನಾಥಯ್ಯ ಮತ್ತು ಕುದ್ಮುಲ್ ರಂಗರಾವ್ ಕೇವಲ ಭಾವಮೈದುನರಷ್ಟೇ ಆಗಿರಲಿಲ್ಲ, ಅದಕ್ಕೂ ಮೇಲಾಗಿ ಸ್ನೇಹಿತರಾಗಿದ್ದು ಸಾಮಾಜಿಕ ಒಳಿತಿಗಾಗಿ ಸಹವರ್ತಿ ಚಳವಳಿಗಾರರಾಗಿದ್ದರು. ಇವರಿಬ್ಬರ ಜೋಡಿ ಕರಾವಳಿಯ ಕೆನರಾ ಪ್ರದೇಶದ ಚಹರೆಯನ್ನೇ ಬದಲಾಯಿಸಿತು.

ಬ್ರಹ್ಮ ಸಮಾಜ

ರಾಜಾರಾಮ್ ಮೋಹನ್‌ರಾಯ್ ಅವರು 1828ರಲ್ಲಿ ಕಲ್ಕತ್ತಾದಲ್ಲಿ ಬ್ರಹ್ಮ ಸಮಾಜದ ಚಳವಳಿಯನ್ನು ಆರಂಭಿಸಿದರು. ಅವರು ಹಿಂದೂ ಧರ್ಮದ ಆಚರಣೆಗಳು ಮತ್ತು ಪುರೋಹಿತಶಾಹಿ ವರ್ಣಗಳು ಇತರ ಧಾರ್ಮಿಕ ಪಂಗಡಗಳನ್ನು ಸಂಪೂರ್ಣವಾಗಿ ಶೋಷಣೆ ಮಾಡುವುದರ ಬಗ್ಗೆ ಭ್ರಮನಿರಸನಗೊಂಡಿದ್ದರು. ಅವರು ಹಿಂದೂ ಧರ್ಮದ ಅನೇಕ ಕ್ರೂರ ಮತ್ತು ಅನಗತ್ಯವಾದ ಆಚರಣೆಗಳನ್ನು ನಿವಾರಣೆ ಮಾಡಬೇಕೆನ್ನುವ ಸ್ಪಷ್ಟ ನಿಲುವನ್ನು ಹೊಂದಿದ್ದರು. ಹಿಂದೂಧರ್ಮದಲ್ಲಿದ್ದ ಬಾಲ್ಯವಿವಾಹ, ವಿಧವೆಯರ ಶೋಷಣೆ, ಅಸ್ಪೃಶ್ಯತೆ, ಸಾಮಾಜಿಕ ಅಸಮಾನತೆ ಮತ್ತು ದೇವದಾಸಿ ಪದ್ಧತಿ ಮುಂತಾದವನ್ನು ಪ್ರಬಲವಾಗಿ ಖಂಡಿಸುತ್ತಿದ್ದರು. ಇಂತಹ ಸಮಸ್ಯೆಗಳನ್ನು ಎದುರಿಸುವ ಹಾಗೂ ಹಿಂದೂ ಸಮಾಜದಲ್ಲಿ ಬದಲಾವಣೆ ತರುವ ಉದ್ದೇಶದಿಂದ ಬ್ರಹ್ಮ ಸಮಾಜವು ಹುಟ್ಟಿತು. ರಾಜಾರಾಮ್ ಮೋಹನ್‌ರಾಯ್ ಅವರ ನಿಧನದ ಬಳಿಕ ಈ ಚಳವಳಿಯ ನೇತೃತ್ವವನ್ನು ಈಶ್ವರಚಂದ್ರ ವಿದ್ಯಾಸಾಗರ, ಕೇಶವಚಂದ್ರ ಸೇನ್, ದೇವೇಂದ್ರನಾಥ್ ಠಾಗೋರ್ ಅಂತಹ ಮೇಧಾವಿಗಳು ವಹಿಸಿಕೊಂಡರು.

ರಘುನಾಥಯ್ಯ ಹಾಗೂ ಕುದ್ಮುಲ್ ಪಿಜ್ಜ ಅವರು ಕೂಡ ಬ್ರಹ್ಮ ಸಮಾಜದ ನೇತಾರರಿಂದ ಪ್ರೇರಣೆಯನ್ನು ಪಡೆದರು. ಬ್ರಹ್ಮ ಸಮಾಜದ ತತ್ವಗಳು ಮತ್ತು ಚಿಂತನೆಗಳು ಇವರ ಚಿಂತನೆಗಳಿಗೆ ಸಮಾನವಾಗಿದ್ದವು ಆದ್ದರಿಂದ ಅವರು ಏಕಾಂಗಿಯಾಗಿರಲಿಲ್ಲ. ಆ ಚಳವಳಿಯ ಆದರ್ಶಗಳು ಕೊಂಡೇಗಿ ದೇವ ರೈ, ಕಾರ್ನಾಡು ಸದಾಶಿವರಾವ್ ಮತ್ತು ಭಾರದ್ವಾಜ ಶಿವರಾಜ್ ಇವರಂತಹ ಮೇಧಾವಿಗಳನ್ನೂ ಆಕರ್ಷಿಸಿದವು. ಆದ್ದರಿಂದ ರಘುನಾಥಯ್ಯ ಹಾಗೂ ಅವರ ಸಂಗಡಿಗರು ಎಂದರೆ ಈ ರೀತಿಯ ಪ್ರಗತಿಯ ಆಲೋಚನೆ ಮಾಡುವವರು ಸೇರಿಕೊಂಡು ದಕ್ಷಿಣಕನ್ನಡ ಜಿಲ್ಲೆಯಲ್ಲಿ ಬ್ರಹ್ಮಸಮಾಜದ ಚಳವಳಿಯನ್ನು ಆರಂಭಿಸಿದರು. ಅದರ ಆರಂಭದ ಸಭೆಗಳು ನೇತ್ರಾವತಿ ನದಿ ತೀರದ ಉಳ್ಳಾಲವೆಂಬ ಸಣ್ಣ ಹಳ್ಳಿಯಲ್ಲಿ ನಡೆಯುತ್ತಿದ್ದವು.

ರಘುನಾಥಯ್ಯನವರ ಪ್ರಭಾವದಿಂದ ಕುದ್ಮುಲ್ ಪಿಜ್ಜ ಬ್ರಹ್ಮಸಮಾಜದ ಉದಾರವಾದಿ ತಾತ್ವಿಕತೆ, ಉದ್ದೇಶಗಳು ಮತ್ತು ಧಾರ್ಮಿಕ ಚಟುವಟಿಕೆಗಳಲ್ಲಿ ಆಸಕ್ತಿಯನ್ನು ತಾಳಿದರು. ಪ್ರತಿಯೊಬ್ಬ ಮನುಷ್ಯ ಕೂಡ ಸ್ವಯಂ ಆತ್ಮಶೋಧನೆ ಮಾಡಬೇಕು ಹಾಗೂ ತಮ್ಮ ಸುತ್ತಲಿನ ಪ್ರದೇಶದಲ್ಲಿ ಕಾಡುತ್ತಿರುವ ಸಾಮಾಜಿಕ ಸಮಸ್ಯೆಗಳನ್ನು ಪರಿಹರಿಸಲು ಸಮರ್ಪಕವಾದ ಪರಿಹಾರವನ್ನು ಕಂಡುಕೊಳ್ಳಬೇಕು ಎನ್ನುವ ಭಾವನೆಯನ್ನು ಅವರು ಹೊಂದಿದ್ದರು. ಕುದ್ಮುಲ್ ಪಿಜ್ಜ ಅವರು ಕರ್ನಾಟಕದಲ್ಲಿ ಆ ಕಾಲದಲ್ಲಿ ಅಸ್ತಿತ್ವದಲ್ಲಿದ್ದ ಸಾಮಾಜಿಕ ಸಂಗತಿಗಳ ಕುರಿತು ಜನರ ಭಾವನೆಗಳನ್ನು, ಧೋರಣೆಗಳನ್ನು ಬದಲಾಯಿಸುವ ಕುರಿತು ಪ್ರಯತ್ನವನ್ನು ಮಾಡಿದರು. ಬ್ರಹ್ಮಸಮಾಜದ ತತ್ವಗಳು ಮತ್ತು ಆದರ್ಶಗಳು ಪ್ರಬಲವಾಗಿವೆಯೆಂದು ತಿಳಿದುಕೊಂಡ ಕಾರಣ ದಕ್ಷಿಣಕನ್ನಡ ಜಿಲ್ಲೆಯ ಬ್ರಹ್ಮಸಮಾಜದ ಕಾರ್ಯದರ್ಶಿಯಾದರು. ಬ್ರಹ್ಮಸಮಾಜದ ಸದಸ್ಯರು ನಿರಂತರವಾಗಿ ಮಂಗಳೂರಿನಲ್ಲಿ ಸಭೆ ಸೇರುತ್ತಿದ್ದರು. ಕುದ್ಮುಲ್ ಪಿಜ್ಜ ಅವರು ಈ ಸಭೆಗಳಲ್ಲಿ ಅನೇಕ ಮಂದಿ ಸುತ್ತಮುತ್ತಲಿನ ಸದ್ಗೃಹಸ್ಥರು ಪಾಲ್ಗೊಳ್ಳುವುದಕ್ಕೆ ಪ್ರೋತ್ಸಾಹ ಹಾಗೂ ಉತ್ತೇಜನ ಕೊಡುತ್ತಿದ್ದರು.

ಜ್ಞಾನಲಾಲಸೆ ಇದ್ದ ಮಹಾನುಭಾವ ಕುದ್ಮುಲ್ ಪಿಜ್ಜ ಅವರು ಬೇರೆ ಬೇರೆ ಧರ್ಮಗಳನ್ನು ಅಧ್ಯಯನ ಮಾಡಿ ಆ ಧರ್ಮಗಳ ಕುರಿತು ಬೆಳಕು ಚೆಲ್ಲುವ ಉಪನ್ಯಾಸಗಳನ್ನು ಕೊಡುತ್ತಿದ್ದರು. ವಾರಕ್ಕೊಂದು ಬಾರಿ ಬ್ರಹ್ಮಸಮಾಜದ ಸಭೆಗಳಲ್ಲಿ ಅದರ ಒಬ್ಬ ಸದಸ್ಯನನ್ನು ಉಪನ್ಯಾಸ ಕೊಡಲು ಆಹ್ವಾನಿಸಲಾಗುತ್ತಿತ್ತು. ಸಾಮಾನ್ಯವಾಗಿ ಎಲ್ಲ ಧರ್ಮಗಳ ಸದಸ್ಯರು ಅಲ್ಲಿ ಸೇರಿ ತಮ್ಮ ಧರ್ಮದ ನಂಬಿಕೆ, ಆಚರಣೆಗಳ ಬಗ್ಗೆ ಮಾತನಾಡಲು ಅವಕಾಶ ಕೊಡಲಾಗುತ್ತಿತ್ತು. ಮೊತ್ತಮೊದಲಾಗಿ ಧಾರ್ಮಿಕ ನಾಯಕರುಗಳಾದ ಬುದ್ಧ, ಏಸುಕ್ರಿಸ್ತ, ಚೈತನ್ಯ, ಪ್ರವಾದಿ ಮುಹಮ್ಮದ್

ಇವರ ಬದುಕು ಮತ್ತು ನಂಬಿಕೆಗಳನ್ನು ಅಧ್ಯಯನ ಮಾಡಲು ಹೇಳಿ, ಬಳಿಕ ಪ್ರತೀ ಸಭೆಯಲ್ಲೂ ಒಂದು ಗಂಟೆಯ ಕಾಲ ತಾವು ತಿಳಿದುಕೊಂಡ ವಿಷಯದ ಬಗ್ಗೆ ಉಪನ್ಯಾಸ ಕೊಡಲು ಹೇಳಲಾಗುತ್ತಿತ್ತು. ಈ ರೀತಿಯ ಉಪಕ್ರಮದ ಭಾಗವಾಗಿ ಕುದ್ಮುಲ್ ಪಿಜ್ಜ ಅವರು ಕನ್ನಡದಲ್ಲಿ ಇಂಗ್ಲಿಷಿನಲ್ಲಿ ಕೊಂಕಣಿಯಲ್ಲಿ ಮತ್ತು ತುಳುವಿನಲ್ಲಿ ನಿರರ್ಗಳವಾಗಿ ಉಪನ್ಯಾಸಗಳನ್ನು ಕೊಡುತ್ತಿದ್ದರು. ಬಹುಭಾಷಾ ಪಂಡಿತರಾಗಿದ್ದ ಕುದ್ಮುಲ್ ಪಿಜ್ಜ ಅವರು ಈ ಎಲ್ಲ ಭಾಷೆಗಳಲ್ಲಿ ಕೂಡ ವಿಶೇಷವಾದ ಪ್ರಾವೀಣ್ಯ ಹೊಂದಿದ್ದರು ಮತ್ತು ಈ ಭಾಷೆಗಳಲ್ಲಿ ಬರೆಯುವ ಶಕ್ತಿಯನ್ನು ಹೊಂದಿದ್ದರು. ತಮ್ಮ ಮಾತೃಭಾಷೆಯನ್ನು ಮತ್ತು ಸ್ಥಳೀಯ ಭಾಷೆಗಳನ್ನು ತಿಳಿದುಕೊಳ್ಳುವುದು ಬಹಳ ಮುಖ್ಯವೆಂದು ಅವರ ನಂಬಿಕೆಯಾಗಿತ್ತು.

ಕುದ್ಮುಲ್ ಪಿಜ್ಜ ಅವರಲ್ಲಿ ಸಹಜವಾಗಿಯೇ ಹಾಸ್ಯ ಪ್ರವೃತ್ತಿಯಿತ್ತು. ಒಂದು ಸಲ ಅವರು ಭಾಷಣ ಮಾಡುತ್ತಿದ್ದಾಗ "ದೇವರು ನಮಗೆ ಕಣ್ಣುಗಳನ್ನು ಕೊಟ್ಟಿರುವುದು ಕೆಡುಕು ಯಾವುದೆಂದು ನೋಡುವುದಕ್ಕೆ" ಎಂದು ಹೇಳಿದಾಗ ಸಭೆಯಿಂದ ಒಬ್ಬರು "ಹೌದು, ಅದರ ಜೊತೆಗೆ ಕಣ್ಣಿನ ರೆಪ್ಪೆಗಳನ್ನು ಕೂಡ" ಎಂದು ಹೇಳಿದಾಗ ಕುದ್ಮುಲ್ ಪಿಜ್ಜ ಗಟ್ಟಿಯಾಗಿ ನಕ್ಕರು. ಬ್ರಹ್ಮಸಮಾಜದ ಮಿಷನ್‌ಹೌಸಿನಲ್ಲಿ ಪ್ರತಿ ಭಾನುವಾರ ಸಂಜೆ ಪ್ರಾರ್ಥನೆಗಳನ್ನು ಮಾಡಲಾಗುತ್ತಿತ್ತು. ಬ್ರಹ್ಮಸಮಾಜ ಒಂದು ಆಂದೋಲನವಾಗಿ ಮಾನ್ಯತೆ ಸಿಗುವ ಮೊದಲು ಟೀಕೆ ಅಥವಾ ಶಿಕ್ಷೆ ಸಿಗಬಹುದೆನ್ನುವ ಕಾರಣಕ್ಕಾಗಿ ಸಭೆಗಳನ್ನು ಗುಪ್ತವಾಗಿ ಯಾರಾದರೊಬ್ಬರ ಮನೆಯಲ್ಲಿ ನಡೆಸುತ್ತಿದ್ದರು. ಆತಂಕದ ವಿಷಯವೇನಿತ್ತೆಂದರೆ ರಘುನಾಥಯ್ಯ ಅಥವಾ ಕುದ್ಮುಲ್ ಪಿಜ್ಜ ಅವರ ಜೊತೆಗೆ ಯಾರಿಗಾದರೂ ಸಂಪರ್ಕವಿದೆಯೆಂದು ತಿಳಿದರೆ ಅಂತಹವರು ಸಾರಸ್ವತ ಸಮಾಜದ ಅಸಮಾಧಾನಕ್ಕೆ ಒಳಗಾಗುತ್ತಿದ್ದರು. ಸಾರಸ್ವತ ಮಠವಾದ ಪಾಂಡುರಂಗಾಶ್ರಮದ ಸ್ವಾಮಿಗಳು ತನ್ನ ಅಧಿಕಾರಕ್ಕೆ ಸವಾಲಾಗಿದ್ದ ಬ್ರಹ್ಮಸಮಾಜದ ಚಟುವಟಿಕೆಗಳಿಗೆ ವಿರೋಧಿಯಾಗಿದ್ದರು.

1882ರಲ್ಲಿ ಮಂಗಳೂರಿನಲ್ಲಿ ಬ್ರಹ್ಮಸಮಾಜದ ಮಂದಿರವನ್ನು ಕಟ್ಟಿದ ಬಳಿಕ ಎಲ್ಲ ಚಟುವಟಿಕೆಗಳು ಆ ಕಟ್ಟಡದಲ್ಲಿಯೇ ನಡೆಯಲು ಆರಂಭವಾಯಿತು. ಆ ಕಾಲದಲ್ಲಿ ಜರ್ಮನಿಯಿಂದ ಮಂಗಳೂರಿಗೆ ಮಿಷನರಿಗಳು ಬಂದು ಕ್ರೈಸ್ತಧರ್ಮದ ಧರ್ಮೋಪದೇಶಗಳನ್ನು ಮಾಡುತ್ತಿದ್ದರು. ಈ ಮಿಷನರಿಗಳ ಪ್ರವಚನದ ಪ್ರಭಾವ ರಘುನಾಥಯ್ಯನವರ ಮೇಲೆ ಬಿದ್ದು ಅವರು ಕ್ರೈಸ್ತ ಧರ್ಮಕ್ಕೆ ಮತಾಂತರಗೊಂಡರು. ಇವರ ದುಡುಕಿನ ತೀರ್ಮಾನ ಕುಟುಂಬದ ಸದಸ್ಯರಿಗೆ ನೋವುಂಟು ಮಾಡಿತು. ಕುದ್ಮುಲ್ ಪಿಜ್ಜ ಅವರ ಮೊಮ್ಮಗ ನಯಂಪಳ್ಳಿ ರಾಮರಾವ್ ಅವರ ದಾಖಲೆಗಳು ಹೇಳುವ ಪ್ರಕಾರ ರಘುನಾಥಯ್ಯನವರು ಕ್ರೈಸ್ತ ಧರ್ಮಕ್ಕೆ ಮತಾಂತರಗೊಂಡ ಬಳಿಕ ಅನುಭವಿಸಿದ ನೋವುಗಳಿಂದ ನೊಂದು

ಕ್ರೈಸ್ತಧರ್ಮದಿಂದ ಮರು ಮತಾಂತರಗೊಂಡು ಮತ್ತೊಮ್ಮೆ ಬ್ರಹ್ಮ ಸಮಾಜವನ್ನು ಸೇರಿದರು. ರಘುನಾಥಯ್ಯನವರು ಒಬ್ಬ ಅಪ್ಪಟ ಹಿಂದೂವಾಗಿದ್ದರೂ ಬ್ರಹ್ಮ ಸಮಾಜದ ಕಟ್ಟಳೆಗಳ ಜೊತೆಗೆ ಸಂಬಂಧವನ್ನು ಹೊಂದಿದ್ದರು. ಆಗ ಅಸ್ತಿತ್ವದಲ್ಲಿದ್ದ ಸಾಂಪ್ರದಾಯಿಕ ಹಿಂದೂ ಧರ್ಮದ ದರಿದ್ರ, ಕ್ರೂರ ತಾರತಮ್ಯದ ಪದ್ಧತಿಗಳ ಬಗ್ಗೆ ರಘುನಾಥಯ್ಯನವರಿಗೆ ಅಸಹನೀಯವಾದ ವಿರೋಧವಿತ್ತು.

ಕುದ್ಮುಲ್ ಪಿಜ್ಜ ಅವರ ಮಕ್ಕಳೂ ಕೂಡ ಬ್ರಹ್ಮಸಮಾಜಕ್ಕೆ ಸೇರಿ ಅದರ ಎಲ್ಲ ಧಾರ್ಮಿಕ ಕಾರ್ಯಕ್ರಮಗಳಲ್ಲಿ ಭಾಗವಹಿಸುತ್ತಿದ್ದರು. ಆದರೆ ಕುದ್ಮುಲ್ ಪಿಜ್ಜ ಅವರು ಯಾವ ಮಕ್ಕಳನ್ನೂ ಇಂತಹದೇ ಧಾರ್ಮಿಕ ನಂಬಿಕೆ ಪಾಲಿಸಬೇಕೆನ್ನುವ ಒತ್ತಾಯವನ್ನು ಮಾಡಲಿಲ್ಲ. ಉದಾಹರಣೆಗೆ ಅವರ ಮೊಮ್ಮಕ್ಕಳು ಹಿಂದೂಗಳಾಗಿದ್ದರು. ಅವರು ತಮ್ಮ ನಂಬಿಕೆಗಳನ್ನು ಬದಲಾಯಿಸುವುದಕ್ಕೆ ಯಾವುದೇ ರೀತಿಯ ಒತ್ತಡಗಳನ್ನು ಕುದ್ಮುಲ್ ಪಿಜ್ಜ ಹಾಕಲಿಲ್ಲ. ಕುದ್ಮುಲ್ ಪಿಜ್ಜ ಅವರು ದೇವರನ್ನು ಶ್ರದ್ಧೆಯಿಂದ ನಂಬುತ್ತಿದ್ದರು. ಅವರ ಪ್ರಕಾರ ದೇವರನ್ನು ಚರ್ಚಿನಲ್ಲಿ ಮಸೀದಿಯಲ್ಲಿ ಅಥವಾ ದೇವಾಲಯದಲ್ಲಿ ಹೀಗೆ ಎಲ್ಲಿಯೂ ಆರಾಧಿಸಬಹುದು. ಹಾಗೆಯೇ ಬ್ರಹ್ಮಸಮಾಜದ ಆವರಣದಲ್ಲಿಯೂ ಪೂಜಿಸಬಹುದು. ಬ್ರಹ್ಮ ಸಮಾಜದ ತತ್ವಗಳನ್ನು ನಂಬಿದ ಕಾರಣಕ್ಕಾಗಿ ಅವರು ಇಡೀ ಜಗತ್ತು ಹೀಗೆಯೇ ಇರಬೇಕೆನ್ನುವ ಅಭಿಪ್ರಾಯ ಹೊಂದಿದ್ದರು.

ಕುದ್ಮುಲ್ ಪಿಜ್ಜ ಅವರ ಮಕ್ಕಳು

ರುಕ್ಮಿಣಿಯಮ್ಮ ಮತ್ತು ಕುದ್ಮುಲ್ ಪಿಜ್ಜ ಅವರ ಕುಟುಂಬ ಬಹಳ ಆತ್ಮೀಯವಾಗಿತ್ತು. ಅವರಿಗೆ ನಾಲ್ಕು ಮಂದಿ ಗಂಡುಮಕ್ಕಳು ಹಾಗೂ ಮೂರು ಜನ ಹೆಣ್ಣುಮಕ್ಕಳು. ಗಂಡುಮಕ್ಕಳಲ್ಲಿ ಹಿರಿಯವರು ದೇವರಾವ್, ಉಳಿದ ಮೂವರು ಅಮೃತರಾವ್, ಸಂಜೀವರಾವ್ ಮತ್ತು ಮಾಧವರಾವ್. ಎರಡನೇ ಮಗ ಅಮೃತರಾವ್ 1891ರಲ್ಲಿ ಟೈಫಾಯಿಡ್ ಕಾಯಿಲೆಯಿಂದ ತೀರಿಕೊಂಡರು. ಆ ಕಾಲಕ್ಕೆ ಸಿಪ್ರೋಫ್ಲಾಕ್ಸಿಸಿನ್ ಮತ್ತು ಸೆಫ್ರಿಕ್‌ಆಕ್ಸಿನ್ ಆಂಟಿಬಯಾಟಿಕ್‌ಗಳ ಶೋಧ ಆಗಿರಲಿಲ್ಲ. ಈ ಮಗನ ಮರಣ ತಂದೆಯ ಮೇಲೆ ವಿಶೇಷ ಪ್ರಭಾವ ಬೀರಿ ಅದರ ಆಘಾತದಿಂದ ಸುಧಾರಿಸಿಕೊಳ್ಳಲು ಒಂದು ವರ್ಷ ಬೇಕಾಯಿತು. ಉಳ್ಳಾಲ ರಘುನಾಥಯ್ಯನವರು ಕುದ್ಮುಲ್ ಪಿಜ್ಜ ಖಿನ್ನತೆಯಿಂದ ಹೊರಬರಲು ಸಹಾಯ ಮಾಡಿದರು.

ಕುದ್ಮುಲ್ ಪಿಜ್ಜರ ಮೂರನೇ ಮಗ ಮಾಧವರಾವ್ ಕಿವಿಯ ಸೋಂಕಿನಿಂದ ಮಂಗಳೂರಿನ ಡಾ.ಅಡಪ ನರ್ಸಿಂಗ್‌ಹೋಮಿನಲ್ಲಿ ಕೊನೆಯುಸಿರೆಳೆದರು. ಒಂದು ಸುದ್ದಿಯ ಪ್ರಕಾರ ಕೊನೆಯ ಮಗ ಸಂಜೀವರಾವ್ ಅವರು ಇನ್ನೂ ಶಾಲೆಗೆ ಹೋಗುತ್ತಿರುವಾಗಲೇ ಮಿಂಚಿನ ಹೊಡೆತದಿಂದ ಸತ್ತರೆಂದು ಹೇಳಲಾಗುತ್ತದೆ.

ಸಂಜೀವರಾವ್ ಹಾಗೂ ಮಾಧವರಾವ್ ಅವರು ಪ್ರೌಢಾವಸ್ಥೆಗೆ ಬರುವ ಮೊದಲೇ ಅವಿವಾಹಿತರಾಗಿದ್ದಾಗಲೇ ತೀರಿಕೊಂಡರು.

ಉಳಿದ ಮಗ ಒಬ್ಬನೇ ದೇವರಾವ್. ಅವರು ಡಿಸ್ಟ್ರಿಕ್ಟ್ ಬೋರ್ಡಿನ ಕಛೇರಿಯಲ್ಲಿ ಕ್ಲರ್ಕ್ ಆಗಿ ಕೆಲಸ ಮಾಡುತ್ತಿದ್ದರು. ದೇವರಾವ್ ಅವರ ಒಬ್ಬನೇ ಮಗ ಸದಾಶಿವ ರಾವ್ ಅವರು ವಿಮಲಾ ನಗರಮಠ್ ಅವರನ್ನು ವಿವಾಹವಾದರು. ಅವರಿಬ್ಬರೂ ಮುಂಬೈಯ ಸಾರಸ್ವತ ಕಾಲನಿಯಲ್ಲಿ ವಾಸವಾಗಿದ್ದರು. ಅವರ ಒಬ್ಬನೇ ಮಗ ಜಗದೀಶ ಸುಟ್ಟಗಾಯಗಳಿಂದ ಸಣ್ಣ ವಯಸ್ಸಿನಲ್ಲಿಯೇ ಹನ್ನೆರಡು ವರ್ಷ ಪ್ರಾಯವಾಗಿದ್ದಾಗ ತೀರಿಕೊಂಡ. ನಂತರ ಅವರ ಕುಟುಂಬದಲ್ಲಿ ಗಂಡು ಸಂತಾನವಿರಲಿಲ್ಲ.

ದೇವರಾವ್ ಅವರಿಗೆ ಇಬ್ಬರು ಹೆಣ್ಣುಮಕ್ಕಳು: ಸೀತಾ ಹಾಗೂ ರುಕ್ಮಾ. ಸೀತಾರನ್ನು ಬಾಲಕೃಷ್ಣ ಮೂಡಬಿದ್ರೆಯವರಿಗೆ ವಿವಾಹ ಮಾಡಿಕೊಡಲಾಗಿತ್ತು. ಅವರಿಗೆ ಒಬ್ಬನೇ ಮಗ ಉದಯ. ಎರಡನೇ ಮಗಳು ರುಕ್ಮಾ. ಅವರನ್ನು ಶಂಕರ ಮುಂಡ್ಕೂರು ಅವರಿಗೆ ಮದುವೆ ಮಾಡಿಕೊಡಲಾಗಿತ್ತು. ಅವರಿಗೆ ಇಬ್ಬರು ಗಂಡುಮಕ್ಕಳು ಸುಧೀರ್ ಹಾಗೂ ಗೋಪಿ. ಕುದ್ಮುಲ್ ಪಿಜ್ಜ ಅವರ ಮೂವರು ಹೆಣ್ಣುಮಕ್ಕಳಾದ ಲಲಿತಾಬಾಯಿ, ರಾಧಾಬಾಯಿ ಮತ್ತು ಶಾಂತಾಬಾಯಿ ವಿಶೇಷವಾದ ಸಾಧನೆಯನ್ನು ಮಾಡಿದರು.

ಲಲಿತಾ ಬಾಯಿ

1886ರಲ್ಲಿ ಜನಿಸಿದ ಲಲಿತಾಬಾಯಿ ಕುದ್ಮುಲ್ ಪಿಜ್ಜ ಅವರ ಹೆಣ್ಣುಮಕ್ಕಳಲ್ಲಿ ಹಿರಿಯವರು. 1859ರಲ್ಲಿ ಜನಿಸಿದ ಕುದ್ಮುಲ್ ಪಿಜ್ಜರಿಗೆ ಲಲಿತಾಬಾಯಿ ಹುಟ್ಟುವಾಗ ಬಹುಶಃ 27 ವರ್ಷ ವಯಸ್ಸಾಗಿರಬೇಕು. ಹಿರಿಯ ಮಗಳಾದ ಲಲಿತಾಬಾಯಿ ಕುದ್ಮುಲ್ ಪಿಜ್ಜರಿಗೆ ಬಹಳ ಆತ್ಮೀಯರಾಗಿದ್ದರು. ಅವರು ಸಾಮಾನ್ಯ ಕುಟುಂಬದಿಂದ ಬಂದಿದ್ದರೂ ಅದು ಚಿಂತನಶೀಲ, ದೂರಗಾಮಿ ಯೋಚನೆಯುಳ್ಳ ಕುಟುಂಬವಾಗಿತ್ತು. ಲಲಿತಾಬಾಯಿಯವರು ನೋಡಲು ಮಂದಸ್ಮಿತ ರೂಪ ಹೊಂದಿದ್ದು ಕಪ್ಪು ಬಣ್ಣದವರಾಗಿದ್ದರು. ಎಲ್ಲಕ್ಕಿಂತ ಹೆಚ್ಚಾಗಿ ಆಪ್ತ ಗುಣವುಳ್ಳವರಾಗಿದ್ದರೆಂದು ಹೇಳಲಾಗುತ್ತದೆ. ಅನೇಕ ವರದಿಗಳನ್ನು ನೋಡಿದರೆ ಅವರು ಎಲ್ಲರ ಪ್ರೀತಿಗೆ ಪಾತ್ರರಾಗಿದ್ದರು. ಬೌದ್ಧಿಕವಾಗಿ ಬುದ್ಧಿವಂತೆ ಮತ್ತು ಸ್ಪಷ್ಟವಾಗಿ ಅಭಿಪ್ರಾಯ ಹೇಳಬಲ್ಲವರಾಗಿದ್ದರು. ಅವರು ಚೆನ್ನಾಗಿ ಮಾತನಾಡುವವರಷ್ಟೇ ಅಲ್ಲದೆ ಬರೆಹಗಾರ್ತಿಯೂ ಆಗಿದ್ದರು.

ಕುದ್ಮುಲ್ ಪಿಜ್ಜ ಆರಂಭಿಸಿದ ಹರಿಜನ ಚಳವಳಿಯ ಪರಿಣಾಮವಾಗಿ ಅವರನ್ನು ಜಾತಿಯಿಂದ ಬಹಿಷ್ಕರಿಸಲಾಯಿತು. ಕುದ್ಮುಲ್ ಪಿಜ್ಜರ ಬದುಕಿನಲ್ಲಿ ಇದು ದೊಡ್ಡ ವ್ಯತ್ಯಾಸವನ್ನೇನೂ ಮಾಡಲಿಲ್ಲ. ಯಾಕೆಂದರೆ ಮಂಗಳೂರಿನಲ್ಲಿ ಆ ಕಾಲದಲ್ಲಿ

ಅಷ್ಟರಲ್ಲಿಯೇ ಬ್ರಹ್ಮ ಸಮಾಜದ ಪ್ರವರ್ತಕರಾಗಿ ಕುದ್ಮುಲ್ ಪಿಜ್ಜ ಸ್ಥಾನ ಪಡೆದಿದ್ದರು. ಕುದ್ಮುಲ್ ಪಿಜ್ಜರನ್ನು ಜಾತಿಯಿಂದ ಬಹಿಷ್ಕರಿಸಿದಾಗ ಕುಟುಂಬದವರೆಲ್ಲರೂ ಬ್ರಹ್ಮೋ ಎಂಬ ಹೆಸರನ್ನು ಪಡೆದರು. ಕುದ್ಮುಲ್ ಪಿಜ್ಜರ ಮಗಳು ಲಲಿತಾಬಾಯಿ ಕೂಡ ತನ್ನ ಬದುಕಿನ ಕೊನೆಯ ಕ್ಷಣದವರೆಗೂ ಬ್ರಹ್ಮಸಮಾಜದ ನಿಷ್ಠ ಅನುಯಾಯಿಯಾಗಿಯೇ ಉಳಿದರು.

ಕುದ್ಮುಲ್ ಪಿಜ್ಜ ಅವರು ಯಾವಾಗಲೂ ಮಹಿಳೆಯರ ವಿಮೋಚನೆಯ ಬಗ್ಗೆ ನಂಬಿಕೆಯನ್ನಿಟ್ಟುಕೊಂಡಿದ್ದರು ಮತ್ತು ತನ್ನ ಹೆಣ್ಮಕ್ಕಳ ವಿದ್ಯಾಭ್ಯಾಸಕ್ಕೂ ಪ್ರೋತ್ಸಾಹ ಕೊಟ್ಟರು. ಲಲಿತಾಬಾಯಿ ಹಾಗೂ ರಾಧಾಬಾಯಿಯವರನ್ನು ಬಾಲಕರ ಶಾಲೆಗೆ ಕಳುಹಿಸಿದರು. ಬಹುಶಃ ಮಂಗಳೂರಿನಲ್ಲಿ ಬಾಲಕರ ಶಾಲೆಗೆ ಪ್ರವೇಶ ಪಡೆದವರಲ್ಲಿ ಇವರೇ ಮೊದಲಿಗರಾಗಿರಬೇಕು. ಆದರೆ ಲಲಿತಾಬಾಯಿಯವರು ತಮ್ಮ ಇಂಟರ್‌ಮೀಡಿಯೇಟ್ ಶಿಕ್ಷಣವನ್ನು ಪೂರ್ತಿಗೊಳಿಸಲು ಆಗಲಿಲ್ಲ. ಯಾಕೆಂದರೆ ಕುದ್ಮುಲ್ ಪಿಜ್ಜ ಅವರನ್ನು 1904ರಲ್ಲಿ ದಿವಾನ್ ಬಹದ್ದೂರ್ ಎನ್.ಶಿವರಾವ್ ಅವರ ಮಗನಾದ ರಾವ್ ಬಹದ್ದೂರ್ ಎನ್.ಸುಬ್ಬರಾವ್ ಅವರಿಗೆ ಮದುವೆ ಮಾಡಿಕೊಟ್ಟರು.

ರಾವ್ ಬಹದ್ದೂರ್ ಹಾಗೂ ದಿವಾನ್ ಬಹದ್ದೂರ್ ಎನ್ನುವ ಪದವಿಗಳು ಬ್ರಿಟಿಷರು ಭಾರತದಲ್ಲಿದ್ದಾಗ ಕೊಡುತ್ತಿದ್ದ ಪದವಿಗಳು. ದೇಶಕ್ಕಾಗಿ ಮಾಡಿದ ವಿಧೇಯ ಸೇವೆ ಮತ್ತು ಚಟುವಟಿಕೆಗಳನ್ನು ಗಮನಿಸಿ ಹೀಗಿರುವ ಪದವಿಗಳನ್ನು ಕೊಡಲಾಗುತ್ತಿತ್ತು. ದಿವಾನ್ ಎಂದರೆ ಶಬ್ದಶಃ ಅರ್ಥ 'ಪ್ರಧಾನಿ'ಗೆ ಸಮಾನವಾದುದು, ಬಹದ್ದೂರ್ ಎಂದರೆ 'ಬಹಳ ಧೈರ್ಯಶಾಲಿ' ಎಂದರ್ಥ. ವಾಸ್ತವವಾಗಿ ಕುದ್ಮುಲ್ ಪಿಜ್ಜರಿಗೆ ಕೂಡ 'ದಿವಾನ್ ಬಹದ್ದೂರ್' ಎಂದು ಬ್ರಿಟಿಷರು ಹೇಳುತ್ತಿದ್ದರೂ ಅವರದನ್ನು ಬಳಸಿಕೊಳ್ಳುತ್ತಿರಲಿಲ್ಲ.

ದಿವಾನ್ ಬಹದ್ದೂರ್ ಎನ್ನುವ ಪದವಿಯು ರಾವ್ ಬಹದ್ದೂರ್ ಪದವಿಗಿಂತ ಉನ್ನತವಾದುದು. ಜನರು ರಾವ್ ಬಹದ್ದೂರ್ ಎನ್ನುವ ಪದವಿಯಿಂದ ದಿವಾನ್ ಬಹದ್ದೂರ್ ಪದವಿಗೆ ಭಡ್ತಿ ಹೊಂದುವುದನ್ನು ಔನ್ನತ್ಯವೆಂದು ತಿಳಿದಿದ್ದರು. ಎನ್. ಸುಬ್ಬರಾವ್ ಅವರಿಗೆ ಮೊದಲಿದ್ದ ಪದವಿ 'ರಾವ್ ಬಹದ್ದೂರ್' ಆಗಿತ್ತು. ಆ ನಂತರ ಮೇಲ್ದರ್ಜೆಗೆ ಭಡ್ತಿ ಹೊಂದಿ 'ದಿವಾನ್ ಬಹದ್ದೂರ್' ಪದವಿ ಬ್ರಿಟಿಷ್ ಸರಕಾರ ಅವರಿಗೆ ಕೊಟ್ಟಿತು. ದಿವಾನ್ ಬಹದ್ದೂರ್ ಶಿವರಾಯರು ಶ್ರೀಮಂತರಾಗಿದ್ದರು. ಆದರೆ ಕುದ್ಮುಲ್ ಪಿಜ್ಜ ಶ್ರೀಮಂತರಾಗಿರದಿದ್ದರೂ ಸುಬ್ಬರಾಯರಿಗೆ ಮಗಳನ್ನು ಕೊಟ್ಟರೆ ಸುಖ, ಸಂತೃಪ್ತ ಜೀವನ ನಡೆಸಬಹುದೆಂದು ಅವರು ಭಾವಿಸಿದ್ದರು. ಎನ್. ಸುಬ್ಬರಾಯರು ಮಂಗಳೂರಿನ ಸೆಂಟ್ರಲ್ ಕಾಲೇಜಿನ ಹಳೆ ವಿದ್ಯಾರ್ಥಿಯಾಗಿದ್ದರು. ಆ ಕಾಲೇಜು 1868ರಲ್ಲಿ ಪ್ರಾವಿನ್ಸಿಯಲ್ ಸ್ಕೂಲ್ ಎಂದು ಆರಂಭವಾಗಿದ್ದು

1878ರಲ್ಲಿ ಅದಕ್ಕೆ ಕಾಲೇಜಿನ ಸ್ಥಾನಮಾನ ಕೊಡಲಾಯಿತು ಮತ್ತು ಈಗ ಅದು 'ವಿಶ್ವವಿದ್ಯಾಲಯ ಕಾಲೇಜು' ಎಂಬ ಹೆಸರನ್ನು ಪಡೆದಿದೆ. ಸುಬ್ಬರಾವ್ ಅವರು ವಿಧುರನಾಗಿದ್ದರು. ಅವರ ಮೊದಲಿನ ಹೆಂಡತಿಯ ಹೆಸರು ದೇವಿ ಎಂದಾಗಿದ್ದು ಆ ಬಳಿಕ ಅವರಿಗೆ ತಾರಾ ಎಂದು ಹೆಸರಿಸಲಾಯಿತು. ಯಾಕೆಂದರೆ ಸಾರಸ್ವತರಲ್ಲಿ ಮದುವೆಯ ಸಂದರ್ಭದಲ್ಲಿ ಹೊಸ ಹೆಸರನ್ನು ಇಡುವ ಕ್ರಮವಿತ್ತು. ಸುಬ್ಬರಾಯರ ಹೆಂಡತಿ ತಾರಾ ಸಣ್ಣ ವಯಸ್ಸಿನಲ್ಲಿ ನಿಧನರಾದಾಗ ಪಾರ್ವತಿಬಾಯಿ, ಕೃಷ್ಣರಾವ್, ರಾಧಾಬಾಯಿ ಮತ್ತು ರಾಮರಾವ್ ಎಂಬ ನಾಲ್ಕು ಮಕ್ಕಳನ್ನು ಸುಬ್ಬರಾಯರಿಗೆ ಬಿಟ್ಟು ಹೋದರು. ಸುಬ್ಬರಾಯರು ಒಬ್ಬ ವಿಧುರ ಮತ್ತು ಮೊದಲ ಹೆಂಡತಿಯಲ್ಲಿ ನಾಲ್ಕು ಮಕ್ಕಳಿವೆಯೆಂದು ಗೊತ್ತಿದ್ದರೂ ಕೂಡ ಕುದ್ಮುಲ್ ಪಿಜ್ಜ ತನ್ನ ಮಗಳು ಲಲಿತಾಬಾಯಿಯ ಮೊದಲ ಮದುವೆಯನ್ನು ಸುಬ್ಬರಾವ್ ಜೊತೆಗೆ ಮಾಡಿಸಿದರು. ಇದಕ್ಕೆ ಒಂದು ಕಾರಣ, ಸುಬ್ಬರಾವ್ ಸಾಮಾಜಿಕ ಕಾರ್ಯಕರ್ತರಾಗಿದ್ದರು ಮತ್ತು ಕುದ್ಮುಲ್ ಪಿಜ್ಜ ಹೊಂದಿದ್ದ ತತ್ವ ಧೋರಣೆಗಳನ್ನೇ ಸುಬ್ಬರಾವ್ ಕೂಡ ಹೊಂದಿದ್ದರು. ಇನ್ನೊಂದು ಕಾರಣವೆಂದರೆ ಸುಬ್ಬರಾಯರದ್ದು ಶ್ರೀಮಂತ ಕುಟುಂಬವಾದ ಕಾರಣ ಅವರು ಹೆಣ್ಣಿನ ಕಡೆಯಿಂದ ಯಾವುದೇ ನಿರೀಕ್ಷೆ ಮಾಡಲಾರರು ಎಂಬುದಕ್ಕಾಗಿ.

ಹೀಗೆ 1904ರಲ್ಲಿ ಸುಬ್ಬರಾಯರು ಲಲಿತಾಬಾಯಿಯವರನ್ನು ಮದುವೆಯಾದರು. ಅವರು ಮದುವೆಯಾಗಿದ್ದು ಕೇವಲ ಲಲಿತಾಬಾಯಿಯವರನ್ನು ಮಾತ್ರವಲ್ಲ, ಸಾರಸ್ವತ ಕುಟುಂಬದಿಂದ ಬಹಿಷ್ಕರಿಸಲ್ಪಟ್ಟ ಕುಟುಂಬದ ಹೆಣ್ಣುಮಗಳನ್ನು. ಒಂದು ಮದುವೆಯ ಕಾರಣದಿಂದ ಅವರು ತಮ್ಮ ಮಾವ ಕುದ್ಮುಲ್ ಪಿಜ್ಜನ ಜೊತೆಗೆ ಸೇರಿಕೊಂಡು ಸಾಮಾಜಿಕ ಸುಧಾರಣೆಗಳನ್ನು ತನ್ನ ಮಾವನ ಆದರ್ಶಕ್ಕನುಗುಣವಾಗಿ ಮಾಡಿದರು. ಇದರ ಫಲವಾಗಿ ಸುಬ್ಬರಾಯರನ್ನು ಕೂಡ ಜಾತಿಯಿಂದ ಬಹಿಷ್ಕಾರ ಹಾಕಿದರು.

ಲಲಿತಾಬಾಯಿಯವರ ಮೊಮ್ಮಗಳು ತಾರಾ ಚಂದಾವರ್ಕರ್ ಹೇಳುವ ಮಾತು ಹೀಗಿದೆ: "ಅದೊಂದು ಕುಟುಂಬ ದೇವರಿಂದ ಆಶೀರ್ವಾದ ಪಡೆದ ಕುಟುಂಬ. ಆದರೆ ಅಜ್ಞಾನಿ ಮನುಷ್ಯರಿಂದ ಆಪಾದನೆಗೆ ಒಳಗಾದ ಕುಟುಂಬ. ಅಜ್ಞಾನಿಗಳಿಗೆ ಮನುಷ್ಯರ ಭ್ರಾತೃತ್ವ ತಿಳಿದಿರಲಿಲ್ಲ. ಲಲಿತಾಬಾಯಿ ಯುವ ಮದುಮಗಳಾಗಿ ಆ ಕುಟುಂಬದ ಸದಸ್ಯರಾದರು. ಶ್ರೀಮಂತ, ಆದರೆ ಸಂಪ್ರದಾಯನಿಷ್ಠ ಅಲ್ಲದಿರುವ, ಇಂಗ್ಲಿಷ್ ಮಾತನಾಡುವ ರಾವ್ ಬಹದ್ದೂರ್ ಎನ್.ಸುಬ್ಬರಾವ್ ಅವರ ಮನೆಗೆ ಲಲಿತಾಬಾಯಿ ಪ್ರವೇಶಿಸಿದರು." ಅವರ ಶ್ರೀಮಂತಿಕೆ ಮತ್ತು ಸ್ಥಾನಮಾನದ ಹೊರತಾಗಿಯೂ ತನ್ನ ಹೊಸ ಪರಿಸರದಲ್ಲಿ ಲಲಿತಾ ಬಾಯಿ ತನಗೆ ಗಂಡನಿಂದ ಬಹಳ ಬೆಂಬಲ ಇರುವುದನ್ನು ಕಂಡುಕೊಂಡರು. ಆದರೆ ಸಾರ್ವಜನಿಕರಿಂದ, ತನ್ನ ಸಮುದಾಯದಿಂದ, ಜಾತಿಯವರಿಂದ ಆಕೆ ಅನೇಕ ರೀತಿಯ

ಸಂಕಷ್ಟಗಳನ್ನು ಎದುರಿಸಬೇಕಾಯಿತು. ಅವರು ಮದುವೆಯಾದ ಆರಂಭದಲ್ಲಿಯೇ ಸಂಪ್ರದಾಯಬದ್ಧ ಜಾತಿಯ ಮಂದಿಯಿಂದ ಆಘಾತಗಳು, ಟೀಕೆಗಳು ಬಂದರೂ ಆಕೆ ಎಲ್ಲ ಸಂದರ್ಭಗಳಲ್ಲಿಯೂ ಸಮಚಿತ್ತತೆಯನ್ನು ಕಾಪಾಡಿಕೊಂಡರು.

ತಾವು ನಂಬಿಕೊಂಡು ಬಂದ ತತ್ವಕ್ಕನುಗುಣವಾಗಿ ಲಲಿತಾಬಾಯಿ ಮತ್ತು ರಾವ್ ಬಹದ್ದೂರ್ ಎನ್.ಸುಬ್ಬರಾವ್ ಅವರು ತಮ್ಮ ಮನೆಯ ಕೆಲಸಕ್ಕೆ ಬ್ರಾಹ್ಮಣೇತರನಾದ ಒಬ್ಬ ಪಂಚಮ ಸಮುದಾಯದ ಡ್ರೈವರನ್ನು ನೇಮಕ ಮಾಡಿಕೊಂಡರು. ಇವೆಲ್ಲವೂ ಕೂಡ ಆಗಿನ ಸಾರಸ್ವತ ಸಮಾಜದ ಹಳೆಯ ಸಾಂಪ್ರದಾಯಿಕ ಪದ್ಧತಿಗಳ ಸಂಪೂರ್ಣ ಉಲ್ಲಂಘನೆಯಾಗಿತ್ತು. ಹಾಗಾಗಿ ಅದು ಅವರ ಸಮುದಾಯದಲ್ಲಿ ದಿಗ್ಭ್ರಮೆ ಮತ್ತು ಅಲ್ಲೋಲಕಲ್ಲೋಲವನ್ನುಂಟು ಮಾಡಿತು. ಇಡೀ ಸಾರಸ್ವತ ಸಮಾಜವು ದೂಷಣೆಗೆ ಒಳಗಾಯಿತು.

ದಿವಾನ್ ಬಹದ್ದೂರ್ ಸುಬ್ಬರಾವ್ ಅವರು ಲಲಿತಾಬಾಯಿಯನ್ನು ಮದುವೆಯಾದ ಸಂದರ್ಭದಲ್ಲಿ ಅವರಿಗೆ ತಾಯಿಯಿಲ್ಲದ ನಾಲ್ಕು ಮಕ್ಕಳು ಜೊತೆಗಿದ್ದರು. ಲಲಿತಾಬಾಯಿ ಆ ಮಕ್ಕಳನ್ನು ತನ್ನದೇ ಮಕ್ಕಳೆಂಬಂತೆ ಪ್ರೀತಿಯಿಂದ ನೋಡಿಕೊಂಡು ಅಪಾರವಾದ ವಾತ್ಸಲ್ಯದಿಂದ ಸಾಕಿದರು. ಅವರು ಆ ನಾಲ್ಕು ಮಕ್ಕಳು ಹಾಗೂ ತನ್ನ ಸ್ವಂತ ಮಗನ ನಡುವೆ ಯಾವುದೇ ರೀತಿಯ ಭೇದಭಾವವನ್ನು ಪೋಷಣೆಯಲ್ಲಿ ಮಾಡಲಿಲ್ಲ. ಒಂದು ದೊಡ್ಡ ಕುಟುಂಬವನ್ನು ನೋಡಿಕೊಳ್ಳುವ ಜವಾಬ್ದಾರಿ ಇದ್ದಾಗಲೂ ಅವರು ಶಿವರಾವ್ ಅವರ ತಾಯಿಯಾದ ಬಳಿಕ ತಮ್ಮ ಇಂಟರ್‌ಮೀಡಿಯೇಟ್ ಶಿಕ್ಷಣ ಮುಗಿಸಿದರು.

ಲಲಿತಾಬಾಯಿಯವರ ಗಂಡ ಸುಬ್ಬರಾವ್ ಭಾರತದ ಸ್ವಾತಂತ್ರ್ಯಪೂರ್ವದಲ್ಲಿ ಮದ್ರಾಸ್ ಪ್ರೆಸಿಡೆನ್ಸಿಯಲ್ಲಿ ಡಿಸ್ಟ್ರಿಕ್ಟ್ ಮ್ಯಾಜಿಸ್ಟ್ರೇಟ್ ಆಗಿ ನೇಮಕಗೊಂಡರು. ಲಲಿತಾಬಾಯಿ ಮತ್ತು ದಿವಾನ್ ಬಹದ್ದೂರ್ ನಯಂಪಳ್ಳಿ ಸುಬ್ಬರಾವ್ ಅವರು ಮಂಗಳೂರಿನಲ್ಲಿ ಜನಪ್ರಿಯ ದಂಪತಿಯೆಂದು ಹೆಸರುವಾಸಿಯಾದರು. ಮಧ್ಯಮ ವರ್ಗದ ಸಾರಸ್ವತ ಕುಟುಂಬದ ಹಿನ್ನೆಲೆಯಿಂದ ಬಂದಿದ್ದರೂ ಅವರು ನೆಲೆಸಿದ್ದು ಪಾಶ್ಚಿಮಾತ್ಯ ಸಂಸ್ಕೃತಿಯ ಪ್ರಭಾವಕ್ಕೊಳಗಾದ ಕುಟುಂಬದಲ್ಲಿ. ಗಂಡನ ಕುಟುಂಬದ ರೀತಿನೀತಿ, ರಿವಾಜುಗಳು, ನಡವಳಿಕೆಗಳೆಲ್ಲವೂ ಅಪರಿಚಿತ ಮತ್ತು ಅನ್ಯವಾಗಿತ್ತಾದರೂ ಕೂಡ ಲಲಿತಾಬಾಯಿ ಆ ಮನೆಯ ನಡವಳಿಕೆಗಳನ್ನು ಅರಿತುಕೊಂಡು ಮನೆಗೆ ಬರುವ ಅತಿಥಿಗಳೆಲ್ಲರಿಗೂ ಒಳ್ಳೆಯ ಆತಿಥೇಯರಾದರು ಹಾಗೂ ಅನುಕೂಲಗಳನ್ನು ಮಾಡಿಕೊಟ್ಟು ಚೆನ್ನಾಗಿ ನೋಡಿಕೊಂಡರು.

ದಿವಾನ್ ಬಹದ್ದೂರ್ ಸುಬ್ಬರಾವ್ ಮತ್ತು ಮಡದಿ ಲಲಿತಾಬಾಯಿ ಆ ಕಾಲದಲ್ಲಿ ಮಂಗಳೂರಿನ ಪ್ರತಿಷ್ಠಿತ ನಾಗರಿಕರಾಗಿದ್ದರು. 'ಅವರ್ ಪೋರ್ಟ್ರೈಟ್

ಗ್ಯಾಲರಿ' ಎನ್ನುವುದರ ಉಲ್ಲೇಖದಲ್ಲಿ "ಈ ದಂಪತಿಗಳು ತಮ್ಮ ಅರಮನೆಯಂತಹ ಬಂಗಲೆಯಲ್ಲಿ ಮಂಗಳೂರಿನಲ್ಲಿ ಅಧಿಕಾರ ಪಡೆದ ಬಹುತೇಕ ಎಂದರೆ ಲಾರ್ಡ್ ಆಂಪ್ಟ್‌ಹಿಲ್, ಲಾರ್ಡ್ ವೆನ್ಲಾಕ್, ಸರ್ ಆರ್ಥರ್ ಲೌಲೆ, ಲಾರ್ಡ್ ವಿಲ್ಲಿಂಗ್ಟನ್ ಮತ್ತು ಲಾರ್ಡ್ ಗೋಶನ್ ಮುಂತಾದ ಗವರ್ನರರನ್ನು ಸತ್ಕರಿಸಿದರು. ಬ್ರಿಟಿಷ್ ಸಂದರ್ಶಕರಲ್ಲದೆ ಲಲಿತಾಬಾಯಿಯವರು ತಮ್ಮ ಮನೆಗೆ ಬರುವ ಯಾವುದೇ ಅತಿಥಿಯನ್ನಾದರೂ ತುಂಬ ಪ್ರೀತಿಯಿಂದ ಸ್ವಾಗತಿಸಿ ನೋಡಿಕೊಳ್ಳುತ್ತಿದ್ದರು" ಎಂಬ ಉಲ್ಲೇಖವಿದೆ. ಲಲಿತಾಬಾಯಿಯವರು ನಾಜೂಕಿನ ಪರಿಣಿತ ಶಿಕ್ಷಣದಿಂದ ತಮ್ಮ ಮನೆಗೆ ಬರುವ ಅತಿಥಿಗಳನ್ನು ನೋಡಿಕೊಳ್ಳುವಾಗ ಅವರ ಸಂಪತ್ತು, ಉದ್ಯೋಗ, ರಾಜಕೀಯ ನಂಬಿಕೆ ಇವೆಲ್ಲವನ್ನೂ ರಹಸ್ಯವಾಗಿ ತಿಳಿದುಕೊಂಡು ಅತಿಥಿಗಳನ್ನು ಸತ್ಕರಿಸುತ್ತಿದ್ದರು. ಆ ಮನೆಗೆ ಬೇರೆ ಬೇರೆ ಕಾಲಕ್ಕೆ ಬಂದ ದೊಡ್ಡ ವ್ಯಕ್ತಿಗಳು ಶ್ರೀಮತಿ ಗಾಂಧಿ, ಸರ್ ಪಿ.ರಾಜಗೋಪಾಲಾಚಾರಿ, ಡಾ.ರವೀಂದ್ರನಾಥ ಠಾಗೋರ್, ಎಫ್. ಎಸ್ ಮಾರ್ವಿನ್, ಸರ್.ಎನ್.ಜಿ.ಚಂದಾವರ್ಕರ್ ಮುಂತಾದವರಷ್ಟೇ ಅಲ್ಲದೆ ಬರುತ್ತಿದ್ದ ಬಹಳಷ್ಟು ಪ್ರತಿಷ್ಠಿತ ವ್ಯಕ್ತಿಗಳು ಲಲಿತಾಬಾಯಿಯವರ ಆತಿಥ್ಯವನ್ನು ಸಂತೋಷದಿಂದ ಸ್ವೀಕರಿಸುತ್ತಿದ್ದರು. ಲಲಿತಾಬಾಯಿಯವರು ಕೂಡ ಯಾವುದೇ ರೀತಿಯ ವರ್ಣ, ಜಾತಿ, ವರ್ಗ ವ್ಯತ್ಯಾಸವಿಲ್ಲದೆ ಅತಿಥಿಗಳನ್ನು ಸತ್ಕರಿಸುತ್ತಿದ್ದರು. ಅವರ ಸತ್ಕಾರದಲ್ಲಿ ಮತೀಯ ಹಾಗೂ ಜನಾಂಗೀಯ ನಿರ್ಬಂಧಗಳಿರುತ್ತಿರಲಿಲ್ಲ. ಶಿವಭಾಗ್‌ನಲ್ಲಿರುವ ಅವರ ಕುಟುಂಬದ ಮನೆಯ ಗೋಡೆಗಳಲ್ಲಿರುವ ಫಲಕಗಳಲ್ಲಿ ಬಂದಂತಹ ಮಹನೀಯರ ಚಿತ್ರ ಕೆತ್ತಲಾಗಿತ್ತು. ಆದರೆ ದುರದೃಷ್ಟವಶಾತ್ ಆ ಮನೆ ಇವತ್ತು ಅಸ್ತಿತ್ವದಲ್ಲಿಲ್ಲ.

ಲಲಿತಾಬಾಯಿಯವರು ಉನ್ನತ ಶಿಕ್ಷಣವಿಲ್ಲದಿದ್ದರೂ ಮಂಗಳೂರು ಮುನ್ಸಿಪಲ್ ಕೌನ್ಸಿಲ್‌ಗೆ ಒಬ್ಬ ಕೌನ್ಸಿಲರ್ ಆಗಿ ಆಯ್ಕೆಯಾದರು. ಮಂಗಳೂರು ಮುನ್ಸಿಪಲ್ ಕೌನ್ಸಿಲ್‌ಗೆ ಆಯ್ಕೆಯಾದ ಮೊತ್ತಮೊದಲ ಮಹಿಳೆ ಲಲಿತಾಬಾಯಿ. ಆ ಅವಕಾಶವನ್ನು ಬಳಸಿಕೊಂಡು ಅವರು ಶೈಕ್ಷಣಿಕ ಸಂಸ್ಥೆಗಳಿಗೆ ಮತ್ತು ಸಾಮಾಜಿಕ ಸೇವೆ ಮಾಡುವ ಸಂಸ್ಥೆಗಳಿಗೆ ವಿಶೇಷ ಸಹಾಯವನ್ನು ಮಾಡಿದರು. ತಂದೆ ಮತ್ತು ಗಂಡನ ನಿರಂತರ ಬೆಂಬಲ, ಸಹಾಯ ಮತ್ತು ಮಾರ್ಗದರ್ಶನ ಇವೆಲ್ಲವೂ ಅವರಿಗೆ ಶಕ್ತಿಯನ್ನು ಕೊಟ್ಟವು. ಮಂಗಳೂರಿನ ಹಿರಿಯರು ಲಲಿತಾಬಾಯಿ ಅವರಿಗೆ ವಿಶೇಷವಾದ ಗೌರವವನ್ನು ಕೊಡಬೇಕಾಗಿದೆ. ಸಾಂಪ್ರದಾಯಿಕವಾದ ಶಿಕ್ಷಣವಿಲ್ಲದಿದ್ದರೂ ಕೂಡ ಲಲಿತಾಬಾಯಿಯವರಿಗೆ ಸುಂದರವಾದ ಬರವಣಿಗೆಯ ಶಕ್ತಿಯಿತ್ತು. ಓದು ಅವರ ಪ್ರಿಯವಾದ ಹವ್ಯಾಸವಾಗಿತ್ತು. ತಮ್ಮ ಬದುಕಿನ ಕೊನೆಯ ದಿನಗಳವರೆಗೂ "ದಿ ಬುಕ್ ಆಫ್ ಡೈಲಿ ಸ್ಟ್ರೆಂಥ್' ಎನ್ನುವುದು ಅವರ ದಿನನಿತ್ಯದ ಸಹಪಾಠಿಯಾಗಿತ್ತು. ದಿವಾನ್ ಬಹದ್ದೂರ್ ಸುಬ್ಬರಾವ್ ಮತ್ತು ಲಲಿತಾಬಾಯಿಯವರು ಡೆಲ್ಲಿಯಲ್ಲಿ

1911ರಲ್ಲಿ ಡೆಲ್ಲಿ ದರ್ಬಾರಿಗೆ ಆಹ್ವಾನಿತರಾಗಿದ್ದರು. ಆಗ ಡೆಲ್ಲಿಯಿಂದ ಅವರು ತಮ್ಮ ತಂದೆ ಕುದ್ಮುಲ್ ಪಿಜ್ಜರಿಗೆ ಬರೆದ ಪತ್ರ ಈ ರೀತಿಯಿದೆ:

ಮದ್ರಾಸ್ ಪ್ರೊವಿನ್ಸಿಯಲ್ ಕ್ಯಾಂಪ್
ಕೊರೊನೇಷನ್ ದರ್ಬಾರ್
ದೆಹಲಿ

5 ದಶಂಬರ 1911
ಟೆಂಟ್ ಸಂಖ್ಯೆ14

ಪ್ರಿಯ ಪಪ್ಪ

ನನಗೆ ಈಗ ಎಷ್ಟು ಚಳಿಯಾಗುತ್ತಿದೆಯೆಂದರೆ ನನ್ನ ಕೈ ಸರಾಗವಾಗಿ ಚಲಿಸುತ್ತಿಲ್ಲ. ಆದ್ದರಿಂದ ಈ ರೀತಿ ಬರೆಯುತ್ತಿದ್ದೇನೆ. ನಾನು ಸ್ವಲ್ಪವೇ ಬರೆದಾಗ ಇದಕ್ಕಿಂತ ಚೆನ್ನಾಗಿ ಬರೆಯಬಲ್ಲೆ.

ನಾವು ಬರೋಡದಿಂದ 2ನೇ ತಾರೀಕು ಸಂಜೆ 6.55ಕ್ಕೆ ಹೊರಟೆವು. ಇಲ್ಲಿಗೆ 3ನೇ ತಾರೀಕು ಬೆಳಗ್ಗೆ 7 ಗಂಟೆಗೆ ತಲುಪಿದೆವು.ನಮ್ಮ ಪ್ರಯಾಣ ಬಹಳವೇನೂ ಆಸಕ್ತಿದಾಯಕ ಆಗಿರಲಿಲ್ಲ. ಹೊರಗಿನ ದೃಶ್ಯಾವಳಿಯೂ ಸುಂದರವಾಗಿರಲಿಲ್ಲ. ದೆಹಲಿ ತಲುಪುವಾಗ ರಾತ್ರಿಯಾದುದರಿಂದ ಕೊನೆಮುಟ್ಟಿದ್ದು ಗೊತ್ತಾಗಲಿಲ್ಲ.

ನಮಗೆ ಪ್ರತಿಯೊಬ್ಬರಿಗೆ ಎರಡು ವಿಶಾಲವಾದ ಕೋಣೆಗಳು ಮತ್ತು ಸುತ್ತಲೂ ನಾಲ್ಕು ಅಡಿ ಅಗಲದ ವೆರಾಂಡವುಳ್ಳ ಒಂದು ಟೆಂಟ್‌ನ್ನು ಒದಗಿಸಿದ್ದಾರೆ. ಅದರಲ್ಲಿ ಕಬ್ಬಿಣದ ಶೀಟ್‌ಗಳಿಂದ ಬೇರ್ಪಡಿಸಿದ ಪ್ರತ್ಯೇಕ ಅಡುಗೆ ಕೋಣೆಗಳು ಇವೆ..ಈ ಟೆಂಟ್ ನೊಳಗೆ ಪೀಠೋಪಕರಣಗಳು, ಸ್ಟೇಷನರಿ ಸಾಮಗ್ರಿಗಳು ಮುಂತಾದವುಗಳನ್ನು ಒದಗಿಸಿದ್ದಾರೆ. (ಇದರ ಒಳಗೆ ಎಂಟು ವಿದ್ಯುತ್ ಬಲ್ಬ್‌ಗಳು ಇವೆ.). ಇಬ್ಬರು ಅತಿಥಿಗಳಿಗೆ ಒಂದರಂತೆ ಮದ್ರಾಸ್ ಪ್ರೆಸಿಡೆನ್ಸಿಯ ಅತಿಥಿಗಳಿಗೆ ಹತ್ತು ಮೋಟಾರು ಕಾರ್‌ಗಳು ಇವೆ. ಕಾರ್‌ಗಳು ಸಂಪೂರ್ಣವಾಗಿ ನಮ್ಮ ವಶದಲ್ಲೇ ಇರುವಾಗ ನಾವು ಬೆಳಗ್ಗೆ ಮತ್ತು ಸಂಜೆ ಕಾರಿನಲ್ಲಿ ಪ್ರಯಾಣಿಸುತ್ತಿದ್ದೇವೆ . ಪ್ರತಿಯೊಂದು ಕ್ಯಾಂಪ್‌ಗೆ ಒಂದು ಸರ್ವಸರಕಿನ ಬಜಾರ್ ಇದೆ.

ಅದರಲ್ಲಿ ನಮಗೆ ಬೇಕಾದ ಎಲ್ಲಾ ವಸ್ತುಗಳು – ಒಳ್ಳೆಯ ಹಾಲು, ಸೊಗಸಾದ ತುಪ್ಪ ಮತ್ತು ಎಲ್ಲಾ ಬಗೆಯ ತರಕಾರಿಗಳು ಸಿಗುತ್ತವೆ. ಅವೇನೂ ಬಹಳ ತುಟ್ಟಿಯಾಗಿಲ್ಲ .

ನಾನು ದೆಹಲಿಯ ಬಗ್ಗೆ ಬರೆಯುತ್ತಾ ಹೋದರೆ, ಬಹುಶಃ ಇಡೀ ದಿನ ಬರೆಯಬಹುದು. ಹಿಂದಿರುಗಿ ಬಂದ ಬಳಿಕ ನಾನು ಎಲ್ಲಾ ಮಾಹಿತಿಯನ್ನು ಕೊಡುತ್ತೇನೆ. ನಮ್ಮ ಬಗೆಗಿನ ಸಾಮಾನ್ಯ ಸುದ್ದಿಯನ್ನಷ್ಟೇ ಒಮ್ಮೊಮ್ಮೆ ಪತ್ರದಲ್ಲಿ ಬರೆಯುತ್ತೇನೆ. ಇವತ್ತು ಬೆಳಗ್ಗೆ ನಾವು ಇಲ್ಲಿಂದ ಹತ್ತು ಮೈಲು ದೂರದಲ್ಲಿ ಇರುವ ಕುತುಬ್ ಮಿನಾರ್‌ಗೆ ಹೋದೆವು. ಅಲ್ಲಿನ ಸ್ತಂಭವನ್ನು ಹತ್ತಲು 374 ಮೆಟ್ಟಿಲುಗಳು ಇವೆ. ನಾವು ಅದರ ತುತ್ತತುದಿಗೆ ಏರಿದೆವು. ಅಲ್ಲಿಂದ ನಾವು ನೋಡಿದ ವಿಸ್ತಾರವಾದ ದೃಶ್ಯಾವಳಿ ಅತ್ಯದ್ಭುತವಾಗಿತ್ತು. ನಮ್ಮ ಗೈಡ್ ನಮಗೆ ಪೃಥ್ವಿರಾಜನ ಹಳೆಯ ಕೋಟೆಯಿದ್ದ, ಹಿಂದೆ ಹಸ್ತಿನಾಪುರ ಎಂದು ಕರೆಯಲಾಗುತ್ತಿದ್ದ ಸ್ಥಳವನ್ನು ತೋರಿಸಿದನು. ಸುತ್ತಲೂ ಮೈಲುಗಟ್ಟಲೆ ದೂರದಲ್ಲಿ ಹಳೆಯ ಸ್ಮಾರಕಗಳು, ಕಟ್ಟಡಗಳು, ಕೋಟೆಗಳು ಮತ್ತು ದೇವಾಲಯದ ಪಾಳುಬಿದ್ದ ಅವಶೇಷಗಳು ಕಾಣಿಸುತ್ತಿದ್ದುವು. ಪೃಥ್ವಿರಾಜನ ಒಂದು ಕಬ್ಬಿಣದ ಸ್ತಂಭ ಮತ್ತು ಅದರ ಹಿಂದಿನ ದೇವಾಲಯದ ಪಾರ್ಶ್ವಿಕ ನೋಟದ ಒಂದು ಫೋಟೋವನ್ನು ನಾನು ಕ್ಲಿಕ್ಕಿಸಿದೆನು. ಅದು ಹೇಗೆ ಬಂದಿರುತ್ತದೆ ಎಂದು ಗೊತ್ತಿಲ್ಲ. ಅಲ್ಲಿಂದ ನಾವು ತಾಜ್ ಮಹಲ್‌ನ ಅನುಕರಣೆಯಂತಿರುವ, ಕಲ್ಲಿನಲ್ಲಿ ಕಟ್ಟಿರುವ ಇನ್ನೊಂದು ಗೋರಿಯ ಕಡೆಗೆ ಪಯಣ ಬೆಳೆಸಿದೆವು

ನೀವು ಯಾರೂ ಯಾಕೆ ನನಗೆ ಪತ್ರ ಬರೆಯುತ್ತಿಲ್ಲ? ಶಿವರಾವ್ ಮತ್ತು ಉಳಿದವರು ಕಾರವಾರಕ್ಕೆ ಹೋಗಿದ್ದಾರೆಯೇ? ದೆಹಲಿ ಯಲ್ಲಿ ವಿಶೇಷವಾಗಿ ಮುಂಜಾನೆ ಮತ್ತು ರಾತ್ರಿ ಬಹಳ ಚಳಿ ಇರುತ್ತದೆ. ಇಲ್ಲಿನ ಸಾಧಾರಣ ಉಷ್ಣತೆ 41 ಡಿಗ್ರಿ ಫ್ಯಾರನ್‌ಹೈಟ್. ಇಲ್ಲಿನ ಚಳಿಯು ಊಟಿಯ ಚಳಿಯಷ್ಟು ಹಿತಕಾರಿಯಾಗಿಲ್ಲ. ಇದು ಮೈ ಕೊರೆಯುವ ಚಳಿ. ನನ್ನ ಚರ್ಮವು ಮುದುಡಿ ಕಾಲಿಗೆ ಬಂದಂತೆ ಅನಿಸುತ್ತದೆ. ನನ್ನ ಈ ಬಾಲಿಶ ಪತ್ರವನ್ನು ನೀನು ನಿನ್ನ ಯಾವುದೇ ಸ್ನೇಹಿತರಿಗೆ ತೋರಿಸುವುದಿಲ್ಲ ಎಂದು ಭಾವಿಸುತ್ತೇನೆ

ನೀನು ಮುಂಬಯಿಯ ಐದಾರು ಅಂತಸ್ತಿನ ಕಟ್ಟಡಗಳ ಬಗ್ಗೆ ಹೇಳಬಹುದು. ಅಲ್ಲಿನ ಎಲೆಕ್ಟ್ರಿಕ್ ಟ್ರಾಮ್ ಕಾರ್‌ಗಳು, ದೊಡ್ಡ ಕಟ್ಟಡಗಳು ಇತ್ಯಾದಿಗಳ ಬಗ್ಗೆ.

ದರ್ಬಾರ್ ಕ್ಯಾಂಪ್ ಬಹಳ ಭವ್ಯವಾಗಿದೆ. ಅದು ನಮ್ಮ ಸರಕಾರದ ಸಂಘಟನಾ ಶಕ್ತಿಯ ಹಿರಿಮೆಯನ್ನು ಬಿಂಬಿಸುತ್ತದೆ. ಅದರಲ್ಲಿ ಪ್ರತಿಯೊಂದು ಪ್ರಾಂತ್ಯಕ್ಕೂ ಅದರದ್ದೇ ಆದ ಪ್ರಾವಿನ್ಸಿಯಲ್ ಕ್ಯಾಂಪ್ ಇದೆ. ಪ್ರತಿಯೊಬ್ಬ ಗವರ್ನರ್ ಮತ್ತು ಅವರ ಅತಿಥಿಗಳಿಗೆ ಗವರ್ನರರ ಕ್ಯಾಂಪ್ ಇದೆ. ಮತ್ತೆ ಮುಖ್ಯಸ್ಥರ ಕ್ಯಾಂಪ್‌ಗಳು ಇವೆ. ರಾಜನ ಕ್ಯಾಂಪ್ ಇದೆ.

ಗವರ್ನರ್ ಅವರ, ಮುಖ್ಯಸ್ಥರ ಮತ್ತು ರಾಜನ ಕ್ಯಾಂಪ್ ಎಷ್ಟು ಭವ್ಯವಾಗಿವೆ ಎಂದು ನಾನು ನಿನಗೆ ವರ್ಣಿಸಲಾರೆ. ದೆಹಲಿಯು ಸಮತಟ್ಟಾದ ಬಯಲು ಪ್ರದೇಶವಾಗಿ ಇರುವುದರಿಂದ, ಈ ಎಲ್ಲಾ ಟೆಂಟ್‌ಗಳು ಬಹಳ ಸುಂದರವಾದ ವಿದ್ಯುತ್ ದೀಪಗಳಿಂದ ಉಜ್ವಲವಾಗಿ ಬೆಳಗಿದಾಗ ಸಮತಟ್ಟಾದ ಈ ನಗರದ ಸೌಂದರ್ಯವನ್ನು ವರ್ಣಿಸಲು ನನ್ನಲ್ಲಿ ಪದಗಳೇ ಉಳಿದಿಲ್ಲ. ನಾವು ಸಂಜೆಯ ಹೊತ್ತು ಕಾರಿನಲ್ಲಿ ಟೆಂಟ್‌ಗಳ ಬಳಿ ಬರುವಾಗ ಅಲ್ಲಿ ಹೊಳೆಯುವ ದೀಪಗಳ ಸೌಂದರ್ಯ ದೃಶ್ಯ ನಯನ ಮನೋಹರ.

ಮನುಷ್ಯರ ಸಂಕಷ್ಟ, ಬಡತನ, ಅಸಹಾಯಕತೆ ಎಲ್ಲವೂ ಈ ಪಟ್ಟಣದ ಜನಸಮುದಾಯದಲ್ಲಿ ತುಂಬಿದೆ. ಆದರೆ ಇಲ್ಲಿನ ಕ್ಯಾಂಪ್‌ಗಳಲ್ಲಿ ಅವು ಕಾಣಿಸುವುದಿಲ್ಲ. ಇಲ್ಲಿ ದರ್ಬಾರ್‌ಗಾಗಿ ರಸ್ತೆಗಳನ್ನು, ರೈಲು ಮಾರ್ಗಗಳನ್ನು, ರೈಲ್ವೆ ಸ್ಟೇಷನ್‌ಗಳನ್ನು ಹೊಸತಾಗಿ ಮಾಡಲಾಗಿದೆ. ಇಲ್ಲಿ ಟೆಂಟ್‌ಗಳನ್ನು ಮಾಡಲು ಬಳಸಿದ ಜಾಗ ಕೃಷಿ ಭೂಮಿಯೆಂದು ಕಾಣಿಸುತ್ತದೆ. ಕಳೆದ ಎರಡು ಮೂರು ತಿಂಗಳುಗಳಿಂದ ನಡೆಯುತ್ತಿದ್ದ ಟೆಂಟ್‌ಗಳ ನಿರ್ಮಾಣದ ಕೆಲಸದಿಂದಾಗಿ, ಕೃಷಿಯ ಕೆಲಸ ನಿಂತುಹೋಗಿರಬೇಕು.

ಇದರಿಂದಾಗಿ ಈಗಾಗಲೇ ಇರುವ ಬರಗಾಲವು ಇನ್ನಷ್ಟು ಉಲ್ಬಣವಾಗುತ್ತದೆಯೋ ಅಥವಾ ಈಗಾಗಲೇ ಉಲ್ಬಣವಾಗಿದೆಯೋ ನನಗೆ ಗೊತ್ತಿಲ್ಲ.

ಈಗ ರಾತ್ರಿಯ ಸಮಯ. ಚಳಿ ವಿಪರೀತ ಆಗುತ್ತಿದೆ. ಬರಹವನ್ನು ನಾನು ಇಲ್ಲಿಗೆ ನಿಲ್ಲಿಸುತ್ತಿದ್ದೇನೆ.

ಅಂದಹಾಗೆ ನಾನು ಇವತ್ತು ಬರೋಡದ ರಾಜಕುಮಾರಿಯನ್ನು ನೋಡಿದೆ. ಅವಳು ಅಚ್ಚ ಶ್ವೇತವರ್ಣದವಳಾಗಿದ್ದು ಬಹಳ ಸ್ಫುರದ್ರೂಪಿಯಾಗಿದ್ದಾಳೆ. ಅವಳನ್ನು ಗ್ವಾಲಿಯರ್ ಮಹಾರಾಜನ ಎರಡನೆಯ ಪತ್ನಿಯನ್ನಾಗಿ ನೇಮಿಸಿರುವುದನ್ನು ಯೋಚಿಸಲೂ ಆಗುವುದಿಲ್ಲ. ಅವಳೊಂದು ಅಮೂಲ್ಯ ರತ್ನ. ಅವಳ ಮುಗ್ಧ ಮುಖದಲ್ಲಿ ಎಲ್ಲ ಬಗೆಯ ಸದ್ಗುಣಗಳು ಕಾಣಿಸುತ್ತವೆ. ನೀನು ಈ ವಿಷಯವನ್ನು 'ಇಂಡಿಯನ್ ಸೋಷಿಯಲ್ ರಿಫಾರ್ಮ್'ನಲ್ಲಿ ಓದಿರಬಹುದು.

ಪ್ರೀತಿಯಿಂದ
ನಿನ್ನ
ಲಲಿತಾ

ಎಷ್ಟೇ ಅಸ್ಪಷ್ಟವಾಗಿಯಾದರೂ ಸರಿ, ದಯವಿಟ್ಟು ಒಂದು ಪೋಸ್ಟ್ ಕಾರ್ಡ್ ನಲ್ಲಾದರೂ ಬರೆ. ನಿನ್ನಿಂದ ಪತ್ರ ಬಂದದ್ದು ನಮಗೆ ಸಂತೋಷವಾಯಿತು.

ಲಲಿತಾಬಾಯಿ ಮತ್ತು ಅವರ ಕುಟುಂಬದವರೆಲ್ಲರೂ ಎಲ್ಲಾ ಧರ್ಮಗಳನ್ನು ಸಮಾನವಾಗಿ ಗೌರವಿಸಿದರು ಹಾಗೂ ಅವರು ದೇವರನ್ನು ಒಂದು ಇಗರ್ಜಿಯಲ್ಲಿ, ಮಸೀದಿಯಲ್ಲಿ ಅಥವಾ ದೇವಸ್ಥಾನದಲ್ಲಿ ಎಲ್ಲಿ ಬೇಕಾದರೂ ಪೂಜಿಸಬಹುದು ಎಂದು ನಂಬಿದ್ದರು. ಲಲಿತಾಬಾಯಿ ಮತ್ತು ರಾವ್ ಬಹದ್ದೂರ್ ಎನ್.ಸುಬ್ಬರಾವ್ ಅವರು ಮದುವೆಯಾಗಿ ಸುಮಾರು ಮೂವತ್ತು ವರ್ಷಗಳ ಕಾಲ ದಾಂಪತ್ಯ ಜೀವನ ನಡೆಸಿದರು. ಸುಬ್ಬರಾವ್ ಅವರು 1934ರಲ್ಲಿ ಮದ್ರಾಸಿನಲ್ಲಿ ಡಯಾಬಿಟಿಸ್ ಕಾಯಿಲೆಯ ಯಾವುದೋ ಸಮಸ್ಯೆಯಿಂದ ನಿಧನ ಹೊಂದಿದರು. ಲಲಿತಾಬಾಯಿಯವರು ಮಂಗಳೂರಿನ ಶಿವಭಾಗ್‌ನಲ್ಲಿ 1949ರಲ್ಲಿ ನಿಧನರಾದರು. ಅದೇ ವರ್ಷ ಶಿವರಾಯರ ಕಿರಿಯ ಮಗ ಸುಬ್ಬನ್ ಜನಿಸಿದ್ದು.

ಸುಬ್ಬರಾವ್ ಮತ್ತು ಲಲಿತಾಬಾಯಿಯವರ ಕುಟುಂಬ

ಸುಬ್ಬರಾವ್ ಮತ್ತು ಲಲಿತಾಬಾಯಿಯವರ ಕುಟುಂಬದ ಹಿರಿಯ ಮಗ ಎನ್.ಕೃಷ್ಣರಾವ್ 19 ವರ್ಷ ವಯಸ್ಸಿನವರಾಗಿದ್ದಾಗಲೇ ಟೈಫಾಯ್ಡ್‌ನಿಂದ ನಿಧನರಾದರು. ಅವರ ಹೆಂಡತಿ ಕಮಲಾ ಸಣ್ಣ ವಯಸ್ಸಿನಲ್ಲೇ ವಿಧವೆಯಾದವರು. ಮರುಮದುವೆಯಾದಾಗ ಅವರ ಹೆಸರು ಕಮಲಾದೇವಿ ಚಟ್ಟೋಪಾಧ್ಯಾಯ ಎಂದಾಯಿತು. ಕಮಲಾದೇವಿ ಚಟ್ಟೋಪಾಧ್ಯಾಯರು ಭಾರತದ ಸ್ವಾತಂತ್ರ್ಯ ಸಂಗ್ರಾಮದ ಆರಂಭದಲ್ಲಿಯೇ ಸ್ವಾತಂತ್ರ್ಯ ಹೋರಾಟಗಾರ್ತಿಯಾಗಿದ್ದರು. ಮತ್ತು ಅವರಿಗೆ ಆ ಕಾಲದ ಬ್ರಿಟಿಷ್ ಸರಕಾರ ರಾಯಭಾರಿಯ ಒಂದು ರಾಜ್ಯದ ಗವರ್ನರ್ ಹುದ್ದೆಯನ್ನು ಕೊಟ್ಟು ಆಹ್ವಾನಿಸಿದಾಗ ಅವರು ಅದನ್ನು ನಿರಾಕರಿಸಿದರು. ಅದರ ಬದಲಾಗಿ ಅವರು ಭಾರತೀಯ ಸಹಕಾರಿ ಯೂನಿಯನ್ ಅನ್ನು ಸ್ಥಾಪನೆ ಮಾಡಿದರು. ಅದರಲ್ಲಿ ಅವರು ಉತ್ತರ ಭಾರತದ ನಿರಾಶ್ರಿತರಿಗೆ ಆಶ್ರಯವನ್ನು ಕಲ್ಪಿಸುವುದಕ್ಕಾಗಿ ದುಡಿದರು. 1950ರ ಬಳಿಕ ಅವರು ಅಖಿಲ ಭಾರತ ಕರಕುಶಲಗಳ ಬೋರ್ಡ್ "ಆಲ್ ಇಂಡಿಯಾ ಹ್ಯಾಂಡಿಕ್ರಾಫ್ಟ್ ಬೋರ್ಡ್" ಸ್ಥಾಪಿಸಿ ಸುಮಾರು ಇಪ್ಪತ್ತು ವರ್ಷಗಳ ಕಾಲ ಅದರ ಮುಖ್ಯಸ್ಥೆಯಾಗಿದ್ದರು.

“ಭಾರತೀಯ ಗುಡಿಕೈಗಾರಿಕೆಗಳು ಈಗಲೂ ಉಳಿದಿದ್ದರೆ, ರಾಷ್ಟ್ರೀಯ ಮತ್ತು ಅಂತಾರಾಷ್ಟ್ರೀಯ ಮಟ್ಟದಲ್ಲಿ ಸ್ಥಾನ ಪಡೆದಿದ್ದರೆ ಅದರ ಹಿಂದೆ ಕಮಲಾದೇವಿ ಚಟ್ಟೋಪಾಧ್ಯಾಯ ಅವರು ಒಬ್ಬರೇ ಕಾರಣ.” ಎಂದು ರಾಮಚಂದ್ರ ಗುಹಾ ಅವರು ಕಮಲಾದೇವಿ ಚಟ್ಟೋಪಾಧ್ಯಾಯರ ಬಗ್ಗೆ ಬರೆಯುತ್ತಾರೆ. ಅವರು ಇತರ ಸಂಸ್ಥೆಗಳನ್ನು ಸ್ಥಾಪಿಸಲು ಸಹಾಯ ಮಾಡಿದರು. ಅವುಗಳಲ್ಲಿ ಪ್ರಸಿದ್ಧವಾದವುಗಳು ರಾಷ್ಟ್ರೀಯ ನಾಟಕಶಾಲೆ (ನ್ಯಾಷನಲ್ ಸ್ಕೂಲ್ ಆಪ್ ಡ್ರಾಮಾ), ಸಂಗೀತ ನಾಟಕ ಅಕಾಡೆಮಿ ಮತ್ತು ಇಂಡಿಯಾ ಇಂಟರ್‌ನ್ಯಾಷನಲ್ ಸೆಂಟರ್.

ಸುಬ್ಬರಾವ್ ಮತ್ತು ಲಲಿತಾಬಾಯಿಯವರ ಎರಡನೇ ಮಗ ರಾಮರಾವ್. ಅವರು ಯಮುನಾ ಹಟ್ಟಿಕುದ್ರು ಅವರನ್ನು ವಿವಾಹವಾದರು. ರಾಮರಾವ್ ಭಾರತದಲ್ಲಿ ವಕೀಲರಾಗಲು ಅರ್ಹರಾಗಿದ್ದರು. ಅವರ ತಂದೆ ಸುಬ್ಬರಾವ್ ತನ್ನ ಮಗನನ್ನು ಕಾನೂನು ಶಿಕ್ಷಣಕ್ಕಾಗಿ ಇಂಗ್ಲೆಂಡ್‌ಗೆ ಕಳುಹಿಸಲು ಬಯಸಿದ್ದರು. ಆದರೆ ರಾಮರಾವ್ ಹಠಮಾರಿಯಂತೆ ಭಾರತವನ್ನು ಆಳುತ್ತಿರುವ ಬ್ರಿಟಿಷರ ರಾಜ್ಯ ಇಂಗ್ಲೆಂಡ್‌ಗೆ ತಾನು ಹೋಗುವುದಿಲ್ಲವೆಂದು ನಿರಾಕರಿಸಿ ವಕೀಲವೃತ್ತಿಯನ್ನು ಮುಂದುವರಿಸದೆ ಕೃಷಿಕರಾದರು. ಶಿವಭಾಗಿನ ಸುತ್ತಮುತ್ತ ಜಾಗ ನೋಡಿ ಕೃಷಿ ಮಾಡಿದರು. ರಾಮರಾವ್ ಅವರು ದಕ್ಷಿಣಕನ್ನಡ ಜಿಲ್ಲೆಯಲ್ಲಿ ಭತ್ತದ ಬೆಳೆಗೆ ಜಪಾನ್ ಮಾದರಿಯನ್ನು ಅನುಸರಿಸಿದ ಮೊದಲ ಕೃಷಿಕ. ಒಂದು ಎಕರೆಯಲ್ಲಿ ಹೆಚ್ಚಿನ ಉತ್ಪತ್ತಿ ಬೆಳೆಯಲು ಈ ತಂತ್ರಜ್ಞಾನ ಸಹಕಾರಿಯಾಯಿತು.

ರಾಮರಾವ್ ಅವರಿಗೆ ತಾರಾ, ಶಾಂತಾ ಎಂಬ ಇಬ್ಬರು ಹೆಣ್ಣುಮಕ್ಕಳು. ತಾರಾ ಅವರು ನಾರಾಯಣ ಚಂದಾವರ್ಕರ್ ಅವರನ್ನು ಮದುವೆಯಾದರು. ನಾರಾಯಣ ಚಂದಾವರ್ಕರ್ ಕೌಶಲವುಳ್ಳ ಆರ್ಕಿಟೆಕ್ಟ್ ಎಂದರೆ ವಾಸ್ತುಶಿಲ್ಪಿಯಾಗಿದ್ದು ತನ್ನದೇ ಆದ ಕಂಪೆನಿಯನ್ನು ಆರಂಭಿಸಿದರು. ನಾರಾಯಣ ಚಂದಾವರ್ಕರ್ ಅವರು 1963ನೇ ಇಸವಿಯಲ್ಲಿ ತಮ್ಮ 39ನೇ ವಯಸ್ಸಿನಲ್ಲಿ ನಿಧನರಾಗಿ ಪತ್ನಿ ಮತ್ತು ನಾಲ್ಕು ಎಳೆಯ ಮಕ್ಕಳನ್ನು ಬಿಟ್ಟು ಹೋದಾಗ, ಮಡದಿ ತಾರಾ ಮಕ್ಕಳ ಜವಾಬ್ದಾರಿ ವಹಿಸಿಕೊಂಡರು. ಗಂಡ ಆರಂಭಿಸಿದ ಕಂಪೆನಿಯನ್ನು ಮುಂದುವರಿಸಿ ವಾಸ್ತುಶಿಲ್ಪ ಕಂಪನಿಯ ಒಬ್ಬ ಸಹಯೋಗಿ ಆದರು. ಅವರು ದಕ್ಷಿಣಭಾರತದಲ್ಲಿ ಪ್ರಸಿದ್ಧಿ ಪಡೆದ ಆರ್ಕಿಟೆಕ್ಚರಲ್ ಫರ್ಮ್ ಅಥವಾ ವಾಸ್ತುಶಿಲ್ಪದ ದೊಡ್ಡ ಕಂಪೆನಿಯಾದ “ಚಂದಾವರ್ಕರ್ ಆಂಡ್ ಥಕ್ಕರ್” ಎಂಬ ಕಂಪೆನಿಯನ್ನು ಕಟ್ಟಿದರು. ರಾಮರಾವ್ ಅವರ ಇನ್ನೊಬ್ಬ ಮಗಳು ಶಾಂತಾ, ಇಂಗ್ಲೆಂಡ್‌ನಲ್ಲಿ ಅಧ್ಯಯನ ಮಾಡಿದ ತಜ್ಞ ಇಂಜಿನಿಯರ್ ಆಗಿದ್ದ ಅರವಿಂದ ಗೇರುಸೊಪ್ಪೆಯವರನ್ನು ಮದುವೆಯಾದರು.

ಸುಬ್ಬರಾವ್ ಅವರ ಇನ್ನೊಬ್ಬ ಮಗಳು ಪಾರ್ವತಿ ಆಕೆ ಸ್ವಲ್ಪ ಮಂದಬುದ್ಧಿಯವರಾಗಿದ್ದರು. ಲಕ್ಷ್ಮಣರಾವ್ ಬಲ್ಲಾವರ್ ಅವರನ್ನು ವಿವಾಹವಾದ

ಅವರಿಗೆ ಸ್ನೇಹಲತಾ, ಗಣೇಶ ಮತ್ತು ತಾರಾ ಎಂಬ ಮೂವರು ಮಕ್ಕಳಿದ್ದರು. ಸ್ನೇಹಲತಾ ಅವರು ತಿರ್ಕನಾಡ್ ಅವರನ್ನು ಮದುವೆಯಾದರು. ಆ ದಂಪತಿಗಳಿಗೆ ಮಕ್ಕಳಿರಲಿಲ್ಲ. ಗಣೇಶ ಕಲ್ಕತ್ತಾದಲ್ಲಿ ಒಂದು ಇಂಗ್ಲಿಷ್ ಶಿಪ್ಪಿಂಗ್ ಕಂಪೆನಿಗೆ ಸೇರಿದರು. ಆ ನಂತರ ಬರ್ಮಾಸ್ ಸ್ಟೀಮ್ ನೇವಿಗೇಶನ್ ಕಂಪೆನಿಗೆ ಸೇರಿದರು. ಆ ಕಂಪೆನಿಯು ಮೆಕಿನ್ನೋನ್ ಮಕೆಂಜಿ ಆಂಡ್ ಕೋ.ಯಿಂದ ನಿರ್ಮಾಣವಾಗಿತ್ತು. ಎರಡನೆಯ ಮಹಾಯುದ್ಧದ ಕಾಲಕ್ಕೆ ಅವರು ಆ ಕಂಪೆನಿ ಕೆಲಸ ಬಿಟ್ಟು ಬ್ರಿಟಿಷ್ ಇಂಡಿಯಾ ಆರ್ಮಿಗೆ ಸೇರಿದರು.

ತಾರಾ ಅವರು ಬಹಳ ಕೌಶಲದ ಮತ್ತು ಸೌಜನ್ಯದ ಯುವತಿಯಾಗಿ ಎಲ್ಲರ ಮೆಚ್ಚುಗೆಗೆ ಪಾತ್ರರಾಗಿದ್ದರು. ಒಳ್ಳೆಯ ಹೊಲಿಗೆ ಕೌಶಲ್ಯ ಹೊಂದಿದ್ದವರು ರತ್ನಾಕರ ಹಟ್ಟಿಕುದ್ರು ಅವರನ್ನು ವಿವಾಹವಾದರು. ಆ ಕಾಲದಲ್ಲಿ ಅವರಿಬ್ಬರ ಪ್ರೇಮದ ಬಗ್ಗೆ ಒಂದು ಸ್ವಾರಸ್ಯಕರವಾದ ಕತೆಯಿತ್ತು. ಗೋವಾದ ಸನ್ವೋಲ್ಡಮ್‌ನಲ್ಲಿ ವಾಸಿಸುತ್ತಿದ್ದ ಇಬ್ಬರೂ ಆ ಕಾಲಕ್ಕೆ ಪರಸ್ಪರ ಕೈ ಕೈ ಹಿಡಿದು ಬೀದಿಯಲ್ಲಿ ಹೋಗುತ್ತಿದ್ದರಂತೆ. ಆಗ ಇಂತಹದ್ದು ಬಹಳ ಆಶ್ಚರ್ಯದ ವಿಷಯವಾದುದರಿಂದ ನೆರೆಕರೆಯವರು ಅಸಮಾಧಾನಗೊಂಡಿದ್ದರು. ತಾರಾ ಅವರು ಇಂದು ಮತ್ತು ಉಮೇಶ ಎಂಬ ಇಬ್ಬರು ಮಕ್ಕಳನ್ನಗಲಿ ನಿಧನ ಹೊಂದಿದರು.

ರಾಧಾಬಾಯಿ, ಸುಬ್ಬರಾವ್ ಅವರ ಕೊನೆಯ ಮಗಳು. ಅವರು ರಘುನಾಥಯ್ಯನವರ ಮಗ, ಶಿಕ್ಷಕರಾಗಿದ್ದ ಮಂಗೇಶ ಅಥವಾ ಉಳ್ಳಾಲ ಮಂಗೇಶರಾಯರನ್ನು ಮದುವೆಯಾಗುತ್ತಾರೆ. ರಾಧಾಬಾಯಿ ಮತ್ತು ಮಂಗೇಶರಾಯರಿಗೆ ಮೀರಾ ಮತ್ತು ಸುನೀತಿ ಎಂಬ ಇಬ್ಬರು ಹೆಣ್ಣುಮಕ್ಕಳು. ಮೀರಾ ಅವರು ಭಾಸ್ಕರ ನೀರೋಡಿಯವರನ್ನೂ ಸುನೀತಿ ಅವರು ಪ್ರಭಾಕರ ಕೊಡಂಗೆಯವರನ್ನೂ ಮದುವೆಯಾದರು. ಇವರಿಗೆ ಮಾಯಾ, ಮದನ್, ಮೋಹನ್ ಎಂಬ ಮೂವರು ಮಕ್ಕಳು.

ಸುಬ್ಬರಾಯರ ಕೊನೆಯ ಮಗ ಎಂದರೆ ಲಲಿತಾಬಾಯಿಯವರಲ್ಲಿ ಜನಿಸಿದ ಒಬ್ಬನೇ ಮಗ ಎನ್.ಶಿವರಾವ್. ಅವರಿಗೆ ಅಸ್ತಮಾ ಕಾಯಿಲೆ ಇತ್ತು. ಅವರನ್ನು ಶಿಕ್ಷಣಕ್ಕಾಗಿ ಬೆಂಗಳೂರಿನ ಸೈಂಟ್ ಜೋಸೆಫ್ ಕಾಲೇಜಿಗೆ ಕಳುಹಿಸಲಾಯಿತು. ನಂತರ ಇಂಗ್ಲೆಂಡಿನ ಕೇಂಬ್ರಿಡ್ಜ್ ಪೀಟರ್ ಹೌಸಿನಲ್ಲಿ ಅಧ್ಯಯನ ಮಾಡಿದ ಫಲವಾಗಿ ಕುದ್ಮುಲ್ ಪಿಜ್ಜರನ್ನು ನೋಡುವ ಅವಕಾಶವೇ ಅವರಿಗೆ ದೊರೆಯಲಿಲ್ಲ. ಶಿವರಾವ್ ಅವರು 1930ರ ವೇಳೆ ಭಾರತಕ್ಕೆ ಬಂದು ಇಲ್ಲಿ ಐ.ಟಿ.ಸಿ ಎನ್ನುವ ಇಂಪೀರಿಯರ್ ಟೊಬೇಕೋ ಕಂಪೆನಿಯಲ್ಲಿ ಉದ್ಯೋಗ ಹೊಂದಿ ಬಳಿಕ ಸೇಲ್ಸ್ ಡೈರೆಕ್ಟರ್ ಕೂಡ ಆದರು. ಆ ಕಂಪೆನಿಯ ಬೋರ್ಡ್‌ನ ಆಹ್ವಾನಿತ ಭಾರತೀಯರಲ್ಲಿ ಶಿವರಾವ್ ಮೊದಲಿಗರು. ಶಿವರಾವ್ ಅವರಿಗೆ ಪ್ರೇಮಿ, ಶೀಲಾ ಮತ್ತು ಸುಬ್ಬನ್

ಎಂಬ ಮೂವರು ಮಕ್ಕಳಿದ್ದರು. ಹಿರಿಯವರಾದ ಪ್ರೇಮಿ ಮದ್ರಾಸ್ ಹೈಕೋರ್ಟಿನ ಮೊದಲ ಭಾರತೀಯ ನ್ಯಾಯಾಧೀಶ ಆಗಿದ್ದ ಒಂಬತ್ತುಕೆರೆ ಪಾಂಡುರಂಗರಾವ್ ಅವರ ಮೊಮ್ಮಗ ಗಂಗೊಳ್ಳಿಯ ಮನೋಹರರಾವ್ ಅವರನ್ನು ಮದುವೆಯಾದರು. ಶೀಲಾ ಅವರು ಪ್ರೀತಮ್ ಬರುವಾ ಅವರನ್ನು ಮದುವೆಯಾದರು. ಅವರ ತಂದೆ ಸುರೇಂದರ್ ರೈಲ್ವೆಯಲ್ಲಿದ್ದರು, ನಂತರ ಶಿವರಾವ್ ಅವರ ಪರಿಚಯವಾಗಿ ಅವರಿಬ್ಬರನ್ನೂ ಮಥುರೈಗೆ ಉದ್ಯೋಗಕ್ಕಾಗಿ ಕಳುಹಿಸಲಾಯಿತು. ಕೊನೆಯ ಮಗ ಸುಬ್ಬನ್ ಅವರು ಹಟ್ಟಿಕುದ್ರು ಸಹೋದರಿಯರ ಮೊಮ್ಮಕ್ಕಳಲ್ಲಿ ಒಬ್ಬರಾದ ಶೀಲಾ ಹಟ್ಟಿಕುದ್ರು ಅವರನ್ನು ಮದುವೆಯಾದರು.

ರಾಧಾಬಾಯಿ

ಕುದ್ಮುಲ್ ಪಿಜ್ಜರ ಎರಡನೇ ಮಗಳು ರಾಧಾಬಾಯಿ ಬಿಳಿಯ ಬಣ್ಣದವರಾಗಿದ್ದು ಸುಂದರಿಯಾಗಿದ್ದರು. ಅವರನ್ನು ಪದವಿ ಶಿಕ್ಷಣಕ್ಕಾಗಿ ಮದ್ರಾಸಿಗೆ ಕಳುಹಿಸಿದ್ದರು. ಅಲ್ಲಿ ರಾಧಾಬಾಯಿ ಡಾ.ಸುಬ್ಬರಾಯನ್ ಎನ್ನುವವರನ್ನು ಭೇಟಿಯಾದರು. ಸುಬ್ಬರಾಯನ್ ಅವರು ಬ್ರಾಹ್ಮಣರಲ್ಲ, ಕುಮಾರ ಮಂಗಲಮ್‌ನ ಜಮೀನ್ದಾರ ಕುಟುಂಬವರಾಗಿದ್ದರು. ಅವರಿಬ್ಬರ ನಡುವಿನ ಮದುವೆ ಪ್ರಣಯದ ಫಲವಾಗಿ ನಡೆಯಿತು. ರಾಧಾಬಾಯಿ ಸ್ಯೆಂಟ್ ಮೇರಿ ಕಾಲೇಜಿನ ವಿದ್ಯಾರ್ಥಿನಿಯಾಗಿದ್ದು ಪ್ರತಿದಿನ ಬಸ್ಸಿನಲ್ಲಿ ಹೋಗುತ್ತಿದ್ದಾಗ ಸುಬ್ಬರಾಯನ್ ಕೂಡ ಅದೇ ಬಸ್ಸಿನಲ್ಲಿ ಪ್ರಯಾಣಿಸುತ್ತಿದ್ದರು. ಬಸ್ಸಿನಲ್ಲಿ ಪ್ರತಿದಿನ ಪರಸ್ಪರ ನೋಡಿಕೊಳ್ಳುತ್ತಿದ್ದವರಲ್ಲಿ ಮಾತು ಆರಂಭವಾಗಿ ಪ್ರೇಮಿಗಳಾಗಿ ಕೊನೆಗೆ ಮದುವೆಯಾದರು. ಆದರೆ ಮದುವೆಗೆ ತೊಡಕಿತ್ತು. ಯಾಕೆಂದರೆ ಸುಬ್ಬರಾಯನ್ ಬ್ರಾಹ್ಮಣರಲ್ಲ, ಮೊದಲಿಯಾರ್ ಕುಟುಂಬದವರು. ಕುದ್ಮುಲ್ ಪಿಜ್ಜರನ್ನು ಹೇಗೆ ಕೇಳುವುದೆಂದು ಅವರಿಗೆ ಸಂಶಯವಿತ್ತು, ಅವರು ಕುದ್ಮುಲ್ ಪಿಜ್ಜರನ್ನು ಹೋಗಿ ಕೇಳಿದಾಗ ಕುದ್ಮುಲ್ ಪಿಜ್ಜ ಒಂದು ಕ್ಷಣ ಕೂಡ ಅದರ ಬಗ್ಗೆ ಯಾವುದೇ ರೀತಿಯ ಹಿಂಜರಿಕೆಯಿಲ್ಲದೆ ಜಾತಿಯನ್ನು ನಿರ್ಲಕ್ಷಿಸಿ ಮದುವೆಗೆ ಒಪ್ಪಿಗೆ ಕೊಟ್ಟರು.

ದುರದೃಷ್ಟವಶಾತ್ ಸುಬ್ಬರಾಯನ್ ಹುಟ್ಟುವಾಗಲೇ ಅವರ ತಂದೆಯನ್ನು ಕಳೆದುಕೊಂಡ ಕಾರಣ ಮದುವೆ ಮಾಡಿಕೊಡಲು ತಂದೆಯಿಲ್ಲದಿರುವುದು ದೊಡ್ಡ ಅಡ್ಡಿಯಾಗಿತ್ತು. ಆದುದರಿಂದ ಡಾ.ಸುಬ್ಬರಾಯನ್ ಅವರು ಸಿ.ಆರ್. ರಾಜಗೋಪಾಲಾಚಾರಿ ಅವರಲ್ಲಿ ಮಧ್ಯಸ್ಥಿಕೆ ವಹಿಸಿಕೊಳ್ಳಲು ಕೇಳಿಕೊಂಡರು. ರಾಜಗೋಪಾಲಾಚಾರಿಯವರು ಕುದ್ಮುಲ್ ಪಿಜ್ಜ ಅವರನ್ನು ಒಪ್ಪಿಸಿದರು. ಪ್ರೇಮಿಗಳಿಬ್ಬರೂ ಮದುವೆಯಾದರು. ಈ ಮದುವೆ ಕುದ್ಮುಲ್ ಪಿಜ್ಜ ಅವರ ದೃಷ್ಟಿಕೋನಕ್ಕೆ ಅನುಗುಣವಾಗಿ ಆಯಿತು. ತನ್ನ ಮಗಳನ್ನು ಕುಮಾರಮಂಗಲಮ್‌ನ ಜಮೀನ್ದಾರಿ ಕುಟುಂಬಕ್ಕೆ 1912ರಲ್ಲಿ ಮದುವೆ ಮಾಡಿಕೊಡುವಾಗ ಜಾತಿಪದ್ಧತಿಯನ್ನು ನಿಸ್ಸಂದೇಹವಾಗಿ ನಿರಾಕರಿಸುವಂತಹ ದೊಡ್ಡ ನಿರ್ಧಾರವನ್ನು ಸಂದೇಶ ರೂಪದಲ್ಲಿ ಅವರು ಕೊಟ್ಟರು. ಆದರೆ ತನ್ನ ಮಗಳು ಬಡತನದ ಕುಟುಂಬದವಳಾಗಿದ್ದುದರಿಂದ ಅಗೌರವ ತೋರುತ್ತಾರೆಂಬ ಸಂಶಯವಿದ್ದುದರಿಂದ ಕುದ್ಮುಲ್ ಪಿಜ್ಜನವರದ್ದು ಒಂದು ಷರತ್ತಿತ್ತು. ಸುಬ್ಬರಾಯನ್ ದೊಡ್ಡ ಜಮೀನ್ದಾರಿ ಕುಟುಂಬದಿಂದ ಬಂದವರು. ಆದರೆ ಕುದ್ಮುಲ್ ಪಿಜ್ಜನಿಗೆ ಅಂತಹ ಸಂಪತ್ತೇನೂ ಇರಲಿಲ್ಲ. ಹಾಗಾಗಿ ಸುಬ್ಬರಾಯನ್ ಅವರ ಕುಟುಂಬವು ತನ್ನ ಮಗಳನ್ನು ಮದುವೆ ಮಾಡಿಕೊಡಬೇಕೆಂದು ಕೇಳಿದಾಗ 'ಸುಬ್ಬರಾಯನ್ ಅವರ ತಾಯಿ ತನ್ನ ಮಗಳನ್ನು ಸಮರ್ಪಕ ರೀತಿಯಲ್ಲಿ ಪ್ರೀತಿಯಿಂದ ಸ್ವಾಗತಿಸಬೇಕು, ಮೂದಲಿಸದೆ ಗೌರವದಿಂದ ಬರಮಾಡಿಕೊಳ್ಳಬೇಕು' ಎಂದು ಕುದ್ಮುಲ್ ಪಿಜ್ಜ ಷರತ್ತು ಹಾಕಿದರು.

ಕುದ್ಮುಲ್ ಪಿಜ್ಜ ತನ್ನ ಮಗಳು ರಾಧಾಬಾಯಿಯ ಮದುವೆಯನ್ನು ಮದ್ರಾಸ್‌ನಲ್ಲಿ 1912ರಲ್ಲಿ ನಡೆಸಿದರು. ಅದು ಸಾರಸ್ವತ ಸಮಾಜದಲ್ಲಿ ಅಂತರ್ಜಾತೀಯ ಮದುವೆಯ ಮೊದಲ ಉದಾಹರಣೆ ಆಗಿತ್ತು. ಚಕ್ರವರ್ತಿ ರಾಜಗೋಪಾಲಾಚಾರಿಯವರು ಈ ಮದುವೆಗೆ ಪುರೋಹಿತರಾಗಿ ಕಾರ್ಯನಿರ್ವಹಿಸಿದರು. ಬಳಿಕ ಮಹಾತ್ಮಾ ಗಾಂಧಿಯವರ ಮಗ ದೇವದಾಸ ಗಾಂಧಿಯವರು ರಾಜಾಜಿಯವರ ಮಗಳನ್ನು ಮದುವೆಯಾಗ ಬಯಸಿದಾಗ ಅದಕ್ಕೆ ಮಧ್ಯಸ್ಥಿಕೆ ವಹಿಸಿದವರು ರಾಧಾಬಾಯಿ. ಅವರು ರಾಜಾಜಿಯವರ ಜೊತೆ ದೇವದಾಸ ಗಾಂಧಿಯವರ ಪರವಾಗಿ ಮಾತನಾಡಿ ಒಪ್ಪಿಸಿದರು. ಯಾವುದೇ ರೀತಿಯ ವೈಭವ, ವರದಕ್ಷಿಣೆ, ಉಡುಗೊರೆಗಳು ಇರದ ರಾಧಾಬಾಯಿ ಮತ್ತು ಸುಬ್ಬರಾಯನ್ ಅವರ ನಡುವೆ ನಡೆದ ಸರಳ ವಿವಾಹದಿಂದ ಪ್ರೇರಣೆಯನ್ನು ಪಡೆದು ಗಾಂಧೀಜಿಯವರು ತನ್ನ ಮಗನ ಮದುವೆಯನ್ನು ರಾಜಾಜಿಯವರ ಮಗಳ ಜೊತೆ ಮಾಡುವುದಕ್ಕೆ ಸಮ್ಮತಿಸಿದರು. ರಾಜಾಜಿಯವರು ತಮ್ಮ ಮಗಳ ಮದುವೆಯನ್ನು ದೇವದಾಸ ಗಾಂಧಿಯವರ ಜೊತೆಗೆ ಬಹಳ ಸರಳವಾಗಿ ನೆರವೇರಿಸಿದರು. ಸ್ವಾತಂತ್ರ್ಯ ಹೋರಾಟಗಾರರಾಗಿದ್ದ ಡಾ.ಸುಬ್ಬರಾಯನ್ ಅವರು ನೆಹರೂ ಅವರ ಸರಕಾರದಲ್ಲಿ ಸಚಿವರಾಗಿದ್ದರು. ನಂತರ ಬಾಂಬೆಯ ಗವರ್ನರ್ ಆಗಿ ಸೇವೆ ಸಲ್ಲಿಸುತ್ತಿದ್ದ ಸಮಯದಲ್ಲಿ ನಿಧನರಾದರು.

ವಿವಾಹದ ಬಳಿಕ ರಾಧಾಬಾಯಿ ತಮ್ಮ ಪದವಿ ಶಿಕ್ಷಣವನ್ನು ಮದ್ರಾಸಿನ ಪ್ರೆಸಿಡೆನ್ಸಿ ಕಾಲೇಜಿನಲ್ಲಿ ಮಾಡಿದರು. ರಾಧಾಬಾಯಿಯವರು ಸಾರಸ್ವತ ಹೆಣ್ಮಕ್ಕಳಲ್ಲಿ ಮೊತ್ತಮೊದಲು ಪದವಿಯನ್ನು ಪಡೆದವರು. ಮದ್ರಾಸ್ ಯುನಿವರ್ಸಿಟಿಯ ಸೆನೆಟ್‌ಗೆ ಸದಸ್ಯರಾಗಿ ಆಯ್ಕೆಯಾದ ಅವರು ಆಕ್ಸ್‌ಫರ್ಡ್‌ನ ಸಮ್ಮರ್ ವಿಲ್ಲೇ ಕಾಲೇಜಿನಲ್ಲಿ ಸ್ನಾತಕೋತ್ತರ ಪದವಿಯನ್ನು ಪೂರ್ತಿಗೊಳಿಸಿದರು. ರಾಧಾಬಾಯಿ ಯವರು ಹೆಸರುವಾಸಿಯಾದ ರಾಜಕಾರಣಿ ಮತ್ತು ಸಮಾಜ ಸುಧಾರಕಿಯಾಗಿ ಮಹಿಳೆಯರ ಹಕ್ಕುಗಳಿಗಾಗಿ ಹೋರಾಟ, ಚಳವಳಿಗಳನ್ನು ಮಾಡಿದರು. 1930ರಲ್ಲಿ ರಾಧಾಬಾಯಿಯವರು ಬೇಗಮ್ ಜಹನಾರ ಶಹನವಾಜ್ ಅವರ ಜೊತೆಗೆ ಲಂಡನ್ನಿನಲ್ಲಿ ನಡೆದ ಮೊದಲ ದುಂಡುಮೇಜಿನ ಸಮ್ಮೇಳನದಲ್ಲಿ ಭಾರತೀಯ ಮಹಿಳೆಯರ ಪರವಾಗಿ ಭಾಗವಹಿಸಿದರು. ಆ ಸಮ್ಮೇಳನ ಮುಖ್ಯವಾಗಿ ಸಂವಿಧಾನದಲ್ಲಿ ಆಗಬೇಕಾಗಿದ್ದ ಸುಧಾರಣೆಗಳ ಕುರಿತು ಚರ್ಚಿಸಲು ಏರ್ಪಡಿಸಿದ ಸಮ್ಮೇಳನವಾಗಿತ್ತು. ರಾಧಾಬಾಯಿಯವರು ಆ ಬಳಿಕ ಎರಡನೆಯ ದುಂಡುಮೇಜಿನ ಸಭೆಯಲ್ಲಿ ಕೂಡ ಭಾಗವಹಿಸಿದ್ದರು. ಆ ಸಮ್ಮೇಳನದಲ್ಲಿ ಮಹಿಳೆಯರಿಗೆ 5 ಶೇಕಡಾ ಮೀಸಲಾತಿ ಕೊಡಬೇಕೆನ್ನುವ ವಾದ ಮಾಡಿದರೂ ಅದು ಫಲ ಕೊಡಲಿಲ್ಲ. ಮೀಸಲಾತಿಗಳ ಬಗ್ಗೆ ಸಾರ್ವಜನಿಕರ ಅಭಿಪ್ರಾಯ ಸಂಗ್ರಹಕ್ಕಾಗಿ ಲೋಥಿಯನ್ ಸಮಿತಿ ನೇಮಕವಾದಾಗ ರಾಧಾಬಾಯಿಯವರು ಅದರ ಸದಸ್ಯೆಯಾಗಿದ್ದರು. ಅವರು 1938ರಲ್ಲಿ ಸಾಮಾನ್ಯ ಕ್ಷೇತ್ರದಿಂದ ರಾಜ್ಯಸಭೆಗೆ ಅವಿರೋಧವಾಗಿ ಆಯ್ಕೆಯಾದ ಮೊತ್ತಮೊದಲ ಮಹಿಳೆಯಾಗಿದ್ದರು.

ಡಾ. ಸುಬ್ಬರಾಯನ್ ಮತ್ತು ರಾಧಾಬಾಯಿಯವರಿಗೆ ನಾಲ್ವರು ಮಕ್ಕಳು. ಮೊದಲ ಇಬ್ಬರು ಮಕ್ಕಳು ಹುಟ್ಟಿದ ಬಳಿಕ ರಾಧಾಬಾಯಿ ಮತ್ತು ಡಾ. ಸುಬ್ಬರಾಯನ್ ಅವರು ಇಂಗ್ಲೆಂಡಿಗೆ ಹೋದಾಗ ಮಕ್ಕಳು ಇಲ್ಲಿಯೇ ಶಿಕ್ಷಣ ಪಡೆದರು. ಮೊದಲ ಮಗ ಪರಮಶಿವ ಪ್ರಭಾಕರ ಕುಮಾರಮಂಗಲಂ ಅವರು 1967ರಿಂದ 1969ರವರೆಗೆ ಭಾರತೀಯ ಸೇನೆಯಲ್ಲಿ ಆರನೆಯ ಚೀಫ್ ಆಫ್ ದಿ ಆರ್ಮಿ ಸ್ಟಾಫ್ ಆಗಿದ್ದರು. ಅವರು ಭಾರತೀಯ ಸೇನೆಯ ಭಾಗವಾದ ಕಿಂಗ್ಸ್ ಕಮಿಷನ್ಡ್ ಇಂಡಿಯನ್ ಆಫೀಸರ್ಸ್‌ನ ಕೊನೆಯ ಅಧಿಕಾರಿಯಾಗಿದ್ದರು ಮತ್ತು ಕೆ.ಸಿ.ಐ.ಓ ಇಂಡಿಯನ್ ಆರ್ಮಿಯ ಮುಖ್ಯಸ್ಥರಾಗಿದ್ದರು. ಪರಮಶಿವ ಪ್ರಭಾಕರ ಕುಮಾರಮಂಗಲಂ ಅವರಿಗೆ ಸುಬ್ಬರಾಯನ್ ಎಂಬ ಗಂಡುಮಗ ಹಾಗೂ ರೋಶನ್ ಎಂಬ ಹೆಣ್ಣುಮಗಳಿದ್ದಳು.

ಸುಬ್ಬರಾಯನ್ ಮತ್ತು ರಾಧಾಬಾಯಿಯವರ ಎರಡನೇ ಮಗ ಗೋಪಾಲ್ ಅವರು ಕೋಲ್ ಇಂಡಿಯಾದ ಮುಖ್ಯಸ್ಥರಾದರು. ಅವರಿಗೆ ಒಬ್ಬ ಗಂಡುಮಗ ಹಾಗೂ ಮೂವರು ಹೆಣ್ಣುಮಕ್ಕಳು. ಮೊದಲ ಮಗಳು ಗೌರಿಯು

ಅರ್ಧನಾರೇಶ್ವರನ್ ಅವರನ್ನು ಮದುವೆಯಾದರು. ನವದೆಹಲಿಯ ಸಂಸ್ಕೃತ ಶಾಲೆಯ ಸ್ಥಾಪಕ ಪ್ರಿನ್ಸಿಪಾಲ್ ಆಗಿದ್ದವರು ಗೌರಿ ಈಶ್ವರನ್ ಎಂಬ ಹೆಸರಿನಿಂದ ಶಿಕ್ಷಣತಜ್ಞೆಯಾಗಿ ಪ್ರಸಿದ್ಧರಾದರು. ಭಾರತ ಸರಕಾರ ಅವರಿಗೆ 2004ರಲ್ಲಿ ಶಿಕ್ಷಣ ಕ್ಷೇತ್ರಕ್ಕೆ ಕೊಟ್ಟ ಕೊಡುಗೆಗಾಗಿ ಪದ್ಮಶ್ರೀ ಪದವಿಯನ್ನು ಕೊಟ್ಟಿತು. ಎರಡನೆಯ ಮಗಳು ರುಕ್ಮಿಣಿ ಐ.ಎ.ಎಸ್ ಅಧಿಕಾರಿಯಾಗಿದ್ದರು. ಅವರು ಸಬ್ ಡಿವಿಷನಲ್ ಆಫೀಸರ್ ಆಗಿ ರಾಜಸ್ಥಾನದಲ್ಲಿ ಸೇವೆಯನ್ನು ಆರಂಭಿಸಿ ಅಡಿಷನಲ್ ಚೀಫ್ ಸೆಕ್ರೆಟರಿಯಾಗಿ ನಿವೃತ್ತರಾದರು. ಮದುವೆಯಾಗಿ ವಿವಾಹ ವಿಚ್ಛೇದನವನ್ನೂ ಪಡೆದರು. ಮದುವೆಯಾದಾಗ ಅವರು ಹಲ್ದಿಯಾ ಎಂಬ ಹೆಸರನ್ನಿಟ್ಟುಕೊಂಡಿದ್ದರು. ಮೂರನೆಯ ಮಗ ಕೃಷ್ಣನ್ ಉದ್ಯಮಿಯಾಗಿದ್ದರು. ಕಿರಿಯ ಮಗಳು ಮೀನಾಕ್ಷಿ ಶಿಕ್ಷಣ ಕ್ಷೇತ್ರದಲ್ಲಿದ್ದು ರವಿರಾವ್ ಎನ್ನುವವರನ್ನು ಮದುವೆಯಾದರು. ಆ ದಂಪತಿಗಳು ಈಗ ಅಮೆರಿಕಾದಲ್ಲಿ ವಾಸವಾಗಿದ್ದಾರೆ.

ಸುಬ್ಬರಾಯನ್ ಮತ್ತು ರಾಧಾಬಾಯಿಯವರ ಮೂರನೆಯ ಮಗ ಸುರೇಂದ್ರ ಮೋಹನ್ ಕುಮಾರಮಂಗಲಂ ಅವರು ಕೇಂಬ್ರಿಡ್ಜ್‌ನ ಕಿಮ್ಸ್ ಕಾಲೇಜಿಗೆ ಹೋಗಿ ಆ ನಂತರ 1938ರಲ್ಲಿ ಕೇಂಬ್ರಿಡ್ಜ್ ಯೂನಿಯನ್ ಸೊಸೈಟಿಯ ಅಧ್ಯಕ್ಷರಾಗಿ ಸೇವೆ ಸಲ್ಲಿಸಿದರು. ಇನ್ನರ್ ಟೆಂಪಲ್ ನ್ಯಾಯವಾದಿಗಳ ಸಂಸ್ಥೆಗೆ ಅವರನ್ನು ಆಹ್ವಾನಿಸಲಾಗಿತ್ತು. ಅವರು 1939ರಲ್ಲಿ ಭಾರತಕ್ಕೆ ಹಿಂತಿರುಗಿ ಸ್ವಾತಂತ್ರ್ಯ ಚಳವಳಿಯಲ್ಲಿ ಭಾಗವಹಿಸಿದರು. ಅವರು ಕೇಂಬ್ರಿಡ್ಜ್‌ನಲ್ಲಿದ್ದ ಕಾಲದಲ್ಲಿ ಕಮ್ಯುನಿಸಂ ತತ್ವದಿಂದ ವಿಶೇಷವಾಗಿ ಪ್ರಭಾವಿತರಾಗಿ ಮುಂದೆ ಕಮ್ಯುನಿಸ್ಟ್ ಸಿದ್ಧಾಂತಗಳಿಗೆ ಬದ್ಧರಾಗಿ ಭಾರತೀಯ ಕಮ್ಯುನಿಸ್ಟ್ ಪಕ್ಷದ ಸದಸ್ಯರಾದರು. ಬಳಿಕ ಇಂಡಿಯನ್ ನ್ಯಾಷನಲ್ ಕಾಂಗ್ರೆಸ್ಸಿಗೆ ಸೇರಿ 1966ರಿಂದ 1967ರವರೆಗೆ ಮದ್ರಾಸ್ ಪ್ರಾಂತ್ಯದಲ್ಲಿ ಅಡ್ವೋಕೇಟ್ ಜನರಲ್ ಆಗಿ ಸೇವೆ ಸಲ್ಲಿಸಿದರು. 1971ರಲ್ಲಿ ಪಾಂಡಿಚೆರಿಯಿಂದ ಲೋಕಸಭೆಗೆ ಆಯ್ಕೆಯಾಗಿ 1971ರಿಂದ 1973ರವರೆಗೆ ಕೇಂದ್ರ ಸರಕಾರದಲ್ಲಿ ಉಕ್ಕು ಹಾಗೂ ಗಣಿ ಖಾತೆಯ ಸಚಿವರಾಗಿ ಸೇವೆ ಸಲ್ಲಿಸಿದರು. 1973ರಲ್ಲಿ ವಿಮಾನ ಅಪಘಾತದಲ್ಲಿ ಅವರು ನಿಧನ ಹೊಂದಿದರು. ಅವರು ಬಂಗಾಳದ ರಾಜಕಾರಣಿ ಅಜಯ್ ಮುಖರ್ಜಿಯವರ ಸೊಸೆ ಕಲ್ಯಾಣಿ ಮುಖರ್ಜಿಯನ್ನು 1943ರಲ್ಲಿ ಮದುವೆಯಾದರು. ಅವರಿಗೊಬ್ಬ ಮಗ ರಂಗರಾಜನ್ ಕುಮಾರಮಂಗಲಂ ಹಾಗೂ ಉಮಾ ಮತ್ತು ಲಲಿತಾ ಎಂಬ ಇಬ್ಬರು ಹೆಣ್ಣುಮಕ್ಕಳಿದ್ದರು. ಕೇಂದ್ರಸರಕಾರದಲ್ಲಿ ಸಚಿವರಾಗಿದ್ದ ರಂಗರಾಜನ್ ಕುಮಾರಮಂಗಲಂ ಬಹಳ ಸಣ್ಣ ವಯಸ್ಸಿನಲ್ಲಿ ನಿಧನ ಹೊಂದಿದರು. ಹಿರಿಯ ಮಗಳು ಉಮಾ ಬೆಂಗಾಲಿಯನ್ನು ಮದುವೆಯಾಗಿ ಮಿಡಲ್ ಈಸ್ಟ್‌ನಲ್ಲಿ ವಾಸಿಸುತ್ತಿದ್ದಾರೆ. ಕಿರಿಯ ಮಗಳು ಲಲಿತಾ ಅವರು ಮದ್ರಾಸ್‌ನಲ್ಲಿ ವಾಸವಾಗಿದ್ದಾರೆ.

ಡಾ.ಸುಬ್ಬರಾಯನ್ ಮತ್ತು ರಾಧಾಬಾಯಿಯವರ ಕೊನೆಯ ಮಗಳು ಪಾರ್ವತಿ 1919 ಮಾರ್ಚ್ 15ರಂದು ಜನಿಸಿದರು. ಬಿ.ಎ ಆನರ್ಸ್ ಪದವಿಯನ್ನು ಆಕ್ಸ್‌ಫರ್ಡ್ ಯುನಿವರ್ಸಿಟಿಯಲ್ಲಿ ಪೂರೈಸಿದರು. ಇಂಗ್ಲೆಂಡಿನಲ್ಲಿರುವಾಗಲೇ ಪಾರ್ವತಿಯವರು ಲಂಡನ್ನಿನ ಇಂಪೀರಿಯರ್ ಕಾಲೇಜಿನಲ್ಲಿ ಗಣಿತಶಾಸ್ತ್ರವನ್ನು ಅಧ್ಯಯನ ಮಾಡುತ್ತಿದ್ದ ಎನ್.ಕೆ ಕೃಷ್ಣನ್ ಅವರನ್ನು ಭೇಟಿಯಾದರು. ನಂತರ ಪಾರ್ವತಿ ಹಾಗೂ ಎನ್.ಕೆ.ಕೃಷ್ಣನ್ ವಿವಾಹವಾದರು. ಇಂಗ್ಲೆಂಡಿನಲ್ಲಿರುವಾಗ ಕೃಷ್ಣನ್ ಅವರು ಸ್ವಾತಂತ್ರ್ಯ ಹೋರಾಟದಲ್ಲಿ ಭಾಗವಹಿಸುತ್ತಿದ್ದರು. ಭಾರತಕ್ಕೆ ಬಂದ ನಂತರ ಅವರು ಇಬ್ಬರೂ ಸ್ವಾತಂತ್ರ್ಯ ಚಳವಳಿಯಲ್ಲಿ ಭಾಗವಹಿಸಿದರು. ಅದರ ಪರಿಣಾಮವಾಗಿ ಬಹಳ ಕಾಲ ಅವರು ಸೆರೆಮನೆ ವಾಸವನ್ನು ಅನುಭವಿಸಿದರು.

ಎನ್.ಕೆ ಕೃಷ್ಣನ್ ಮತ್ತು ಪಾರ್ವತಿಯವರು ಕಮ್ಯುನಿಸ್ಟ್ ಪಾರ್ಟಿ ಆಫ್ ಇಂಡಿಯಾ (ಸಿ.ಪಿ.ಐ) ಪಕ್ಷವನ್ನು ಸೇರಿದರು. ಅವರ ಕುಟುಂಬ 'ಗುಲಾಂ' ಎಂಬ ಹೆಸರಿನಿಂದ ಪ್ರಸಿದ್ಧವಾಯಿತು. ಪಾರ್ವತಿಯವರು ಸಿ.ಪಿ.ಐಯ ಮುಖ್ಯ ನಾಯಕಿಯಾದರು. ಗಂಡ ಹೆಂಡತಿಯರಿಬ್ಬರೂ ಪಾರ್ಲಿಮೆಂಟಿನ ಸದಸ್ಯರಾಗಿದ್ದರು. ಎನ್.ಕೆ ಕೃಷ್ಣನ್ ಮತ್ತು ಇಡೀ ಕುಟುಂಬ ಸ್ವಾತಂತ್ರ್ಯ ಹೋರಾಟ ಮತ್ತು ತುರ್ತು ಪರಿಸ್ಥಿತಿ ವೇಳೆಗೆ ಭೂಗತರಾಗಿದ್ದರು. ಪಾರ್ವತಿಯವರು 1957ರಲ್ಲಿ ಮತ್ತು 1977ರಲ್ಲಿ ಕೊಯಂಬತ್ತೂರಿನಿಂದ ಲೋಕಸಭೆಗೆ ಚುನಾಯಿತರಾದರು. 1974ರ ಉಪಚುನಾವಣೆಯಲ್ಲೂ ಸಿ.ಪಿ.ಐ ಟಿಕೆಟ್‌ನಿಂದ ಲೋಕಸಭೆಗೆ ಆಯ್ಕೆಯಾದರು. 1954ರಲ್ಲಿ ರಾಜ್ಯಸಭೆಯ ಸದಸ್ಯರಾಗಿದ್ದರು. ತನ್ನ ಗಂಡನ ಜೊತೆಗೆ ಪಾರ್ವತಿಯವರು ಕೊಯಂಬತ್ತೂರಿನಲ್ಲಿ ಕಾರ್ಮಿಕ ಚಳವಳಿಯ ಮುಂದಾಳತ್ವ ವಹಿಸಿದ್ದರು. ಜವುಳಿ ಮಿಲ್ ಕೆಲಸಗಾರರು ಮತ್ತು ಚಹಾ ತೋಟದ ಕೆಲಸಗಾರರು ಎಂದರೆ ವಾಲ್ಪರೈಯ ಚಹಾ ತೋಟಗಳ ಕೆಲಸಗಾರರು ಮತ್ತು ಟೆಕ್ಸ್‌ಟೈಲ್ ಮಿಲ್ಲಿನ ಕೆಲಸಗಾರರ ಒಂದು ಸಂಘಟನೆ ಮಾಡಿ ಅವರ ಹಕ್ಕುಗಳಿಗಾಗಿ ಹೋರಾಟ ಮಾಡಿದರು.

ಅವರಿಬ್ಬರೂ 1950ರ ದಶಕದಲ್ಲಿ ಕಾರ್ಮಿಕರ ಹಕ್ಕುಗಳಿಗಾಗಿ ಹೋರಾಡಿದರು. ಪಾರ್ವತಿ ಕೃಷ್ಣನ್ ಮತ್ತವರ ಗಂಡ ಎನ್.ಕೆ.ಕೃಷ್ಣನ್ ಅವರು ಮಿಲ್ ಕೆಲಸಗಾರರನ್ನು ಒಟ್ಟುಗೂಡಿಸಿ 1956ರಲ್ಲಿ ವೇತನ ಒಪ್ಪಂದದ ಹೋರಾಟದಲ್ಲಿ ಮುಖ್ಯ ಪಾತ್ರ ವಹಿಸಿದ್ದರು ಎಂದು ವಾಲ್ಪರೈಯ ಸಿ.ಪಿ.ಐ. ಶಾಸಕ ಆರುಮುಗಂ ಹೇಳುತ್ತಾರೆ. ಪಾರ್ವತಿ ಕೃಷ್ಣನ್ ತಮ್ಮ ರಾಜಕೀಯ ಸಿದ್ಧಾಂತಕ್ಕೆ ಬದುಕಿನ ಕೊನೆಯವರೆಗೆ ಬದ್ಧರಾಗಿದ್ದರು. ಅವರು ಭಾರತದ ಕೆಲವೇ ಮಹಿಳಾ ಹೋರಾಟಗಾರ್ತಿಯರಲ್ಲಿ ಮುಖ್ಯರಾದವರು ಎಂದು ಮದ್ರಾಸ್ ಹೈಕೋರ್ಟಿನ ನ್ಯಾಯಾಧೀಶರಾದ ಕೆ.ಚಂದ್ರು

ಅವರು ಹೇಳುತ್ತಾರೆ. 'ಗುಲಾಂ ಅಕ್ಕ' ಎಂದರೆ ಪಾರ್ವತಿಯವರು ಚಾರಿತ್ರಿಕ ವ್ಯಕ್ತಿಗಳ ಬಗ್ಗೆ ತಮ್ಮ ವಿಶೇಷವಾದ ನೆನಪುಗಳನ್ನು ಮತ್ತು ಸಮಕಾಲೀನ ಭಾರತದಲ್ಲಿದ್ದ ಜೀವನ ಕ್ರಮಗಳ ಬಗ್ಗೆ ಹಂಚಿಕೊಳ್ಳುತ್ತಿದ್ದರು. ಅವರಿಗೆ ಇಂದಿರಾ ದಾಸ್ ಗುಪ್ತಾ ಎನ್ನುವ ಒಬ್ಬರು ಮಗಳಿದ್ದು ಡಾಕ್ಟರ್ ಆಗಿರುವ ಅವರು ಅಮೆರಿಕಾದಲ್ಲಿ ವಾಸವಾಗಿದ್ದಾರೆ. ಪಾರ್ವತಿಯವರ ಮೊಮ್ಮಗಳು ಪೂರ್ಣಿಮಾ. ಪಾರ್ವತಿಕೃಷ್ಣನ್ ಅವರು ಕೊಯಂಬತ್ತೂರಿನಲ್ಲಿ ಇಬ್ಬರು ಸಹಾಯಕರ ನೆರವಿನಿಂದ ಏಕಾಂಗಿಯಾಗಿ 95 ವರ್ಷ ವಯಸ್ಸಿನವರೆಗೆ ಬದುಕಿ 2014ರಲ್ಲಿ ನಿಧನರಾದರು.

ಶಾಂತಾಬಾಯಿ

ಕುದ್ಮುಲ್ ಪಿಜ್ಜರ ಮೂರನೇ ಮಗಳು ಶಾಂತಿ, ಪೂರ್ತಿ ಹೆಸರು ಶಾಂತಾಬಾಯಿ, ಬೆಳಕು ಚೆಲ್ಲುವ ನಗುವಿನ ಸುಂದರಿಯಾಗಿದ್ದರು. ಸಹೋದರಿಯರ ಪೈಕಿ ಉನ್ನತ ಶಿಕ್ಷಣ ಪಡೆದವರಾಗಿದ್ದರು ಹಾಗೂ ಶಿಕ್ಷಣತಜ್ಞೆಯಾಗಿ ಬೆಳೆದರು. ಶಾಂತಾಬಾಯಿ ನಾಗ್ಪುರದಲ್ಲಿ ಲೇಡಿ ಅಮೃತಾಬಾಯಿ ದಾಗಾ ಕಾಲೇಜನ್ನು ಸ್ಥಾಪಿಸಿಸಲು ಸಹಕರಿಸಿದರು. 1932 ಜುಲೈ 11ರಂದು ಆಗಿನ ನಾಗ್ಪುರ ವಿಶ್ವವಿದ್ಯಾನಿಲಯದಲ್ಲಿ ಕುಲಪತಿಗಳಾಗಿದ್ದ ಡಾ.ಎಮ್.ಬಿ.ನಿಯೋಗಿಯವರು ಆ ಕಾಲೇಜನ್ನು ಉದ್ಘಾಟಿಸಿದರು. ಆ ಕಾಲೇಜು ನಾಗ್ಪುರ ವಿಶ್ವವಿದ್ಯಾನಿಲಯಕ್ಕೆ ಸಂಲಗ್ನಗೊಂಡಿದ್ದು 'ಮಹಿಳೆಯರ ಸೆಂಟ್ರಲ್ ಕಾಲೇಜು' ಎಂದು ಕರೆಯುತ್ತಿದ್ದರು. ಶಾಂತಾಬಾಯಿ ಅದರ ಮೊದಲ ಪ್ರಾಂಶುಪಾಲರಾಗಿದ್ದರು. ಆ ಕಾಲೇಜಿನ ಕಟ್ಟಡದ ವಾಸ್ತುಶಿಲ್ಪಿ ಪ್ರಸಿದ್ಧರಾದ ಜರ್ಮನ್ ವಾಸ್ತುಶಿಲ್ಪಿ ಓಟ್ಟೋ ಕೋನಿಗ್ಸ್ ಬೆರ್ಗರ್ ಎನ್ನುವವರು, ಅವರು ಭಾರತದಲ್ಲಿ ರಚಿಸಿದ ಮೊದಲ ಕಟ್ಟಡ ಇದಾಗಿತ್ತು. ಶಾಂತಾಬಾಯಿ ನಂತರ ಲಂಡನ್ನಿನ ಬೆಡ್‌ಫೋರ್ಡ್ ಕಾಲೇಜಿನ ಜಿಯೋಗ್ರಫಿ ವಿಭಾಗದಲ್ಲಿ ಮುಖ್ಯಸ್ಥೆಯಾದರು. ಶಾಂತಾಬಾಯಿಯವರು ವಿವಾಹವಾಗದೆ ಅವಿವಾಹಿತರಾಗಿಯೇ ಉಳಿದರು. ತಮ್ಮ ನಿವೃತ್ತಿಯ ಬಳಿಕ ಅವರು ಅಳಿಯ ಶಿವರಾವ್ ಜೊತೆಗೆ ವಾಸವಾಗಿದ್ದರು. ಅವರು ಬೆಂಗಳೂರಿನ ಮಿಲ್ಲರ್ಸ್ ಸ್ಟ್ರೀಟ್‌ನ ಮನೆಯಲ್ಲಿ 1970ರಲ್ಲಿ ನಿಧನ ಹೊಂದಿದರು.

ಜನಪ್ರಿಯ ಶಿಕ್ಷಕ ವೃತ್ತಿಯಿಂದ ಯಶಸ್ವಿ ನ್ಯಾಯವಾದಿಯ ಕಡೆಗೆ

ಕುದ್ಮುಲ್ ಪಿಜ್ಜ ಅವರು ಸ್ವಲ್ಪ ಕಾಲ ಶಿಕ್ಷಕರಾಗಿ ಕೆಲಸ ಮಾಡಿದವರು ವಿದ್ಯಾರ್ಥಿಗಳಿಗೆ ಅಚ್ಚುಮೆಚ್ಚಿನ ಅಧ್ಯಾಪಕರಾಗಿದ್ದರು. ಸುಮಾರು 1880ರ ಹೊತ್ತಿಗೆ ಅವರ ಕುಟುಂಬಕ್ಕೆ ಹೆಚ್ಚಿನ ಸಹಾಯ ಮತ್ತು ಆರ್ಥಿಕ ನೆರವಾಗಬಹುದು ಎನ್ನುವ ಕಾರಣಕ್ಕಾಗಿ ಉಳ್ಳಾಲ ರಘುನಾಥಯ್ಯನವರು ಕಾನೂನು ಅಭ್ಯಾಸ ಮಾಡಲು ಪ್ರೋತ್ಸಾಹಿಸಿದರು. ಇದರಿಂದ ಕುದ್ಮುಲ್ ಪಿಜ್ಜ ಅವರು ಒಬ್ಬ ವಕೀಲನಾಗುವಂತಹ ಸವಾಲನ್ನು ಸ್ವೀಕರಿಸಿದರು. ಆಗಿನ ಕಾಲದಲ್ಲಿ ಮೆಟ್ರಿಕ್ಯುಲೇಷನ್ ಆದವರು ಕೂಡ ಕಾನೂನು ಪರೀಕ್ಷೆಗೆ ಕುಳಿತುಕೊಳ್ಳಬಹುದಾಗಿತ್ತಾದ ಕಾರಣ ಆ ಪರೀಕ್ಷೆಯಲ್ಲಿ ಅವರು ಉತ್ತೀರ್ಣರಾದರು. ಆದರೆ ಆರ್ಥಿಕ ಸಂಕಷ್ಟದ ಕಾರಣಕ್ಕಾಗಿ ಮೊದಲ ಬಾರಿ ತೇರ್ಗಡೆಯಾಗಲು ಅವರಿಗೆ ಸಾಧ್ಯವಾಗದೆ ಖಾಸಗಿಯಾಗಿ ಕುಳಿತು ಪ್ರಯತ್ನಿಸಿ ವಕೀಲ ವೃತ್ತಿ ಪರೀಕ್ಷೆಯಲ್ಲಿ ಉತ್ತೀರ್ಣರಾದರು.

ಬಾಂಬೆ ಹೈಕೋರ್ಟಿನಲ್ಲಿ ವಕೀಲರಾಗಿ ಬಾಂಬೆ ಪ್ರೆಸಿಡೆನ್ಸಿಯಲ್ಲಿ ವೃತ್ತಿ ಮಾಡಿದರೆ ಆರ್ಥಿಕ ಪರಿಸ್ಥಿತಿ ಸುಧಾರಿಸಬಹುದೆಂಬ ಕಾರಣಕ್ಕಾಗಿ ಕುದ್ಮುಲ್ ಪಿಜ್ಜ ಅವರು ಆ ಬಗ್ಗೆ ಗಂಭೀರ ಯೋಚನೆ ಮಾಡುತ್ತಿದ್ದರು. 1880ರ ಬಳಿಕದ ವರ್ಷಗಳಲ್ಲಿ ಅವರು ವಕೀಲ ವೃತ್ತಿ ಪರೀಕ್ಷೆಗೆ ಕುಳಿತುಕೊಂಡಾಗ ಎರಡನೇ ದರ್ಜೆಯಲ್ಲಿ ಉತ್ತೀರ್ಣರಾದ

ಕಾರಣ ಅವರಿಗೆ ಮದ್ರಾಸ್ ಪ್ರೆಸಿಡೆನ್ಸಿ ಪ್ರಾಂತ್ಯದ ಕೆಳಗಿನ ಕೋರ್ಟುಗಳಲ್ಲಿ ಎರಡನೇ ದರ್ಜೆಯ ವಕೀಲರಾಗಿ ಕೆಲಸ ಮಾಡುವುದಕ್ಕಷ್ಟೇ ಅರ್ಹತೆ ದೊರೆಯಿತು. ಹೀಗೆ ವಕೀಲ ವೃತ್ತಿಗೆ ಅರ್ಹತೆ ಪಡೆದ ಬಳಿಕ ಸ್ಥಳೀಯ ಮುನ್ಸಿಪಲ್ ಶಾಲೆಯ ಅಧ್ಯಾಪಕ ಹುದ್ದೆಗೆ ರಾಜೀನಾಮೆ ಕೊಟ್ಟರು. ಅವರ ಹಳ್ಳಿ ಕುದ್ಮಲ್‌ನಲ್ಲಿಯಾಗಲೀ ಅಥವಾ ಮಂಗಳೂರಿನಲ್ಲಿಯಾಗಲೀ ವಿಶೇಷವಾದ ಆರ್ಥಿಕ ಅನುಕೂಲದ ಉದ್ಯೋಗ ಸಿಗದ ಕಾರಣ ಬಹಳ ಹತ್ತಿರದ ದೊಡ್ಡ ಪಟ್ಟಣವೆಂದು ಆವಾಗ ಮದ್ರಾಸ್ ಮಾತ್ರ ಇದ್ದ ಕಾರಣ ಕುದ್ಮಲ್ ಪಿಜ್ಜ ಮದ್ರಾಸಿಗೆ ಹೋಗಿ ಅಲ್ಲಿ ತಮ್ಮ ವಕೀಲ ವೃತ್ತಿ ಆರಂಭಿಸಿದರು. ಎಷ್ಟು ಕಾಲವೆಂದು ನಿಖರವಾಗಿ ತಿಳಿದಿಲ್ಲವಾದುದರಿಂದ ಕೆಲಕಾಲದ ಬಳಿಕ ಅವರ ಕುಟುಂಬ ಮದ್ರಾಸ್ ಬಿಟ್ಟು ಮಂಗಳೂರಿಗೆ ಬಂದು ಜಿಲ್ಲಾ ನ್ಯಾಯಾಲಯಲ್ಲಿ ವಕೀಲರಾಗಿ ವೃತ್ತಿ ಆರಂಭಿಸಿದರು. ಮುಂದಿನ ಕೆಲವು ವರ್ಷಗಳಲ್ಲಿ ಅವರು ಜನಪ್ರಿಯ ಕ್ರಿಮಿನಲ್ ವಕೀಲರಾಗಿ ಹೆಸರು ಪಡೆದರು. ಅವರ ಕುಟುಂಬದಲ್ಲಿ ಆಗ ಅವರ ಸಹೋದರ, ತಾಯಿ, ಹೆಂಡತಿ, ಇಬ್ಬರು ಗಂಡು ಮಕ್ಕಳಿದ್ದ ಕಾರಣ ವಕೀಲವೃತ್ತಿಯಿಂದ ಆರ್ಥಿಕವಾಗಿ ಸಬಲರಾದರು.

ಕುದ್ಮಲ್ ಪಿಜ್ಜರಿಗೆ ಕಕ್ಷಿದಾರರಿಂದ ದಾವೆದಾರರಿಂದ ವಿಶೇಷವಾಗಿ ಬೇಡಿಕೆಯಿತ್ತು. ಬಡ ಕಕ್ಷಿದಾರರು ಅವರ ಬಳಿಗೆ ಬರುತ್ತಿದ್ದರು. ಉದ್ದೇಶ ಸರಿಯಾಗಿದ್ದರೆ ಹಣದ ಮುಖ ನೋಡದೆ ಅರ್ಹ ಬಡ ಕಕ್ಷಿದಾರರಿಂದ ದೊಡ್ಡ ಮೊತ್ತದ ಶುಲ್ಕವನ್ನು ಪಡೆಯದೆ ಅವರಿಗೆ ಸಹಾಯ ಮಾಡುತ್ತಿದ್ದರು. ಬಡವರ, ಅನಕ್ಷರಸ್ಥರ ಸಹಾಯಕ್ಕಾಗಿ ಅವರ ಕೇಸುಗಳ ಪರವಾದ ವಾದಕ್ಕಾಗಿ ಬೇರೆ ಬೇರೆ ಕಡೆಗಳಿಗೆ ಹೋಗುತ್ತಿದ್ದ ಕಾರಣ ಅವರನ್ನು ಬಡಜನರ ವಕೀಲರೆಂದೇ ಕರೆಯುತ್ತಿದ್ದರು. ಪ್ರಾಮಾಣಿಕತೆ, ನಿರ್ವಂಚನೆ, ಪಾರದರ್ಶಕ ಗುಣಗಳಿಂದ ಅವರು ಸುತ್ತಮುತ್ತಲಿನವರ ಪ್ರೀತಿಗೆ ಪಾತ್ರರಾಗಿದ್ದರು. ಬಹಳ ದೂರದಿಂದ, ಬೇರೆ ಬೇರೆ ಪ್ರದೇಶಗಳಿಂದ ಜನ ತಮ್ಮ ಸಮಸ್ಯೆ ಹೇಳಿಕೊಂಡು ಬಂದು ಸಮಸ್ಯೆಗಳ ಪರವಾಗಿ ನ್ಯಾಯಾಲಯದಲ್ಲಿ ವಾದಿಸುವಂತೆ ಅವರನ್ನು ಕೇಳಿಕೊಳ್ಳುತ್ತಿದ್ದರು.

ನಾವೆಲ್ಲ ಕೇಳಿದ ಒಂದು ಕತೆಯೆಂದರೆ, ಮೇಲ್ವರ್ಗದ ಪುರುಷನೊಬ್ಬ ದಲಿತ ಹೆಣ್ಣಿನ ಮೇಲೆ ಅತ್ಯಾಚಾರವನ್ನೆಸಗಿ ಗರ್ಭಿಣಿಯನ್ನಾಗಿಸಿದ ಸಂಗತಿ. ಆಗಿನ ಕಾಲದಲ್ಲಿ ಈ ರೀತಿಯ ಅನ್ಯಾಯಕ್ಕೊಳಗಾದ ಹೆಣ್ಣಿಗೆ ಪರಿಹಾರ ಕೊಡುವಂತಹ ಕ್ರಮ ಇರಲಿಲ್ಲ. ಆಕೆ ಕೆಳಜಾತಿಯಿಂದ ಬಂದ ಹೆಣ್ಣುಮಗಳಾಗಿದ್ದಳು ಮತ್ತು ಕುದ್ಮಲ್ ಪಿಜ್ಜ ಆಕೆಯ ಪರವಾಗಿ ವಾದಿಸಿ ಗೆದ್ದು ದಲಿತ ಮಹಿಳೆಗಾದ ಅನ್ಯಾಯಕ್ಕೆ ಯೋಗ್ಯ ಪರಿಹಾರ ಸಿಗುವಂತೆ ಮಾಡಿದರು.

ಒಬ್ಬ ನ್ಯಾಯವಾದಿಯಾಗಿ ಕುದ್ಮಲ್ ಪಿಜ್ಜ ಎಲ್ಲರ ಅಭಿಮಾನಕ್ಕೆ ಪಾತ್ರರಾಗಿದ್ದರು. ಸತ್ಯ ಮತ್ತು ನ್ಯಾಯದ ಪರವಾಗಿ ಅವರ ನಡವಳಿಕೆಯಿದ್ದ ಕಾರಣ ಎಲ್ಲರೂ ಅವರ

ಮೇಲೆ ನಂಬಿಕೆಯನ್ನಿಟ್ಟಿದ್ದರು. ಅವರು ತಮ್ಮ ಕಕ್ಷಿದಾರರಿಗೆ ಸರಿಯಾದ ನ್ಯಾಯ ಸಿಗುವುದಕ್ಕಾಗಿ ದೃಢಮನಸ್ಸಿನಿಂದ ವಾದಿಸುತ್ತಿದ್ದ ಕಾರಣಕ್ಕಾಗಿ ಜಿಲ್ಲಾ ಮುನ್ಸಿಫ್ ಮತ್ತು ಜಿಲ್ಲಾ ವಿಭಾಗೀಯ ಮ್ಯಾಜಿಸ್ಟ್ರೇಟ್ ಅವರ ಒಲವಿಗೂ ಪಾತ್ರರಾಗಿದ್ದರು. ವಿಶೇಷವಾಗಿ ಅವರು ಹಳ್ಳಿಗಳಿಗೆ ಹೋಗಿ ಕೇಸಿನ ಅಧ್ಯಯನ ಮಾಡಿ ನ್ಯಾಯ ಒದಗಿಸುವ ಕೆಲಸ ಮಾಡುತ್ತಿದ್ದರು.

1891ರಲ್ಲಿ ಮಗ ಕೃಷ್ಣರಾವ್ ಟೈಫಾಯ್ಡ್ ಕಾಯಿಲೆಯಿಂದ ತೀರಿಕೊಂಡಾಗ ಕುದ್ಮುಲ್ ಪಿಜ್ಜರಿಗೆ ಬಹಳ ಆಘಾತವಾಯಿತು. ಆ ನೋವಿನಿಂದ ಅವರು ಮತ್ತೆ ಸುಸ್ಥಿತಿಗೆ ಬರಲು ಬಹಳ ಕಾಲ ಹಿಡಿಯಿತು. ಈ ಸಂಕಟದಿಂದ ತಮ್ಮ ವಕೀಲಿ ವೃತ್ತಿಗೆ ಸ್ವಲ್ಪ ಕಾಲ ವಿರಾಮ ನೀಡಿ ಏಕಾಂತದಲ್ಲಿರುತ್ತಿದ್ದರು. ಉಳ್ಳಾಲ ರಘುನಾಥಯ್ಯನವರು ನಿರಂತರ ಸ್ನೇಹಿತರಾಗಿ ಅವರ ದುಃಖದ, ಸಂಕಷ್ಟದ ದಿನಗಳಲ್ಲಿ ಅವರ ಜೊತೆಗಿದ್ದರು. ಕಷ್ಟದ ಸಂದರ್ಭದಲ್ಲಿ ಅವರನ್ನು ಸಾಂತ್ವನ ಮಾಡಿ ವಕೀಲಿ ವೃತ್ತಿಗೆ ಮರಳುವಂತೆ ಪ್ರೋತ್ಸಾಹಿಸಿದರು. ಉಳ್ಳಾಲ ರಘುನಾಥಯ್ಯನವರು ಕುದ್ಮುಲ್ ಪಿಜ್ಜರನ್ನು ಮುನ್ಸಿಫ್ ಕೋರ್ಟಿನಲ್ಲಿ ಮತ್ತೆ ತಮ್ಮ ಕೆಲಸಕ್ಕೆ ಹಾಜರಾಗುವಂತೆ ಬೆನ್ನುತಟ್ಟಿ ವೃತ್ತಿ ಆರಂಭಿಸುವಂತೆ ಮಾಡಿದರು. ಕುದ್ಮುಲ್ ಪಿಜ್ಜ ಕೊನೆಗೂ ಒಪ್ಪಿದರು. ಆದರೆ ಕೇವಲ ಸಿವಿಲ್ ನ್ಯಾಯವಾದಿಯಾಗಿ ಮಾತ್ರ ವೃತ್ತಿ ಮುಂದುವರಿಸಿದರು. ತಮ್ಮ ವಕೀಲ ವೃತ್ತಿಯಲ್ಲಿ ಕುದ್ಮುಲ್ ಪಿಜ್ಜ ಬಹಳ ಎತ್ತರಕ್ಕೇರಿದರು. 1895–1896ರ ಹೊತ್ತಿಗೆ ಅವರು ಮುನ್ಸಿಫ್ ಕೋರ್ಟಿನ ವಕೀಲರಲ್ಲಿ ಬಹಳ ಜನಪ್ರಿಯ ವಕೀಲರಾಗಿ ಹೆಸರು ಪಡೆದರು.

ಪರಿವರ್ತನೆಯ ಹರಿಕಾರನ ದಾರಿಯಲ್ಲಿ

ಎನ್. ರಾಮರಾವ್ ತನ್ನ ಸೊಸೆಯಂದಿಯರಿಗೆ ಹೇಳಿದ ಒಂದು ಘಟನೆಯ ಪ್ರಕಾರ, ಕುದ್ಮುಲ್ ಪಿಜ್ಜ ಅವರಿಗೆ ಮಂಗಳೂರು ಮುನ್ಸಿಪಾಲಿಟಿಯು ಕಂಕನಾಡಿಯಲ್ಲಿ ನಡೆಸುತ್ತಿದ್ದ ಪ್ರಾಥಮಿಕ ಶಾಲೆಯಲ್ಲಿ ಶಿಕ್ಷಕನಾಗಿದ್ದ ಒಬ್ಬ ರೋಮನ್ ಕೆಥೋಲಿಕ್ ಕಕ್ಷಿದಾರನಾಗಿದ್ದ. ಅವನು ಒಂದು ದಿನ ಸಂಜೆ ಮಾಧ್ಯಮಿಕ ಶಿಕ್ಷಣದ ಬಗ್ಗೆ ಕುದ್ಮುಲ್ ಪಿಜ್ಜರೊಡನೆ ಮಾತನಾಡುತ್ತಿದ್ದಾಗ ಶಾಲೆಯಲ್ಲಿ ವಿದ್ಯಾರ್ಥಿ ಮೇಲ್ವಿಚಾರಕನಾಗಿದ್ದ ಪಂಚಮ ಜಾತಿಗೆ ಸೇರಿದ ಬೆಂದೂರು ಬಾಬು ಎನ್ನುವಾತನ ಪ್ರಸ್ತಾಪ ಮಾಡಿದನು. ಬೆಂದೂರು ಬಾಬು ಐದನೆಯ ತರಗತಿಯ ಪರೀಕ್ಷೆ ತೇರ್ಗಡೆಯಾಗಿದ್ದ ಹಾಗೂ ಫಸ್ಟ್ ಫಾರ್ಮ್‌ಗೆ ಕಲಿಸುವ ಶಿಕ್ಷಕ ವೃತ್ತಿಗೆ ಭಡ್ತಿ ಹೊಂದುವುದಕ್ಕೆ ಅರ್ಹನಾಗಿದ್ದ. ಬಹುಶಃ ಆತ ಪಂಚಮ ಜಾತಿಗೆ ಸೇರಿದವನೆನ್ನುವ ಕಾರಣಕ್ಕಾಗಿ ಶಿಕ್ಷಕ ವೃತ್ತಿಗೆ ನೇಮಕ ಮಾಡಲಿಲ್ಲ. ಕುದ್ಮುಲ್ ಪಿಜ್ಜ ಈ ವಿಷಯವನ್ನು ಕೇಳಿ ಪ್ರತಿಕ್ರಿಯಿಸದೆ ಮೌನವಾಗಿದ್ದರು. ಆಮೇಲೆ ತನ್ನ ಕಕ್ಷಿದಾರನಲ್ಲಿ ಬೆಂದೂರು ಬಾಬುವನ್ನು ತನ್ನ ಮನೆಗೆ ಕಳುಹಿಸಿಕೊಡುವಂತೆ ಹೇಳಿದರು. ಕುದ್ಮುಲ್ ಪಿಜ್ಜರ ಮನಸ್ಸಿನಲ್ಲಿ ಏನಿತ್ತೆಂದು ಯಾರಿಗೂ ತಿಳಿಯುತ್ತಿರಲಿಲ್ಲ. ಯಾಕೆಂದರೆ ಅವರು ತನ್ನ ಮುಂದಿನ ನಡೆಯ ಬಗ್ಗೆ ಯಾರಿಗೂ ತಿಳಿಸುತ್ತಿರಲಿಲ್ಲ. ಏನು ಮಾಡುತ್ತೇವೆಂದು ಹೇಳಬಾರದು, ಕೆಲಸವನ್ನಷ್ಟೇ ಮಾಡಬೇಕು ಎಂಬುದು

ಅವರ ಮನೋಧರ್ಮವಾಗಿತ್ತು. ಮರುದಿನ ಬೆಂದೂರು ಬಾಬು ಕುದ್ಮುಲ್ ಪಿಜ್ಜನ ಮನೆಗೆ ಬಂದ. ಕುದ್ಮುಲ್ ಪಿಜ್ಜ ಬೆಂದೂರು ಬಾಬುವಿನ ಹತ್ತಿರ ಅವನಿಗೆ ಸಂಬಂಧಪಟ್ಟ ಎಲ್ಲ ಮಾಹಿತಿಯನ್ನು ಸಂಗ್ರಹಿಸಿದರು.

1887–1888ರ ಹೊತ್ತಿಗೆ ಕುದ್ಮುಲ್ ಪಿಜ್ಜ ಮಂಗಳೂರಿನ ಜಿಲ್ಲಾ ನ್ಯಾಯಾಲಯದಲ್ಲಿ ನ್ಯಾಯವಾದಿಯಾಗಿ ಕೆಲಸ ಮಾಡುತ್ತಿದ್ದ ಹೊತ್ತಿಗೆ ಒಬ್ಬ ಬ್ರಿಟಿಷ್ ಜಡ್ಜ್ ಅಲ್ಲಿಗೆ ಬಂದರು. ಅವರು ಬೆಂದೂರು ಬಾಬುವನ್ನು ಕ್ಲರ್ಕ್ ಆಗಿ ಮಾಡುವ ಪ್ರಕ್ರಿಯೆ ಆರಂಭಿಸಿದರು. ಇದು ಹಿಂದುಳಿದ ವರ್ಗಗಳ ಮತ್ತು ಅಲ್ಪಸಂಖ್ಯಾತ ವರ್ಗಗಳ ತಾಲ್ಲೂಕು ವಿಸ್ತರಣಾ ಅಧಿಕಾರಿ ರಾಮ್ ಕುಮಾರ್ ಹೇಳಿದಂತಹ ಮಾಹಿತಿ. ಆದರೆ ಮೇಲುಜಾತಿಯ ವಕೀಲರುಗಳು ಮತ್ತು ಕ್ಲರ್ಕುಗಳು, ನ್ಯಾಯಾಲಯದಲ್ಲಿ ಕೆಲಸ ಮಾಡುತ್ತಿದ್ದವರು ಬೆಂದೂರು ಬಾಬುವಿನ ನೇಮಕಾತಿಗೆ ವಿರೋಧಿಗಳಾಗಿ ಪ್ರತಿಭಟನೆ ಮಾಡಿದರು. ಮೇಲ್ಜಾತಿಯವರೆಲ್ಲ ಸೇರಿ ನ್ಯಾಯಾಧೀಶರ ಹೆಂಡತಿಗೆ ಹೇಳಿ ಬಾಬುವಿನ ನೇಮಕಾತಿ ಪತ್ರವನ್ನು ರದ್ದು ಮಾಡಿಸಿದರು.

ಇದರಿಂದಾಗುವ ಮುಂದಿನ ಪರಿಣಾಮಗಳ ಕುರಿತು ಹೆದರಿ ಅನೇಕ ಪತ್ರಗಳು ಬಂದವು, ಅವೆಲ್ಲವೂ ಬೆಂದೂರು ಬಾಬುವಿನ ನೇಮಕಾತಿಯ ವಿರೋಧವಾಗಿದ್ದುವು. ಕೆಲವು ಬೆದರಿಕೆ ಪತ್ರಗಳೂ ಬಂದವು. ಬೆದರಿಕೆ ಪತ್ರಗಳು ನ್ಯಾಯಾಧೀಶರ ಹೆಂಡತಿಗೆ ಭಯ ಹುಟ್ಟಿಸಿತು. ಇದರಿಂದಾಗಿ ನ್ಯಾಯಾಧೀಶರ ಹೆಂಡತಿ ನೇಮಕಾತಿ ಮಾಡದಂತೆ ತನ್ನ ಗಂಡನಿಗೆ ಒತ್ತಡವನ್ನು ತಂದರು. ತನ್ನ ಗಂಡ ಇಂತಹ ಸಮಸ್ಯೆಯಲ್ಲಿ ಸಿಕ್ಕಿಹಾಕಿಕೊಳ್ಳುವುದೂ ವರ್ಗಾವಣೆಗೆ ಮೊದಲು ಜಂಜಾಟದಲ್ಲಿ ಒದ್ದಾಡುವುದೂ ಬೇಡವೆಂದು ನ್ಯಾಯಾಧೀಶರ ಹೆಂಡತಿಯ ಇಚ್ಛೆಯಾಗಿತ್ತು. ನ್ಯಾಯಾಧೀಶರು ವರ್ಗಾವಣೆಗೊಂಡು ಹೊಸ ನೇಮಕಾತಿ ಆಗುವ ಮೊದಲು ಮೇಲ್ಜಾತಿಯವರನ್ನು ತೃಪ್ತಿಪಡಿಸಬೇಕು ಹಾಗೂ ಬೆಂದೂರು ಬಾಬುವಿಗೆ ನಿರಾಸೆಯೂ ಆಗಬಾರದು ಎನ್ನುವ ದೃಷ್ಟಿಯಿಂದ ಕುದ್ಮುಲ್ ಪಿಜ್ಜರನ್ನು ಕರೆಸಿ "ಈಗಾಗಲೆ ಬೆಂದೂರು ಬಾಬುವಿಗೆ ನೇಮಕಾತಿ ಪತ್ರ ಕೊಟ್ಟಿದೆ. ಆದರೆ ಆತನಿಗೆ ಮೇಲ್ಜಾತಿಯವರಿಂದ ಆಗುವ ಶೋಷಣೆಯಿಂದ ರಕ್ಷಣೆ ಕೊಡುವುದು ಅಸಾಧ್ಯವಾದುದು. ಆದ್ದರಿಂದ ಬೆಂದೂರು ಬಾಬು ಈ ಕೆಲಸದಲ್ಲಿದ್ದರೂ ನೆಮ್ಮದಿಯಿಂದ ಜೀವನ ಮಾಡಲು ಮಂಗಳೂರಿನಲ್ಲಿ ಸಾಧ್ಯವಿಲ್ಲ" ಎಂದು ಹೇಳಿದರು. "ಅದರ ಬದಲಾಗಿ ಅವನಿಗೆ ಅವನದ್ದೇ ಜಾತಿಯ ಮಕ್ಕಳು ಪ್ರವೇಶ ಪಡೆಯುತ್ತಿರುವ ಶಾಲೆಗೆ ಅಧ್ಯಾಪಕನಾಗಿ ನೇಮಿಸಿ ಅಲ್ಲಿ ಸಾಧಾರಣ ಮಟ್ಟದ ಸಂಬಳ ಸಿಗುವಂತೆ ಮಾಡುವುದು ಒಳ್ಳೆಯದು" ಎಂಬ ಸಲಹೆ ಕೊಟ್ಟರು.

ಬೆಂದೂರು ಬಾಬುವಿನ ದೃಷ್ಟಿಯಿಂದ ಒಳ್ಳೆಯದೆನಿಸಿ ಕುದ್ಮುಲ್ ಪಿಜ್ಜರು ಈ ಸಲಹೆಯನ್ನು ಅಂಗೀಕರಿಸಿದರು. ಬೆಂದೂರು ಬಾಬು ನ್ಯಾಯಾಲಯದ

ಕೆಲಸಕ್ಕೆ ಅರ್ಹರಾಗಿದ್ದರೂ ಜಾತಿಯ ಕಾರಣಕ್ಕಾಗಿ ಅವಕಾಶ ನಿರಾಕರಿಸುವುದು ಅನ್ಯಾಯವೆಂದು ಕುದ್ಮುಲ್ ಪಿಜ್ಜ ಮನಗಂಡರು. ಈ ರೀತಿಯ ಸಂದರ್ಭ ಕುದ್ಮುಲ್ ಪಿಜ್ಜನವರನ್ನು ಸಮಾಜ ಸೇವೆಗೆ ಪ್ರೇರೇಪಿಸಿತು. ಹಾಗೂ ಅವರ ಇಡೀ ಬದುಕಿನ ದೃಷ್ಟಿಕೋನ ಬದಲಾಯಿತು.

ಇದೊಂದೇ ಕಾರಣವಲ್ಲ, ಕುದ್ಮುಲ್ ಪಿಜ್ಜ ಅವರು ದಕ್ಷಿಣಕನ್ನಡ ಜಿಲ್ಲೆಯಾದ್ಯಂತ ವಕೀಲರಾಗಿ ಸಂಚಾರ ಮಾಡುತ್ತಿದ್ದಾಗ ಹೊರಗಿನಿಂದ ಶಾಂತವಾದ, ಸಮೃದ್ಧವಾದ ಈ ಪ್ರದೇಶದ ಬದುಕಿನ ಆಂತರ್ಯದಲ್ಲಿರುವ ಕೊಳಕನ್ನು ಮನಗಂಡರು. ಎಂದರೆ ಬಡತನ ಮತ್ತು ಅಸಮಾನತೆಯಿಂದ ಜನರು ಬಾಳುವುದನ್ನು ಅನುಭವದಿಂದ ಕಂಡುಕೊಂಡರು. ಆಗ ಅವರಿಗೆ ಇದು ಜಾತಿಪದ್ಧತಿಯ ಕೆಡುಕೆನ್ನುವುದು ಅರಿವಾಯಿತು. ದಲಿತರನ್ನು ಬಹಳ ಕ್ರೂರವಾಗಿ ನಡೆಸಿಕೊಳ್ಳುವುದು ಹಾಗೂ ಭೂಮಾಲಿಕರು ಅವರನ್ನು ಶೋಷಿಸುವುದು, ಭೂಮಾಲಿಕರ ಮೇಲೆ ಸಂಪೂರ್ಣ ವಾಗಿ ಅವಲಂಬಿತರಾಗಿರುವ ಕಾರಣ ಬಡತನದಿಂದ ಮೇಲೆ ಬರಲು ಸಾಧ್ಯವಾಗದೆ ತಲೆತಲಾಂತರದಿಂದ ನಿರಾಸೆಯ ಬದುಕು ಸವೆಸುತ್ತ ತಮ್ಮ ಮುಂದಿನ ಪೀಳಿಗೆಯ ವರಿಗೆ ಕೂಡ ಉತ್ತಮ ಬದುಕನ್ನು ನೀಡಲಾಗದೆ ಬದುಕುತ್ತಿರುವುದನ್ನು ಕಂಡರು.

ಕುದ್ಮುಲ್ ಪಿಜ್ಜರು ಜೈಲಿನಲ್ಲಿರುವ ಕೈದಿಗಳ ಪರಿಸ್ಥಿತಿಯನ್ನೂ ಯುವ ವಿಧವೆಯರ ದುರವಸ್ಥೆಯನ್ನೂ ನೋಡಿದರು. ಬಾಲವಿಧವೆಯರು, ಬಾಲಕನ್ಯೆಯರ ವಿವಾಹ ಮುಂತಾದ ಕಷ್ಟಗಳನ್ನು ಕಣ್ಣಾರೆ ಕಂಡರು. ಈ ರೀತಿಯ ವಿಚಾರ ಅವರಿಗೆ ಬಹಳ ನೋವನ್ನುಂಟು ಮಾಡಿತು. ಸಮಕಾಲೀನ ಸಂದರ್ಭದಲ್ಲಿ ಯಾರೇ ಆದರೂ ಈ ತರಹದ ಅಮಾನವೀಯ ಪರಿಸ್ಥಿತಿಯನ್ನು ಕಂಡು ಇವೆಲ್ಲ ಸಹಜವೆಂದು ಭಾವಿಸಲು ಸಾಧ್ಯವಿಲ್ಲವೆಂದು ಅರಿತ ಕುದ್ಮುಲ್ ಪಿಜ್ಜರ ಮನಸ್ಸು ಶೋಷಿತರಾದವರನ್ನು ಕಂಡು ಘಾಸಿಗೊಂಡಿತು. ಇವೆಲ್ಲವನ್ನೂ ನೋಡಿ ಬದಲಾವಣೆ ತರಬೇಕೆಂದು ನಿರ್ಧರಿಸಿದರು. ಕುದ್ಮುಲ್ ಪಿಜ್ಜ ಚಿಂತಕರಾಗಿದ್ದುದರಿಂದ ಈ ಕುರಿತೇ ಹೆಚ್ಚು ಯೋಚಿಸಲು ಆರಂಭಿಸಿ ತಾವು ಬೆಳೆದ ಪರಿಸರದಲ್ಲಿದ್ದ ಸಾಮಾಜಿಕ ಕಟ್ಟುಪಾಡುಗಳ ವಿರುದ್ಧ ಹೋರಾಡಲು ತೀರ್ಮಾನಿಸಿದರು.

ಕುದ್ಮುಲ್ ಪಿಜ್ಜ ಸಮಾಜದ ಅನಿಷ್ಟ ಪದ್ಧತಿಗಳ ವಿರುದ್ಧ ಸಿಟ್ಟುಗೊಂಡು, ಅವೆಲ್ಲವನ್ನೂ ಒಪ್ಪಿಕೊಳ್ಳುವ ಧರ್ಮ ಹಾಗೂ ಜಾತಿ ಜಾತಿಗಳ ನಡುವೆ ಗೋಡೆಯನ್ನು ಕಟ್ಟುವಂತಹ ಕಟ್ಟುಪಾಡುಗಳನ್ನು ಪ್ರಶ್ನಿಸಲಾರಂಭಿಸಿದರು. ಸಮಾಜವನ್ನು ಕಾಡುತ್ತಿರುವ ಮೂಢನಂಬಿಕೆಗಳು ಹಾಗೂ ಜಾತಿ, ವರ್ಗ ಮತ್ತು ಲಿಂಗಭೇದಗಳಿಗೆ ಅನುಗುಣವಾಗಿ ಇರುವ ಸಾಂಪ್ರದಾಯಿಕ ಕಟ್ಟುಪಾಡುಗಳನ್ನು ಪ್ರಶ್ನಿಸತೊಡಗಿದರು. ಮನುಷ್ಯರಾಗಿ ಹುಟ್ಟಿದವರು ಒಬ್ಬರು ಇನ್ನೊಬ್ಬ ಮನುಷ್ಯನನ್ನು ಪ್ರಾಣಿಗಳಿಗಿಂತ ಕೀಳಾಗಿ ನೋಡಬಹುದೇ ಎಂಬ ಆಕ್ರೋಶ, ಸಿಟ್ಟು ಅವರಲ್ಲಿ

ಕಾಣಿಸಿಕೊಂಡಿತು. ದೃಢನಿರ್ಧಾರದ ಮನುಷ್ಯರಾಗಿದ್ದ ಕುದ್ಮುಲ್ ಪಿಜ್ಜರಿಗೆ ಸಾಮಾಜಿಕ ಪಿಡುಗುಗಳನ್ನು ತೊಡೆದುಹಾಕುವುದು ಕರ್ತವ್ಯವೆಂದು ಅರಿವಾಗಿ ಅದನ್ನು ತಾನೇ ಆರಂಭಿಸಬೇಕೆಂದು ನಿರ್ಧರಿಸಿದರು.

ಕುದ್ಮುಲ್ ಪಿಜ್ಜ ಅಸ್ಪೃಶ್ಯತೆಯ ನಿರ್ಮೂಲನೆಗಾಗಿ ಹೋರಾಡಿದರು. ಸಮಾಜದಲ್ಲಿ ಕೆಲವು ಬಹಿಷ್ಕೃತ ಜಾತಿಯವರ ಬಡತನ, ಶೋಷಣೆ ಇವೆಲ್ಲವನ್ನೂ ಕಂಡು ಭಾರತದಲ್ಲಿ ನೂರಾರು ವರ್ಷಗಳಿಂದ ಇರುವ ಜಾತಿಪದ್ಧತಿ, ಮಹಿಳೆಯರ ಅಸಮಾನತೆ ಮತ್ತು ವಿಧವಾ ಬಹಿಷ್ಕಾರ ಮುಂತಾದವುಗಳನ್ನು ಗಂಭೀರವಾಗಿ ತೆಗೆದುಕೊಂಡು ಸುಧಾರಣೆ ಮಾಡಬಯಸಿದರು. ಅಪರಾಧಿಗಳೂ ಮನುಷ್ಯರೇ ಆಗಿರುವುದರಿಂದ ಅವರನ್ನು ಮೃಗಗಳಂತೆ ನಡೆಸಿಕೊಳ್ಳಬಾರದೆಂದು ಬಯಸಿದ್ದರು. ಕುದ್ಮುಲ್ ಪಿಜ್ಜರ ಕನಸಿನ ಯೋಚನೆಯ ಸಮಾಜದಲ್ಲಿ ಒಬ್ಬ ಇನ್ನೊಬ್ಬ ಮನುಷ್ಯನ ನಡುವೆ ಭಿನ್ನತೆಯಿರದ ಸಮಾಜವಿತ್ತು, ಹಾಗೆ ಇವುಗಳು ನನಸಾಗುವುದಕ್ಕೆ ಕಾನೂನುಗಳನ್ನು ಮಾಡಿ ತಾರತಮ್ಯಗಳನ್ನು ಹೋಗಲಾಡಿಸಿ ಮನುಷ್ಯ ಇನ್ನೊಬ್ಬನನ್ನು ಹಿಂಸಿಸುವ ಪರಿಸ್ಥಿತಿ ನಿರ್ಮೂಲನೆಯಾಗಬೇಕು ಎನ್ನುವ ಪ್ರಗತಿಪರ ಯೋಚನೆ ಮಾಡುತ್ತ ಹಳೆಯ ಪದ್ಧತಿ, ಮೂಢನಂಬಿಕೆ, ಸಂಪ್ರದಾಯಗಳನ್ನು ನಿವಾರಿಸಿ ಎಲ್ಲರೂ ಸಮಾನರಾಗಿರಬೇಕೆಂದು ಅವರು ಪ್ರತಿಪಾದಿಸಿದರು. ಈ ಉದ್ದೇಶ ಆದರ್ಶ ಮಾತ್ರವಾಗಿರದೆ ನಿಜವಾಗಬೇಕೆಂದು ಅವನ್ನು ಈಡೇರಿಸುವುದಕ್ಕಾಗಿ ಸಿವಿಲ್ ಲಾ ವಕೀಲಿ ವೃತ್ತಿಯನ್ನು ತ್ಯಜಿಸಿ 1887ರ ಇಸವಿಯಲ್ಲಿ ತನ್ನ 38ನೇ ವರ್ಷ ವಯಸ್ಸಿನಲ್ಲಿ ಸಮಾಜ ಸೇವೆಗೆ ಧುಮುಕಿದರು.

ಕುದ್ಮುಲ್ ಪಿಜ್ಜ ವಕೀಲರಾದಂತಹ ಉನ್ನತ ಸ್ಥಾನದ ವೃತ್ತಿಯನ್ನು ಬಿಟ್ಟು ದಲಿತೋದ್ಧಾರದ ಉದ್ದೇಶ, ಗುರಿ ಸಾಧನೆಗಾಗಿ ದಲಿತರ ಬಡತನ ನಿವಾರಣೆ, ಸಮಾಜದಲ್ಲಿ ಅಸ್ಪೃಶ್ಯತೆ ನಿವಾರಣೆ, ಮಹಿಳೆಯರ ಸಬಲೀಕಣ, ಎಲ್ಲರಿಗೂ ಶಿಕ್ಷಣ, ಕೈದಿಗಳ ಪುನರ್ವಸತಿ ಇತ್ಯಾದಿ ಕಾರ್ಯಗಳಿಗೆ ಕಂಕಣಬದ್ಧರಾದರು. ಅವರು ಅಸಹಾಯಕರಿಗೆ ಸಹಾಯ ಮಾಡಿದರು. ಉದಾಹರಣೆಗೆ ಮೊದಲನೆಯ ಮಹಾಯುದ್ಧದ ಕಾಲದಲ್ಲಿ ಭಾರತದಲ್ಲಿ ಬರಗಾಲವಿದ್ದ ಹೊತ್ತಿನಲ್ಲಿ ಕುದ್ಮುಲ್ ಪಿಜ್ಜ ಅಗತ್ಯವುಳ್ಳವರಿಗೆ ಅಕ್ಕಿ, ಕಟ್ಟಿಗೆ ಇತ್ಯಾದಿಗಳನ್ನೂ ಶೇಡಿಗುಡ್ಡೆಯಲ್ಲಿರುವ ಬಡವರಿಗೆ ದೈನಂದಿನ ಅಗತ್ಯ ವಸ್ತುಗಳನ್ನೂ ಹಂಚಿದರು. ಇನ್ನೊಂದು ನಿದರ್ಶನವೆಂದರೆ ಮಂಗಳೂರಿಲ್ಲಿ 1901ನೇ ಇಸವಿಯಲ್ಲಿ ಪ್ಲೇಗ್ ಮಾರಿ ಬಂದಾಗ ಕುದ್ಮುಲ್ ಪಿಜ್ಜ ಮತ್ತು ಅವರ ಭಾವೀ ಅಳಿಯ ಸುಬ್ಬರಾವ್ ಹೆಣಗಳನ್ನು ಎತ್ತಿ ಶವಸಂಸ್ಕಾರದ ಕೆಲಸ ಮಾಡಿದರು. ಹೀಗೆ ಶವಗಳ ವಿಲೇವಾರಿ ಮಾಡುವಾಗ ಜಾತಿ, ವರ್ಣ, ಲಿಂಗಭೇದ ನೋಡದೆ ಮಾನವೀಯ ನೆಲೆಯಲ್ಲಿ ಕೆಲಸ ಮಾಡಿದರು.

ಜಾತಿವ್ಯವಸ್ಥೆಯ ಭಯಾನಕತೆಯನ್ನು ಅರ್ಥಮಾಡಿಕೊಂಡರು

ಶ್ರೀಮಂತಿಕೆ, ಸಮಾಜದಲ್ಲಿ ವಿಶೇಷ ಸ್ಥಾನಮಾನ ಮತ್ತು ಅವರದ್ದೇ ಆದ ಆಲೋಚನೆ, ಉದ್ದೇಶಗಳಲ್ಲಿ ತನ್ನ ಇತಿಹಾಸವಾದ ಬದುಕು ಸಾಗಿಸುತ್ತಿದ್ದವರನ್ನು ಅದರಿಂದ ಹೊಸ ತಿರುವನ್ನು ಪಡೆಯುವುದಕ್ಕೆ ಮತ್ತು 1870ರ ಕಾಲದ ಸಮಾಜದಲ್ಲಿದ್ದ ಕಠಿಣವಾದ ಪದ್ಧತಿಗಳು, ಕಾನೂನುಗಳು ಮತ್ತು ಆಚಾರಗಳ ವಿರುದ್ಧ ಹೋರಾಡುವುದಕ್ಕೆ ಕುದ್ಮುಲ್ ಪಿಜ್ಜರಿಗೆ ಸಿಕ್ಕಿದ ಪ್ರೇರಣೆಗಳು ಯಾವುವು? ತಮ್ಮ ಪ್ರತಿಷ್ಠಿತ ಮೇಲುಜಾತಿಯಿಂದ ಬಹಿಷ್ಕಾರಕ್ಕೆ ಒಳಗಾಗುವ ಅಪಾಯವನ್ನು ಎದುರುಹಾಕಿಕೊಳ್ಳಲು ಕಾರಣಗಳೇನು? ಬಾಲ್ಯದಲ್ಲಿ ಅನುಭವಿಸಿದ ಬಡತನದ ಬೇಗೆಯನ್ನು ಮತ್ತೆ ಅನುಭವಿಸುವಂತಹ ತೊಂದರೆಯನ್ನು ಆಹ್ವಾನಿಸಿಕೊಳ್ಳಲು ಕಾರಣಗಳೇನು? ಇವನ್ನು ತಿಳಿದುಕೊಳ್ಳಬೇಕಾಗಿದೆ.

ಮೊದಲನೆಯದಾಗಿ ಇದನ್ನು ಅರ್ಥ ಮಾಡಿಕೊಳ್ಳಬೇಕಾದರೆ 19ನೆಯ ಶತಮಾನದ ಕೊನೆಯಲ್ಲಿ ಪಂಚಮರು ಎದುರಿಸುತ್ತಿದ್ದ ಸನ್ನಿವೇಶಗಳನ್ನು ವಿವರಿಸುವ ಅಗತ್ಯವಿದೆ. ಕುದ್ಮುಲ್ ಪಿಜ್ಜರ ಕಾಲದಲ್ಲಿ ದಲಿತರನ್ನು ಪಂಚಮರು ಅಥವಾ ಕನ್ನಡದಲ್ಲಿ ಹೊಲೆಯರೆಂದು ಕರೆಯುತ್ತಿದ್ದರು. ಕೆಲವು ಬುಡಕಟ್ಟು ಸಮುದಾಯ

ದವರನ್ನು ಈ ಭೂಮಿಯಲ್ಲಿ ಆರಂಭದಿಂದಲೂ ನಿವಾಸಿಗಳಾಗಿದ್ದವರು ಎಂಬ ಅರ್ಥದಲ್ಲಿ ಆದಿವಾಸಿಗಳೆನ್ನುತ್ತಿದ್ದರು. ಹಿಂದೂ ಜಾತಿಪದ್ಧತಿಯ ಕಠಿಣ ಕಾನೂನು ಗಳಲ್ಲಿ ಇವರೆಲ್ಲರನ್ನೂ ಸಮಾಜದಲ್ಲಿ ಬಹಳ ಕೆಳ ಮಟ್ಟದಲ್ಲಿ ಪರಿಗಣಿಸುತ್ತಿದ್ದರು. ಭಾರತದಾದ್ಯಂತ ಪ್ರಚಲಿತವಾಗಿದ್ದ ಜಾತಿಪದ್ಧತಿಯಲ್ಲಿ ಇಂತಹ ಪದ್ಧತಿಗಳ ಮೂಲ ಹಾಗೂ ಹಿನ್ನೆಲೆಗಳೇನು ಎಂಬುದು ಸ್ಪಷ್ಟವಾಗಿ ತಿಳಿದುಬಂದಿಲ್ಲ. ಈ ಜಾತಿಪದ್ಧತಿ ಯೆನ್ನುವುದರಲ್ಲಿ ಕೆಲವು ಜಾತಿಗಳನ್ನು ಹೊರಗಿಡುವ ಕ್ರಮ ಯಾವಾಗ ಹೇಗೆ ಆರಂಭವಾಯಿತೆನ್ನುವುದು ಕಾಲಗರ್ಭದಲ್ಲಿ ಅಡಗಿಹೋಗಿದೆ. ಆದರೆ ದಕ್ಷಿಣಕನ್ನಡ ಜಿಲ್ಲೆಯಲ್ಲಿ ಪಂಚಮರ ಹಿರಿಯರ ಕಾಲದಿಂದ ಈ ಪದ್ಧತಿ ಬಳಕೆಯಲ್ಲಿದ್ದಂತೆ ಅನ್ನಿಸುವುದಿಲ್ಲ.

ಅವರ ಹಿರಿಯರು ಹುಭಾಷಿಕರು ರಾಜರಾಗಿ ಈ ನಾಡನ್ನು ಆಳಿದರು ಎನ್ನುವ ಐತಿಹ್ಯವಿದೆ. ಇದೊಂದು ಐತಿಹ್ಯವೋ ಅಥವಾ ನಿಜವೋ ಎನ್ನುವುದಕ್ಕೆ ಲಿಖಿತ ಇತಿಹಾಸದ ದಾಖಲೆಗಳಿಲ್ಲ. ಹಿಂದುತ್ವ ಎನ್ನುವಂತಹದ್ದು ನಿಜಾರ್ಥದಲ್ಲಿ ಎಲ್ಲ ಬಗೆಯ ನಂಬಿಕೆಗಳನ್ನು ಸಹನಶೀಲವಾಗಿ ಒಳಗೊಳ್ಳುವ ವಿಶ್ವಾಸದ ನಂಬಿಕೆಯ ಪದ್ಧತಿ. ನಿಜವಾದ ಅರ್ಥದಲ್ಲಿ ಹಿಂದೂ ಧರ್ಮದಲ್ಲಿ ಪಂಚಮರು ಆರಾಧಿಸುವ ದೇವತೆಗಳೂ ಒಳಗೊಳ್ಳುತ್ತಾರೆ. ಚಿದಂಬರಮ್‌ನ ಮಾದಿಗರು ನಂದನನ್ನೂ ಆರಾಧಿಸುತ್ತಾರೆ, ಕರ್ನಾಟಕದಲ್ಲಿ ಕನಕದಾಸರನ್ನೂ ಗೌರವಿಸುತ್ತಾರೆ. ಉಡುಪಿಯಲ್ಲಿ ಕನಕದಾಸರ ಪ್ರತಿಮೆ ಶ್ರೀಕೃಷ್ಣ ದೇವಸ್ಥಾನದ ಮುಂಭಾಗದಲ್ಲಿ ಈಗಲೂ ಇದೆ. ಈ ಪ್ರತಿಮೆಯ ಹಿಂದೆ ಒಂದು ಪುರಾಣ ಕತೆಯಿದೆ. ಶ್ರೀಕೃಷ್ಣ ದೇವರು ಕನಕದಾಸರ ಕೀರ್ತನೆಗಳಿಗೆ ಸಂತುಷ್ಟನಾಗಿ ಕನಕದಾಸರು ನಿಂತುಕೊಂಡಿದ್ದ ಪೂರ್ವದ ಕಡೆಗೆ ಮುಖ ಮಾಡಿದರು ಎಂಬ ಒಂದು ಐತಿಹ್ಯವಿದೆ. ಇವತ್ತಿಗೂ ದೇವಸ್ಥಾನದ ಪ್ರವೇಶದ್ವಾರ ಪಶ್ಚಿಮಾಭಿಮುಖವಾಗಿದೆ ಮತ್ತು ಕೃಷ್ಣನ ಮೂರ್ತಿ ಪೂರ್ವಾಭಿಮುಖವಾಗಿದೆ. ಅನೇಕ ಶತಮಾನಗಳ ಬಳಿಕವೂ ಮೇಲ್ಜಾತಿಯ ಹಿಂದೂಗಳು ಕನಕದಾಸರ ಭಕ್ತಿ ಮತ್ತು ಸಹನಶೀಲತೆಯನ್ನು ಮೆಚ್ಚಿಕೊಳ್ಳುತ್ತಿದ್ದಾರೆ.

ಇನ್ನೊಂದು ಕತೆಯ ಪ್ರಕಾರ ಪುತ್ತಿಗೆ ಮಠದ ಸ್ವಾಮಿಯವರು ಕನಕದಾಸರ ಪ್ರಾಮಾಣಿಕತೆ ಮತ್ತು ಭಕ್ತಿಯನ್ನು ತಿಳಿದುಕೊಂಡಿದ್ದವರು ತಮ್ಮ ಶಿಷ್ಯರಲ್ಲಿ ಮುಷ್ಟಿಯೊಳಗೇನಿದೆಯೆಂದು ಕೇಳಿದರಂತೆ, ಅದಕ್ಕೆ ಯಾರೊಬ್ಬ ಶಿಷ್ಯರಿಗೂ ಉತ್ತರಿಸಲು ಸಾಧ್ಯವಾಗದಿದ್ದಾಗ ಕನಕದಾಸರು "ಗುರುಗಳ ಮುಷ್ಟಿಯಲ್ಲಿ ವಾಸುದೇವ ಸಾಲಿಗ್ರಾಮ ಇದೆ" ಎಂಬ ಸತ್ಯವನ್ನು ಹೇಳಿದರಂತೆ. ಯಾವುದೇ ಜಾತಿಗೆ ಸೇರಿದವರು ದಾಸರಾಗಬಹುದೆನ್ನುವ ತತ್ವವನ್ನು ಹೇಳುವ ಕೀರ್ತನೆಗಳು ಕನ್ನಡದಲ್ಲಿ ಇವೆ.

ಯಾವುದೇ ಸಮಾಜ ಸುಧಾರಕರಾದರೂ ಕಷ್ಟದಲ್ಲಿರುವವರ ಪರವಾಗಿ ಮತ್ತು ದೀನದಲಿತರನ್ನು ಮೇಲೆತ್ತುವ ಸಂದರ್ಭದಲ್ಲಿ ಅನೇಕ ರೀತಿಯ ಅಡೆತಡೆಗಳನ್ನು ಎದುರಿಸಬೇಕಾಗುತ್ತದೆ. ಒಂದು ಸಮಕಾಲೀನ ಸಂದರ್ಭದಲ್ಲಿ ಇರುವ ಕಟ್ಟುಕಟ್ಟಳೆಗಳನ್ನು ಬದಲಾಯಿಸಲು ಧ್ವನಿಯೆತ್ತುವ ಸಮಾಜ ಸುಧಾರಕರಿಗೆ ಅತೃಪ್ತಿ, ಅಸಮಾಧಾನ, ವಿರೋಧಗಳು ಸಹಜವಾಗಿಯೇ ಎದುರಾಗುತ್ತವೆ. ಪಂಚಮರು ತಮ್ಮ ದಿನನಿತ್ಯದ ಬದುಕಿನಲ್ಲಿ ಅನುಭವಿಸುತ್ತಿದ್ದ ಸಂಕಷ್ಟಗಳನ್ನು ಹಿಂದುತ್ವದ ಭಾಗವಾಗಿ ಪರಿಗಣಿಸಿ ನಿರ್ಲಕ್ಷ್ಯಕ್ಕೆ ಒಳಪಡಿಸಲಾಗಿತ್ತು. ಇವೆಲ್ಲದರ ಫಲವಾಗಿ ಪಂಚಮರ ಬದುಕು ಹೀನಾಯ ಸ್ಥಿತಿಯಲ್ಲಿತ್ತು. ಮೇಲ್ಜಾತಿಯವರು ಅವರನ್ನು ಶೋಷಿಸುತ್ತಿದ್ದ ರೀತಿ ಬಹಳ ಭಯಾನಕವಾಗಿತ್ತು. ಪಂಚಮರನ್ನು ಹಿಂದೂ ಸಮಾಜದ ಮೇಲ್ಜಾತಿಯವರ ಕಟ್ಟಳೆಗಳಿಂದ ಹೊರಗೆ ಇರಿಸಲಾಗಿತ್ತು. ಈ ಹಿಂದೂ ಜಾತಿಪದ್ಧತಿಯ ಶೂದ್ರ ಎನ್ನುವ ವರ್ಗದಿಂದ ಕೆಳಗೆ ಪಂಚಮರನ್ನು ಇಡಲಾಗಿತ್ತು. ಹಾಗಾಗಿ ಅಸ್ಪೃಶ್ಯರು ಅಂಥ ಹೇಳಲಾಗುವ ಜಾತಿಯವರೆಲ್ಲರನ್ನೂ ಪಂಚಮರೆಂದು ಪ್ರತ್ಯೇಕಿಸಿ ಇರಿಸಲಾಗಿತ್ತು. ತೋಟಿಗಳು, ಮಹರ್‌ಗಳು, ಶೂದ್ರರು, ಕೊರಗರು ಇವರೆಲ್ಲರನ್ನೂ ಮನುಷ್ಯರೇ ಅಲ್ಲವೆಂಬಂತೆ ಹೀನಾಯವಾಗಿ ನಡೆಸಿಕೊಳ್ಳುತ್ತಿದ್ದರು.

ಸುಮಾರು 120 ವರ್ಷಗಳ ಹಿಂದೆ ಒಂದು ತುತ್ತು ಅನ್ನಕ್ಕಾಗಿ ಮತ್ತು ತುಂಡು ಬಟ್ಟೆಗಾಗಿ ದೈಹಿಕ ಶ್ರಮ ಪಡುವ, ಬೆವರು ಸುರಿಸುವ ಪರಿಶಿಷ್ಟ ಜಾತಿ ಮತ್ತು ಪರಿಶಿಷ್ಟ ಪಂಗಡಗಳ ಸಮುದಾಯದವರನ್ನು ಕುದ್ಮುಲ್ ಪಿಜ್ಜ ಕಂಡರು. ಆ ಸಮಾಜದವರು ಮೂಲಭೂತವಾಗಿ ಬಹಳ ಶ್ರಮಜೀವಿಗಳಾಗಿದ್ದರು. ಆದರೆ ಅವರಿಗೆ ಶ್ರೀಮಂತ ಭೂಮಾಲಿಕರ ಹೊಲಗಳಲ್ಲಿ ಗೆಯ್ಮೆ ಅಥವಾ ಶ್ರೀಮಂತ ಮೇಲ್ಜಾತಿ ಜನರ ಮನೆಗಳವರ ಮಲ ಹೊರುವುದು, ಕಸ ತೆಗೆಯುವುದು, ಚರಂಡಿ ಶುಚಿ ಮಾಡುವುದು ಇಂತಹ ಕೆಲಸಗಳು ಮಾತ್ರ ಸಿಗುತ್ತಿತ್ತು. ಅವರ ಕೆಲಸದ ಬವಣೆಗಳು ಹೃದಯವಿದ್ರಾವಕವಾಗಿತ್ತು. ಈ ಸಮುದಾಯಗಳ ಗಂಡಸರು ಹಾಗೂ ಹೆಂಗಸರು ಜೀವಮಾನ ಪೂರ್ತಿ ಪ್ರಾಣಿಗಳಂತೆ ಕೆಲಸ ಮಾಡಿ ಬದುಕುತ್ತಿದ್ದರು. ಅವರಿಗೆ ತಮ್ಮ ದೇಹ ಮುಚ್ಚಿಕೊಳ್ಳಲು ಸರಿಯಾದ ಬಟ್ಟೆಗಳಿರಲಿಲ್ಲ. ಈ ತರಹದ ದುಡಿಮೆಗೆ ಅವರಿಗೆ ಅಲ್ಪ ಪ್ರಮಾಣದ ಅಕ್ಕಿ ಅಥವಾ ಭತ್ತ ದೊರೆಯುತ್ತಿತ್ತು. ಕೊಯ್ಲಿನ ಸಂದರ್ಭದಲ್ಲಿ ಪಂಚಮರನ್ನು ಗದ್ದೆ ಉಳುವುದಕ್ಕೆ ಮತ್ತು ಭತ್ತದ ನಾಟಿ, ಕೊಯ್ಲಿಗೆ ಮಾತ್ರ ಬಳಸಿಕೊಳ್ಳಲಾಗುತ್ತಿತ್ತು. ಉಳಿದ ಸಮಯದಲ್ಲಿ ಅವರಿಗೆ ಯಾವುದೇ ಉದ್ಯೋಗವಿರಲಿಲ್ಲ. ಕೆಲಸ ದೊರೆಯದಿದ್ದರೆ ಜೀವನೋಪಾಯಕ್ಕೆ ದಾರಿಯಿರಲಿಲ್ಲವಾದುದರಿಂದ ಅವರು ಬಹಳ ಪರಿಶ್ರಮದಿಂದ ಮೇಲ್ಜಾತಿಯವರ ಕೆಲಸಗಳನ್ನು ಮಾಡಬೇಕಾಗಿತ್ತು.

ಪಂಚಮರಿಗೆ ಅವರದ್ದೇ ಆದ ಸ್ವಂತ ಮನೆಯಿರಲಿಲ್ಲ. ಜಾತಿಪದ್ಧತಿಯ ನಿಯಮ ಪ್ರಕಾರ ಅವರಿಗೆ ಖಾಸಗಿ ಆಸ್ತಿ ಮಾಡಿಕೊಳ್ಳುವ ಅಧಿಕಾರವಿರಲಿಲ್ಲ, ಒಂದೋ ದಟ್ಟವಾದ ಕಾಡಿನಲ್ಲಿ ಅಥವಾ ಬೆಟ್ಟಗಳ ಇಳಿಜಾರಿನಲ್ಲಿ ಅಥವಾ ಆಗಿನ ಕನ್ನಡ ಜಿಲ್ಲೆಗಳ ಹಳ್ಳಿಗಳ ಹೊರವಲಯದಲ್ಲಿ ಅವರು ವಾಸಮಾಡುತ್ತಿದ್ದರು. ಗುಡ್ಡೆಗಳಲ್ಲಿ ಮತ್ತು ಕಾಡುಗಳಲ್ಲಿ ಅರೆಬೆತ್ತಲೆಯಾಗಿ ಜೀವಿಸುತ್ತಿದ್ದ ಪಂಚಮರು ಕಾಡುಪ್ರಾಣಿಗಳನ್ನೂ ಹಕ್ಕಿಗಳನ್ನೂ ಕಾಡಿನ ನಾರುಬೇರು ಹಣ್ಣುಗಳನ್ನೂ ತಿಂದು ಬದುಕಬೇಕಾಗಿತ್ತು. ತಮ್ಮ ಆಶ್ರಯಕ್ಕಾಗಿ ಕೊಪ್ಪ ಎನ್ನುವ ಬಿದಿರಿನ ಗುಡಿಸಲನ್ನು ಕಟ್ಟಿಕೊಳ್ಳುತ್ತಿದ್ದರು. ಪಟ್ಟಣಗಳು ಮತ್ತು ಹಳ್ಳಿಗಳ ಸುತ್ತಲಿನ ಬಯಲು ಪ್ರದೇಶಗಳಲ್ಲಿ ಮಣ್ಣಿನಿಂದ ತಮ್ಮ ಹಟ್ಟಿಗಳನ್ನು ಕಟ್ಟಿಕೊಂಡು ತೆಂಗಿನ ಸೋಗೆಗಳನ್ನು ಛಾವಣಿಯಾಗಿ ಬಳಸುತ್ತಿದ್ದರು. ಈ ರೀತಿಯ ಗುಡಿಸಲುಗಳಲ್ಲಿ ಒಂದು ಕೋಣೆಯಷ್ಟೇ ಇರುತ್ತಿತ್ತು ಮತ್ತು ಅದರಲ್ಲಿ ಎಲ್ಲರೂ ಉಂಡು ಮಲಗುತ್ತಿದ್ದರು. ಅವರ ಪಾತ್ರೆಗಳೋ! ಸಣ್ಣ ಸಣ್ಣ ಮಣ್ಣಿನ ಮಡಿಕೆಗಳಷ್ಟೇ. ಅವರ ವಾಸಸ್ಥಾನಗಳು ಭಾರತದ ಬೇಸಿಗೆಯ ಬಿಸಿಲಿಗೆ ಅನುಕೂಲವಾಗಿದ್ದವು ಆದರೆ ಮಳೆಗಾಲದಲ್ಲಿ ಅವರ ಬದುಕು ಶೋಚನೀಯವಾಗಿತ್ತು. ಮಳೆಗಾಲದ ಮುಂಗಾರಿನ ವೇಳೆಗೆ ಛಾವಣಿ ಸೋರಿ ಮನೆಯಲ್ಲಿ ಭದ್ರತೆ ಇರುತ್ತಿರಲಿಲ್ಲ. ಅವರ ಮಕ್ಕಳ ಲಾಲನೆ ಪಾಲನೆಗೆ ಸರಿಯಾದ ವ್ಯವಸ್ಥೆಯಿರಲಿಲ್ಲವಾದುದರಿಂದ ಶಾಲೆಗೆ ಕಳುಹಿಸುವುದು ಕನಸಿನ ಮಾತಾಗಿತ್ತು. ಆ ಮಕ್ಕಳನ್ನು ಅನ್ನದ ದುಡಿಮೆಗೆ ಹಾಕುತ್ತಿದ್ದ ಕಾರಣ ಬಾಲಕಾರ್ಮಿಕರಾಗಿ ಹೆತ್ತವರಿಗೆ ಸಹಾಯ ಮಾಡುತ್ತ ಕುಟುಂಬದ ಆದಾಯಕ್ಕಾಗಿ ದುಡಿಯುತ್ತಿದ್ದರು. ಇದನ್ನು ಇದು ಶೋಷಣೆ ಅಥವಾ ಬಾಲಕಾರ್ಮಿಕತನವೆಂದು ಭಾವಿಸದೆ ಬದುಕಲು ಅನಿವಾರ್ಯವೆಂದುಕೊಂಡಿದ್ದರು. ಈ ಕುಟುಂಬ ಹೀಗೆ ಒಂದು ತುತ್ತು ಅನ್ನಕ್ಕಾಗಿ ಪರದಾಡುತ್ತಿತ್ತು, ಅರೆಹೊಟ್ಟೆಯಲ್ಲಿ ಬದುಕುತ್ತಿತ್ತು. ಮಗುವಿನ ದುಡಿಮೆಯಿಲ್ಲದಿದ್ದರೆ ಅಷ್ಟು ಕೂಡ ಉಣ್ಣುವುದು ಅಸಾಧ್ಯವಾಗಿತ್ತು. ಆದ್ದರಿಂದ ಆ ಕುಟುಂಬಗಳಿಗೆ ಪೂರ್ತಿ ಹೊಟ್ಟೆ ತುಂಬಿದ ದಿನಗಳೇ ಇರಲಿಲ್ಲ. ಗಂಡಸರು, ಹೆಂಗಸರು ಮತ್ತು ಮಕ್ಕಳು ಅಪೌಷ್ಠಿಕತೆಯಿಂದ ಬಳಲಿ ನಿತ್ರಾಣಕ್ಕೆ ಒಳಗಾಗಿದ್ದರು ಹಾಗೂ ಅನಾರೋಗ್ಯ ಪೀಡಿತರಾಗಿದ್ದರು.

ಕೆಲವು ಸ್ಥಳಗಳಲ್ಲಿ ಪಂಚಮರು ಜೀತದಾಳುಗಳಾಗಿದ್ದರು. ಅವರನ್ನು ಭೂಮಿಯ ಜೊತೆಗೆ ಮಾರುತ್ತಿದ್ದರು. ಮನುಷ್ಯರ ಮಾರಾಟ ಕಾನೂನಿಗೆ ವಿರೋಧವಾಗಿದ್ದರೂ ಜೀತದಾಳುಗಳು ಮಣ್ಣಿಗೆ ಅಂಟಿಕೊಂಡಿದ್ದು ಒಡೆಯರನ್ನು ಬಿಟ್ಟು ಬರುತ್ತಿರಲಿಲ್ಲ. ಈ ಪಂಚಮರ ಮದುವೆಗಳನ್ನು ಜಿಲ್ಲೆಯ ಉತ್ತರ ಭಾಗದಲ್ಲಿ ಭೂಮಾಲಿಕರು ನಡೆಸಿ ಮಕ್ಕಳ ಯೋಗಕ್ಷೇಮವನ್ನು ನೋಡಿಕೊಳ್ಳುತ್ತಿದ್ದರು. ಕೃಷಿಯೆನ್ನುವ ಉದ್ಯೋಗ ನಿರ್ದಿಷ್ಟ ಕಾಲಕ್ಕೆ ಸಂಬಂಧ ಪಟ್ಟಿರುವುದರಿಂದ ಅವರನ್ನು ಬಡತನ

ಕಾಡುತ್ತಿದ್ದ ಕಾರಣ ಅವರು ಇತರರ ಮೇಲೆ ಅವಲಂಬಿತರಾಗುವುದನ್ನು ಬಿಟ್ಟು ಬೇರೆ ದಾರಿಯಿರಲಿಲ್ಲ. ಬೇಡಿ ಬದುಕುವುದು ಅವರ ಜೀವನೋಪಾಯವಾಗಿದ್ದು ಮೇಲ್ಜಾತಿಯವರು ಅಸ್ಪೃಶ್ಯರ ಬಗ್ಗೆ ವಹಿಸಿದ್ದ ಧೋರಣೆ ಅವರ ಕಾರ್ಪಣ್ಯವನ್ನು ಇನ್ನಷ್ಟು ಕಠಿಣಗೊಳಿಸಿತ್ತು.

ಪಂಚಮರನ್ನು ವರ್ಗಭೇದ ಮಾಡಿ ಹೊರಗಿನವರೆಂದು ಪ್ರತ್ಯೇಕಿಸಿದರು. ಹಾಗಾಗಿ ಜಾತಿಪದ್ಧತಿಯಲ್ಲಿ ಕೂಡಾ ಅವರಿಗೆ ಕಠಿಣವಾದ ಪ್ರತ್ಯೇಕತೆಯನ್ನು ಮಾಡಿಟ್ಟಿದ್ದರು. ಪಂಚಮರಲ್ಲಿಯೇ ಒಂದು ವರ್ಗದವರು ಇನ್ನೊಂದು ವರ್ಗದವರ ಜೊತೆ ಸೇರದಂತೆ, ಪರಸ್ಪರ ಸಂಬಂಧ ಬೆಳೆಸದಂತೆ, ಪರಸ್ಪರ ಆಹಾರ ಪಾನೀಯ ಸೇವಿಸದಂತೆ ಕಟ್ಟುಪಾಡುಗಳನ್ನು ವಿಧಿಸಿದರು. ಬಹುಶಃ ಈ ನಿಯಂತ್ರಣಕ್ಕೆ ಒಳಗಾಗುವ ಕ್ರಮವನ್ನು ಕೊರಗರೆನ್ನುವ ಸಮುದಾಯದವರು ಹಂತ ಹಂತವಾಗಿ ಬೆಳೆಸಿಕೊಂಡಿದ್ದರು. ಕೊರಗರನ್ನು ಬಹಳ ಹೀನಾಯವಾಗಿ ಜಾತಿವ್ಯವಸ್ಥೆಯಲ್ಲಿ ಕಾಣುತ್ತಿದ್ದರು ಮತ್ತು ಮೇಲ್ಜಾತಿಯ ಬ್ರಾಹ್ಮಣರು ಅತ್ಯಂತ ಕೀಳಾಗಿ ಕಂಡು ಅಮಾನವೀಯತೆಯಿಂದ ವರ್ತಿಸುತ್ತಿದ್ದರು. ಉದಾಹರಣೆಗೆ ಪಂಚಮರಲ್ಲಿ ಮೇಲ್ಜಾತಿ ಎನಿಸಿದ್ದ ಆ ಸಮುದಾಯದ ಮುಂಡಾಲರು ಪ್ರಾಣಿಗಳ ಮೃತದೇಹವನ್ನು ತಿನ್ನುತ್ತಿರಲಿಲ್ಲ, ತೋಟಿ ಕೆಲಸ ಮಾಡುವಂತಹ ತಮಗಿಂತ ಕೆಳಗಿನ ಜಾತಿಯವರೊಡನೆ ಬೆರೆಯುತ್ತಿರಲಿಲ್ಲ. ಹೀಗೆ ಪಂಚಮರಲ್ಲಿ ವಿಶೇಷವಾದ ಪೂರ್ವಗ್ರಹಗಳಿದ್ದುದರಿಂದ ಧರ್ಮಾಂಧತೆ ಅಥವಾ ಜಾತಿ ಕಟ್ಟುಪಾಡುಗಳನ್ನು ಮೀರಲು ಅವರಿಂದ ಸಾಧ್ಯವಾಗುತ್ತಿರಲಿಲ್ಲ.

ಪಂಚಮರಿಗೆ ವೈಯಕ್ತಿಕ ಸ್ವಾತಂತ್ರ್ಯವಿರದೆ ಮಾನವ ಹಕ್ಕುಗಳ ಪರಿಕಲ್ಪನೆಯೇ ಇರಲಿಲ್ಲ. ಮೇಲ್ಜಾತಿಯವರ ನೆಲದ ಕಾನೂನುಗಳನ್ನು ಪಂಚಮರಿಗೆ ಅಥವಾ ಕೊರಗರಿಗೆ ಅನುಸರಿಸಲು ಅವಕಾಶವಿರಲಿಲ್ಲ. ಉದಾಹರಣೆಗೆ ಒಬ್ಬ ಕೆಳಜಾತಿಯ ಮನುಷ್ಯ ಬ್ರಾಹ್ಮಣ ಹೆಣ್ಣನ್ನು ಪ್ರೀತಿಸಿದರೆ ಆತನಿಗೆ ಮರಣದಂಡನೆ ವಿಧಿಲಾಗುತ್ತಿತ್ತು, ಆದರೆ ಬ್ರಾಹ್ಮಣ ಹುಡುಗ ಕೆಳಜಾತಿಯ ಹುಡುಗಿಯನ್ನು ಪ್ರೀತಿಸಿದರೆ ಶುದ್ಧೀಕರಣ ಮೂಲಕ ಪ್ರಾಯಶ್ಚಿತ್ತ ಮಾಡಿಕೊಳ್ಳುವುದಕ್ಕೆ ಅವಕಾಶವಿತ್ತು. ಹಾಗೆಯೇ ಮೇಲ್ಜಾತಿಯವನು ಕೆಳಜಾತಿಯವನನ್ನು ಕೊಂದರೆ ಶಿಕ್ಷೆಯಿರಲಿಲ್ಲ, ಕೆಳಜಾತಿಯವನು ಮೇಲ್ಜಾತಿಯವನನ್ನು ಕೊಂದರೆ ಗಲ್ಲುಶಿಕ್ಷೆ ವಿಧಿಸಲಾಗುತ್ತಿತ್ತು. ಆ ಕಾಲದ ಮೂಢನಂಬಿಕೆ ಹೇಗಿತ್ತೆಂದರೆ ಕೊರಗರ ನೆರಳು ಬ್ರಾಹ್ಮಣರ ಮೇಲೆ ಬಿದ್ದರೆ ಬ್ರಾಹ್ಮಣರು ಶುದ್ಧೀಕರಣ, ಪ್ರಾಯಶ್ಚಿತ್ತ ಮಾಡಿಕೊಳ್ಳಬೇಕು ಮತ್ತು ಮುಂದಿನ ಜನ್ಮದಲ್ಲಿ ಹಾನಿಯಾಗುತ್ತದೆಯೆಂಬ ನಂಬಿಕೆಯಿದ್ದ ಕಾರಣ ಪಂಚಮರು ಬ್ರಾಹ್ಮಣರು ಹೋಗುವ ದಾರಿಯ ಬಹಳ ದೂರದಲ್ಲಿ ಹಾದಿ ಬಿಟ್ಟು ನಿಂತುಕೊಳ್ಳುತ್ತಿದ್ದರು. ಪಂಚಮರು ಮೇಲ್ಜಾತಿಯವರು ಬಳಸುವ ಬಾವಿಯಿಂದ ನೀರು ಸೇದಲು

ನಿಷೇಧವಿತ್ತು. ನೀರು ಮಲಿನವಾಗುತ್ತದೆಯೆಂಬುದು ಮೇಲ್ಜಾತಿಯವರ ಧೋರಣೆ ಯಾಗಿದ್ದುದರಿಂದ ಸಾರ್ವಜನಿಕ ಬಾವಿ, ಕೆರೆ, ನದಿಗಳಿಂದ ನೀರನ್ನು ಬಳಸುವುದಕ್ಕೆ ಅವರಿಗೆ ಅವಕಾಶವಿರಲಿಲ್ಲ. ಪಂಚಮರನ್ನು ಈ ರೀತಿಯಲ್ಲಿ ಬಹಳ ಕ್ರೂರವಾಗಿ ನೋಡುವ ಕ್ರಮ ಅನೇಕ ಬಾರಿ ವಿದ್ಯಾವಂತ ಕುಟುಂಬಗಳಲ್ಲಿಯೂ ಪ್ರಚಲಿತವಾಗಿತ್ತು.

ಇತ್ತೀಚೆಗೆ ಕುದ್ಮುಲ್ ಪಿಜ್ಜರ ಮೊಮ್ಮಗಳು ಪ್ರೇಮಿ ತನ್ನ ಗೆಳತಿಯರೊಂದಿಗೆ ಮಂಗಳೂರಿನ ತಮ್ಮ ಬಾಲ್ಯವನ್ನು ನೆನಪಿಸಿಕೊಂಡರು. ಅವರಲ್ಲೊಬ್ಬರು ಅಸ್ಪೃಶ್ಯರೆಂದು ಕೆಳಜಾತಿಯವರನ್ನು ಎಷ್ಟು ಕ್ರೂರವಾಗಿ ಮತ್ತು ಅಮಾನವೀಯತೆ ಯಿಂದ ನಡೆಸಿಕೊಂಡರೆಂದು ನೆನಪಿಸಿದರು. ದೀಪಾವಳಿಯ ಸಂದರ್ಭದಲ್ಲಿ ಬ್ರಾಹ್ಮಣರ ಅಡುಗೆಯವರು ಕಸ ಗುಡಿಸುವ ಹೆಂಗಸರಿಗೆ ವರ್ಷಕ್ಕೊಂದು ಬಾರಿ ಬಟ್ಟೆಯನ್ನು ಕೊಡುತ್ತಿದ್ದರು. ಆದರೆ ಜಾತಿಪದ್ಧತಿ ಪ್ರಕಾರ ಬ್ರಾಹ್ಮಣ ಹೆಂಗಸು ಮನೆ ಮಲಿನಗೊಳ್ಳುತ್ತದೆ ಎಂಬ ಕಾರಣಕ್ಕೆ ದುರದೃಷ್ಟಕರ ತೋಟಿಗಳಿಗೆ ಮನೆಯ ಹತ್ತಿರ ಬರುವುದಕ್ಕೆ ಅವಕಾಶವಿರದೆ ತುಂಬ ದೂರದಲ್ಲಿ ನಿಂತುಕೊಳ್ಳಬೇಕಾಗಿತ್ತು. ಬ್ರಾಹ್ಮಣರ ಮನೆಯ ಮಹಿಳೆ ತನ್ನ ಮನೆಯ ಒಳಗಿನಿಂದ ಬಹಳ ದೂರಕ್ಕೆ ಬಟ್ಟೆ ಎಸೆದಾಗ ಅವು ನೆಲಕ್ಕೆ ಬೀಳುತ್ತಿದ್ದವು. ಅದನ್ನು ತೋಟಿಗಳು ಎತ್ತಿಕೊಂಡು ಹೋಗಬೇಕಾಗಿತ್ತು. ಇದು ಕೇವಲ ಬಟ್ಟೆಯ ವಿಷಯ ಮಾತ್ರವಲ್ಲ, ಮನೆಯವರು ಈಗಲೂ ನೆನಪಿಸಿಕೊಳ್ಳುವಂತೆ ಕಕ್ಕಸುಗಳು ಮೇಲ್ಜಾತಿಯವರ ದೊಡ್ಡ ಮನೆಗಳಿಂದ ದೂರ ಇರುತ್ತಿದ್ದ ಕಾರಣ ಪುರುಷ ಮತ್ತು ಮಹಿಳಾ ತೋಟಿಗಳು ಪ್ರತಿದಿನ ಹಿಂದಿನ ರಾತ್ರಿಯ ಮಲವನ್ನು ಹೊರಲು ಮೇಲ್ಜಾತಿಯವರ ಕಣ್ಣಿಗೆ ಕಾಣದಂತೆ ಅಲ್ಲಿಗೆ ಬರಬೇಕಾಗಿತ್ತು. ಪ್ರೇಮಿ ಮತ್ತವರ ಗೆಳತಿಯರು ಹಿಂದಿನದ್ದನ್ನು ನೆನಪಿಸಿಕೊಳ್ಳುತ್ತ, ಈ ರೀತಿಯ ಸ್ಥಿತಿಯನ್ನು ಕಂಡು ಅಳಬೇಕೋ ನಗಬೇಕೋ ತಿಳಿಯುತ್ತಿರಲಿಲ್ಲ ಎಂದು ತಮ್ಮ ಭಾವನೆಯನ್ನು ಪ್ರಕಟಿಸಿದರು. ಇಂತಹ ಪದ್ಧತಿಗಳು ಎಷ್ಟು ಅಮಾನವೀಯ ಮತ್ತು ಕ್ರೂರವೆಂದು ಮೇಲ್ಜಾತಿಯವರ ಮನಸ್ಸಿಗೆ ಹೊಳೆಯುತ್ತಲೇ ಇರಲಿಲ್ಲ. ಜಾಡಮಾಲಿಗಳಿಗೆ, ಶೌಚದ ಕೆಲಸ ಮಾಡುವವರಿಗೆ ಮನ್ನಣೆ, ಗೌರವ ಕೊಡಬೇಕೆನ್ನುವುದು ತಿಳಿಯುತ್ತಿರಲಿಲ್ಲ, ಅವರನ್ನು ಅಸ್ಪೃಶ್ಯರಂತೆ ಹಾಗೂ ಗಣನೆಗೆ ದೊರೆಯದ ಕತ್ತಲೆಯ ಜನರಂತೆ ಪರಿಗಣಿಸಲಾಗುತ್ತಿತ್ತು.

ಪಂಚಮವರ್ಗದವರು ದಾಸ್ಯದ, ಗುಲಾಮಗಿರಿಯ ಸ್ಥಿತಿಯಲ್ಲಿ ಶತಮಾನಗಳ ಕಾಲದಿಂದ ಕಠಿಣವಾದ ಕಳಪೆಯ ಬದುಕನ್ನು ಸಾಗಿಸುತ್ತಿದ್ದರು. ಅವರದ್ದೇ ಆದ ಜಾತಿಯ ಸಭೆಗಳು ನಡೆಯುತ್ತಿದ್ದು ಅಲ್ಲಿಯ ಹಿರಿಯ ಗುರಿಕಾರನ ಮಾತುಗಳು ಅವರಿಗೆ ಕಾನೂನುಗಳಾಗಿತ್ತು. ಜಾತಿಯ ಮುಖ್ಯಸ್ಥನ ಮಾತನ್ನು ಯಾರೂ ಖಂಡಿಸುತ್ತಿರಲಿಲ್ಲ. ಅವರ ನಿರ್ಣಯಗಳನ್ನು ಮೇಲ್ಜಾತಿಯವರು ಅಥವಾ ರಾಷ್ಟ್ರದ

ಯಾವುದೇ ಕಾನೂನುಗಳು ಬದಲಾಯಿಸಲು ಸಾಧ್ಯವಿರಲಿಲ್ಲ. ಅವರ ಹಿರಿಯರು ಹಾಕಿಕೊಟ್ಟ ಜಾತಿ ತಾರತಮ್ಯಗಳ ಬಗೆಗಿನ ನಿರ್ಲಕ್ಷ್ಯವು ಕಠಿಣ ಶಿಕ್ಷೆಗೊಳಪಡಿಸುವ ಅಪರಾಧವಾಗಿತ್ತು. ಆದುದರಿಂದ ಗುರಿಕಾರನ ಆದೇಶವನ್ನು ಮೀರುವ ಧೈರ್ಯ ಯಾರಿಗೂ ಇರಲಿಲ್ಲ. ಜಾತಿಯ ಸದಸ್ಯರು ಅನೇಕ ಸಾಮಾಜಿಕ ಪದ್ಧತಿಗಳನ್ನು ಅನುಸರಿಸಬೇಕಾದ ಅನಿವಾರ್ಯತೆಯಿತ್ತು. ಅಲಿಖಿತ ಕಾನೂನುಗಳನ್ನು ಒಂದು ವೇಳೆ ಉಲ್ಲಂಘಿಸಿದರೆ ಕಠಿಣ ಶಿಕ್ಷೆಯಿದ್ದು ಅದನ್ನು ಹಿರಿಯ ಸದಸ್ಯರ ಸಭೆಯಲ್ಲಿ ನಿರ್ಣಯಿಸುತ್ತಿದ್ದರು.

ಪಂಚಮರು ಮಾಟಮಂತ್ರಗಳನ್ನು ನಂಬುತ್ತಿದ್ದರು. ಪಂಜುರ್ಲಿ, ಕೊಡ ಮಣಿತ್ತಾಯ, ಗುಳಿಗ ಮುಂತಾದ ಭೂತಗಳನ್ನೂ ಗ್ರಾಮದೇವತೆಗಳನ್ನೂ ನಂಬುತ್ತಿದ್ದರು. ಗ್ರಾಮಗಳ ಮುಂದೆ ಭೂತಗಳ ಆರಾಧನೆಗಾಗಿ ಗುಡಿಗಳಿದ್ದು ಅವುಗಳಲ್ಲಿ ಮೂರ್ತಿಗಳಿರುತ್ತಿತ್ತು. ನೇಮ, ಕೋಲ ಎಂದು ಕರೆಯುವ ಭೂತಗಳ ವಾರ್ಷಿಕ ಆರಾಧನೆ ಸಮಯದಲ್ಲಿ ಅವುಗಳನ್ನು ಅಲಂಕರಿಸುತ್ತಿದ್ದರು. ಭೂತಗಳ ಪ್ರೀತ್ಯರ್ಥವಾಗಿ ಪ್ರಾಣಿಬಲಿ ಕೊಡುತ್ತಿದ್ದರು. ಪಂಚಮರು ಭೂತಗಳ ಹುಟ್ಟು ಹಾಗೂ ಅವುಗಳಿಗೆ ಸಂಬಂಧಪಟ್ಟ ಕತೆಗಳನ್ನು ಸ್ಥಳೀಯ ಭಾಷೆಗಳಲ್ಲಿ ಹಾಡು ಕಟ್ಟಿ ಪಾಡ್ದನಗಳನ್ನು ಹೇಳುವ ಮೂಲಕ ಭೂತದ ಶಕ್ತಿಯನ್ನು ಹೇಳುತ್ತಿದ್ದರು. ಭೂತಕೋಲದ ವೇಳೆ ದೈವಗಳು ಕುಣಿಯುವವನ ಮೈ ಮೇಲೆ ಬಂದು ಆತ ಆವೇಶಕ್ಕೆ ಒಳಗಾಗಿ ಅಲ್ಲಿರುವ ಜನರನ್ನು ಆಶೀರ್ವದಿಸಿ ಒಳಿತನ್ನು ಮಾಡುತ್ತಾನೆ ಎಂಬ ನಂಬಿಕೆಯಿದ್ದ ಕಾರಣ ಜನರು ವಿಶೇಷ ಭಕ್ತಿ, ಗೌರವದಿಂದ ಅನುಸರಿಸಿ ಭೂತದ ಕೃಪೆ ದೊರಕಿತೆಂಬ ಧನ್ಯತಾಭಾವ ವ್ಯಕ್ತಪಡಿಸುತ್ತಿದ್ದರು. ಕೆಲವು ಸಲ ಇಂತಹ ಭೂತಕೋಲಗಳಲ್ಲಿ ವಿರೋಧಿ ಗುಂಪುಗಳ ನಡುವೆ ಜಗಳ, ಘರ್ಷಣೆಗಳು ನಡೆಯುತ್ತಿದ್ದವು. ಹಲವೊಮ್ಮೆ ಮದ್ಯಪಾನದ ಕಾರಣದಿಂದ ಇಂತಹ ಜಗಳ ಕಂಡುಬರುತ್ತಿತ್ತು. ಈ ರೀತಿಯ ಜಗಳಗಳಿಂದ ಗಾಯಗಳು, ರಕ್ತಪಾತಗಳು ನಡೆದಿದ್ದೂ ಇದೆ. ಭೂತಕೋಲ ಎನ್ನುವುದು ಕರಾವಳಿ ಜಿಲ್ಲೆಯ ದಲಿತರಲ್ಲಿ ಇರುವಂತಹ ಒಂದು ಸಾಮಾನ್ಯ ಪದ್ಧತಿ. ಹೆಚ್ಚಿನ ಮೇಲ್ಜಾತಿಯವರು ಈ ಭೂತಕೋಲಗಳನ್ನು ನಡೆಸಿ ಅವುಗಳಲ್ಲಿ ಭಾಗವಹಿಸುತ್ತಾರೆ. ಸಾಮಾನ್ಯವಾಗಿ ಇಂತಹ ಉತ್ಸವಗಳು ಕ್ರಮಬದ್ಧವಾಗಿದ್ದು ಜನರು ಸರಿಯಾಗಿ ನಡೆದುಕೊಳ್ಳುತ್ತಿದ್ದರೂ ಕೆಲವೊಮ್ಮೆ ಸಮಸ್ಯೆಗಳಿರುತ್ತಿತ್ತು.

ಕುದ್ಮುಲ್ ಪಿಜ್ಜರು ಇಂತಹ ಭೂತಕೋಲಗಳನ್ನು ವಿಶೇಷವಾಗಿ ವಿರೋಧಿಸಿದರು. ಅವರ ಪ್ರಕಾರ ಇದು ಸಮಾಜ ವಿರೋಧಿಯಾಗಿತ್ತು. ಅವರು ಪಂಚಮರಿಗೆ ಈ ತರಹದ ಪದ್ಧತಿಗಳಿಂದ ಆಗುವ ಹಿಂಸೆ, ನೋವು, ರಕ್ತಪಾತಗಳ ಬಗ್ಗೆ ವಿವರಿಸಿ ಹೇಳುತ್ತಿದ್ದರು. ಸಂಜೆ ಸಮಯದಲ್ಲಿ ಪಂಚಮರ ಸಭೆಗಳನ್ನು ನಡೆಸಿ ಒಗ್ಗಟ್ಟಿನ

ಮೌಲ್ಯದ ಬಗ್ಗೆ ತಿಳಿಸುತ್ತಿದ್ದರು. ಕುದ್ಮುಲ್ ಪಿಜ್ಜರ ಸಭೆಗಳಲ್ಲಿ ಪಂಚಮರು ದೊಡ್ಡ ಸಂಖ್ಯೆಯಲ್ಲಿ ಭಾಗವಹಿಸುತ್ತಿದ್ದರು. ಕುದ್ಮುಲ್ ಪಿಜ್ಜರ ಮಾತುಗಳನ್ನು ಶಾಂತವಾಗಿ ಕೇಳುತ್ತಿದ್ದರೂ ಇಂತಹ ಪದ್ಧತಿಯನ್ನು ಸಮಾಜದಿಂದ ತೊಡೆದುಹಾಕುವಲ್ಲಿ ಅವರು ಯಶಸ್ವಿಯಾಗಲಿಲ್ಲ. ಬಹಳ ಶತಮಾನಗಳಿಂದ ಈ ಪದ್ಧತಿಯನ್ನು ಅನುಸರಿಸುತ್ತಿದ್ದುದರಿಂದ ತ್ಯಜಿಸಲು ಪಂಚಮರು ಮನಸ್ಸು ಮಾಡಲಿಲ್ಲ.

ಕುದ್ಮುಲ್ ಪಿಜ್ಜರು ಮನುಷ್ಯರ ಘನತೆಯ ಕಾರಣಕ್ಕಾಗಿ ಪಂಚಮರು ಮನೆಮನೆಗೆ ಹೋಗಿ ಬೇಡುವುದನ್ನು ನಿರುತ್ತೇಜನಗೊಳಿಸಿದರೂ ಸಾರಸ್ವತ ಸಮುದಾಯದಂತಹ ಮೇಲ್ಜಾತಿಯವರು ಪಂಚಮರು ಶಿಕ್ಷಣಶಕ್ತಿ ಪಡೆದರೆ ಮುಂದೆ ಸಮಾನತೆ ಪಡೆದು ಜೀತದಾಳುಗಳಾಗಲಾರರು ಎಂದು ಆತಂಕಪಟ್ಟಿದ್ದರು. ಪಂಚಮರ ಸಬಲೀಕರಣ ಮಾಡುವಾಗ ತನ್ನ ಸಮುದಾಯದಿಂದಲೇ ವಿರೋಧ ಬರುವುದೆಂದು ಕುದ್ಮುಲ್ ಪಿಜ್ಜರಿಗೆ ತಿಳಿದಿತ್ತು.

ಕೊರಗ ಸಮುದಾಯದವರಿಗೆ ಪುನರ್ವಸತಿ ಕಲ್ಪಿಸುವಾಗ ಅವರಿಗಾದ ತೊಂದರೆಯ ಉದಾಹರಣೆ ಹೀಗಿದೆ:

ಕೊರಗ ಬುಡಕಟ್ಟು ಸಮುದಾಯದವರು ಆ ವೇಳೆಗೆ ಅಲೆಮಾರಿಗಳಂತೆ ಹೀನಾಯವಾಗಿ ಬದುಕುತ್ತಿದ್ದು ಸ್ವಂತ ಭೂಮಿಯಿರದೆ ಬಡತನ ಎದುರಿಸುತ್ತಿದ್ದರು. ಪಟ್ಟಣ ಅಥವಾ ನಗರ ಪ್ರದೇಶಗಳಿಗೆ ಬಂದರೆ ಅವರನ್ನು ಹೊರಗೆ ಅಟ್ಟಲಾಗುತ್ತಿತ್ತು. ಕೊರಗರ ಬಡತನ ಮತ್ತು ಬದುಕಿನಲ್ಲಿರುವ ನಿರಾಸೆ ಕಂಡು ಕುದ್ಮುಲ್ ಪಿಜ್ಜರಿಗೆ ಅನುಕಂಪ ಮೂಡಿ ಹೇಗಾದರೂ ಅವರನ್ನು ದುರವಸ್ಥೆಯಿಂದ ಪಾರುಮಾಡಬೇಕೆಂದು ನಿರ್ಧರಿಸಿದರು. ಕೊರಗ ಸಮುದಾಯದವರು ಎಂದಿನಂತೆ ಡೋಲು ಬಾರಿಸಿಕೊಂಡು ಕೊಳಲನ್ನು ಊದಿಕೊಂಡು ಅಂಗಡಿಮುಂಗಟ್ಟುಗಳ ಮುಂದೆ ನಿಲ್ಲುವುದನ್ನು ಕಂಡು ತಡೆಯಲು ಪ್ರಯತ್ನಿಸಿ ಶಾಲೆಗೆ ಕರೆದುಕೊಂಡು ಬಂದು ಶಾಂತರಾಗಿ ಈ ರೀತಿಯ ಪದ್ಧತಿ ಒಳ್ಳೆಯದಲ್ಲವೆಂದು ತಿಳಿಸಿದರು. ಹೀಗೆ ಬೇಡುವುದರಿಂದ ಸಮಾಜದ ಕೊಳಕು ಭಾಗವಾಗಿ ಪರಾವಲಂಬಿಗಳಾಗುತ್ತೀರೆಂದು ವಿವರಿಸಿದರು. ಆದರೆ ಕೊರಗರಲ್ಲಿ ಸ್ವಂತ ಪ್ರಚೋದನೆ ಇಲ್ಲದೆ ಪರಿವರ್ತನೆ ಕಷ್ಟಸಾಧ್ಯವಾಗಿತ್ತು. ಕೊರಗರು ಮುಗ್ಧಸ್ವಭಾವದವರಾಗಿದ್ದು ಅವರ ಬದುಕಿನಲ್ಲಿ ಹೀಗಿರುವುದು ಬಿಟ್ಟರೆ ಬೇರೇನೂ ತಿಳಿದಿರಲಿಲ್ಲ.

ಕೊರಗ ಸಮುದಾಯದ ಯುವಕರಿಗೆ ಕುದ್ಮುಲ್ ಪಿಜ್ಜ ಹಣವನ್ನು ಹಂಚುವಾಗ 'ಈ ಹಣವನ್ನು ಉಡುಗೊರೆಯಾಗಿ ತೆಗೆದುಕೊಂಡು ನಿಮ್ಮ ಕನಸುಗಳನ್ನು ಈಡೇರಿಸುವುದಕ್ಕಾಗಿ ಬಳಸಿಕೊಳ್ಳಬೇಕು' ಎಂದು ಹೇಳಿದರು. ಕೊರಗರು ತಮ್ಮ ಕುಲಕಸುಬುಗಳನ್ನು ಬಿಟ್ಟು ತಮ್ಮದೇ ಆದ ಬದುಕು ಕಟ್ಟಿಕೊಳ್ಳಬೇಕೆನ್ನುವುದು

ಕುದ್ಮುಲ್ ಪಿಜ್ಜರ ಕನಸಾಗಿತ್ತು. ಭಿಕ್ಷೆ ಬೇಡದೆ ಇನ್ನೊಬ್ಬರು ಕೊಟ್ಟ ದಾನದಿಂದ ಬದುಕುವುದಿಲ್ಲವೆಂದು ಅವರು ಕೊರಗ ಯುವಕರಿಂದ ಪ್ರಮಾಣ ತೆಗೆದುಕೊಂಡರು. ಆದರೆ ಕೆಲವು ದಿನಗಳ ಬಳಿಕ ಕೊರಗರು ತಾವು ಕೊಟ್ಟ ವಚನ ಮರೆತು ಮನೆಮನೆಗೆ ಹೋಗಿ ವೇಷ ಮರೆಸಿ ಬೇಡುವ ಕೆಲಸ ಆರಂಭಿಸಿದ್ದನ್ನು ಕಂಡರು.

ಕೆಲವು ವರ್ಷಗಳ ಬಳಿಕ 1923ರಲ್ಲಿ ಪಂಚಮರ ಆರ್ಥಿಕ ಬೆಳವಣಿಗೆಯನ್ನು ಸಾಧಿಸುವ ಗುರಿಯನ್ನಿಟ್ಟುಕೊಂಡು ಕುದ್ಮುಲ್ ಪಿಜ್ಜರು 'ಕೋರ್ಟ್ ಹಿಲ್ ಆದಿದ್ರಾವಿಡ ಸಹಕಾರಿ ಸಂಘ' ಎನ್ನುವುದನ್ನು ಶೇಡಿಗುಡ್ಡೆಯಲ್ಲಿ ಸ್ಥಾಪಿಸಿದರು. ಬಡತನದ ಕೊಳಕು ಕೆಸರಿನಿಂದ ಮೇಲಕ್ಕೇಳಲು ಸಹಕಾರ ಸಮುದಾಯ ತತ್ತ್ವ ಮುಖ್ಯವೆನ್ನುವುದು ಕುದ್ಮುಲ್ ಪಿಜ್ಜರ ನಂಬಿಕೆಯಾಗಿತ್ತು. ಅವರಿಗೆ ಪಂಚಮ ಸಮುದಾಯದವರ ಸಮಸ್ಯೆಗಳನ್ನು ಪರಿಹರಿಸಲು ಅನೇಕ ತೊಂದರೆಗಳು ಎದುರಾದುವು. ಪಂಚಮ ಸಮುದಾಯದವರು ಸಮಾಜದ ಅನೇಕ ಸಾಂಪ್ರದಾಯಿಕ ಪದ್ಧತಿಗಳನ್ನು ಆಚರಿಸುವುದು ಜನ್ಮಸಿದ್ಧ ಹಕ್ಕೆಂದು ಭಾವಿಸಿ, ತಾವೆಲ್ಲ ಪಾಪಿಷ್ಟರಾಗಿ ಹುಟ್ಟಿದ್ದೇವೆಯೆಂದು ನಂಬಿದ್ದರು. ಇಂತಹ ಅನಾಗರಿಕ ಅಮಾನವೀಯ ಪದ್ಧತಿಗಳಿಂದ ಪಂಚಮರನ್ನು ಹೊರತರಲು ಪೂರ್ಣ ಬದ್ಧತೆ ಮತ್ತು ಆತ್ಮವಿಶ್ವಾಸದಿಂದ ಕುದ್ಮುಲ್ ಪಿಜ್ಜ ದುಡಿದು ಸಾರ್ವಜನಿಕರ ಗಮನ ಸೆಳೆದರು.

ತಮ್ಮ ನಂಬಿಕೆಗಳಿಗಾಗಿ ಆಕ್ರಮಣ, ಹೊಡೆತಗಳಿಗೆ ಒಳಗಾದವರು

ಕುದ್ಮುಲ್ ಪಿಜ್ಜರು ಪಂಚಮರು ಒಳಗಾದ ಜಾತಿಸಂಕೋಲೆಗಳನ್ನು ಮುರಿದು ಅವರು ಗೌರವಯುತವಾಗಿ ಬದುಕುವುದಕ್ಕೆ ಮಾಡಿದ ಸಹಾಯದ ಸಂದರ್ಭದಲ್ಲಿ ಎದುರಿಸಿದ ಸವಾಲು, ಸಂಕಷ್ಟಗಳನ್ನು ಅರ್ಥಮಾಡಿಕೊಳ್ಳುವುದು ಇವತ್ತಿನ ದಿನದಲ್ಲಿ ಅಸಾಧ್ಯವೇ ಸರಿ. ಮೇಲ್ಜಾತಿಯವರ ಗೌರವವನ್ನು ಪಡೆಯುವುದಕ್ಕಾಗಿ ಕೆಳವರ್ಗದವರ ಬಗ್ಗೆ ಬದ್ಧತೆಯನ್ನು ಸಮರ್ಥಿಸುವುದು ಕೂಡ ಇವತ್ತಿನವರಿಗೆ ಕ್ಲಿಷ್ಟ ಎನ್ನಿಸಬಹುದು. ಅಂಬೇಡ್ಕರ್ ಹಾಗೂ ಗಾಂಧೀಜಿಯವರು ದಲಿತರ ಉದ್ಧಾರಕ್ಕಾಗಿ ಕೆಲಸ ಮಾಡುವುದಕ್ಕಿಂತ 40 ವರ್ಷಗಳ ಮುನ್ನವೇ ಕುದ್ಮುಲ್ ಪಿಜ್ಜರು ಮಾಡಿದ ಕೆಲಸಗಳನ್ನು ನಾವು ನೆನಪಿಸಿಕೊಳ್ಳಬೇಕು. 1891ರಲ್ಲಿ ಡಾ. ಅಂಬೇಡ್ಕರರು ಹುಟ್ಟುವ ವೇಳೆಯಲ್ಲಾಗಲೇ ಕುದ್ಮುಲ್ ಪಿಜ್ಜರು ತಮ್ಮ ದಲಿತೋದ್ಧಾರದ ಯೋಚನೆಗಳನ್ನು ಗಟ್ಟಿಗೊಳಿಸುವ ಕೆಲಸ ಆರಂಭಿಸಿದ್ದರು.

19ನೇ ಶತಮಾನದ ವೇಳೆಗಾಗಲೇ ಕುದ್ಮುಲ್ ಪಿಜ್ಜರು ತಮ್ಮ ದೊಡ್ಡ ಸಾಹಸವನ್ನು ಪ್ರಾರಂಭಿಸಿದ್ದರೆನ್ನುವುದು ಇವತ್ತು ಊಹಿಸಲೂ ಅಸಾಧ್ಯ. ಅನೇಕ ವರ್ಷಗಳ ಬಳಿಕ ಕೂಡ ದಲಿತರ ಹತ್ಯೆ ಹಾಗೂ ಜಾತಿ ಪದ್ಧತಿ ಸವಾಲಾಗಿಯೇ

ಉಳಿದಿದೆ. ಈ ಮನೋಧರ್ಮವನ್ನು ಬದಲಾಯಿಸಲು ಇಂದಿಗೂ ಕೂಡ ಸಾಧ್ಯವಾಗದ ಸ್ಥಿತಿಯಿದೆ. ಇತ್ತೀಚಿನ ವರದಿಗಳನ್ನು ನೋಡಿದರೆ ಮಾಧ್ಯಮಗಳಲ್ಲಿ ಜಾತಿ ಸಂಘರ್ಷದ ಸುದ್ದಿಗಳನ್ನು ಕೇಳುತ್ತೇವೆ. ಮದುವೆ ಸಮಯದಲ್ಲಿ ಬಿಳಿ ಕುದುರೆ ಮೇಲೆ ಸವಾರಿ ಮಾಡಿದನೆಂಬುದಕ್ಕಾಗಿ ಆದಿವಾಸಿ ಹುಡುಗನೊಬ್ಬನನ್ನು ಹತ್ಯೆ ಮಾಡಿದುದನ್ನು ಓದಿದ್ದೇವೆ. ನಮ್ಮ ದೇಶಕ್ಕೆ ಸ್ವಾತಂತ್ರ್ಯ ಸಿಕ್ಕಿದ ಬಳಿಕ ಪರಿಶಿಷ್ಟ ಜಾತಿ ಮತ್ತು ಪಂಗಡದವರ ಸಮಸ್ಯೆಗಳನ್ನು ಅರ್ಥಮಾಡಿಕೊಂಡು ಪರಿಹರಿಸುವ ಕೆಲಸ ಮಾಡಲಾಗಿದೆ. ದಲಿತರು ಅನುಭವಿಸುವ ನೋವಿನ ಬಗ್ಗೆ ಅನುಭವವಿದ್ದ ಡಾ.ಬಿ.ಆರ್.ಅಂಬೇಡ್ಕರ್ ಅವರು ಈ ನಿಟ್ಟಿನಲ್ಲಿ ವಿಶೇಷವಾದ ಸಾಧನೆ ಮಾಡಿದರು. ಭಾರತದ ಸ್ವಾತಂತ್ರ್ಯದ ಬಳಿಕ ದಲಿತ ಸಮುದಾಯಗಳಿಗೆ ಮೀಸಲಾತಿ ಬೇಕೆನ್ನುವುದನ್ನು ಸ್ವಾನುಭವ ಇದ್ದ ಕಾರಣಕ್ಕಾಗಿಯೇ ಅಂಬೇಡ್ಕರರು ಪ್ರಬಲವಾಗಿ ಪ್ರತಿಪಾದಿಸಿದರು. ಕುದ್ಮುಲ್ ಪಿಜ್ಜರು ಸಾಮಾಜಿಕವಾಗಿ ಶೋಷಣೆಗೆ ಒಳಗಾದವರಿಗೆ ನ್ಯಾಯ ಒದಗಿಸಿಕೊಡುವ ಹೋರಾಟವನ್ನು ಆರಂಭಿಸುವಾಗ ಅವರನ್ನು ಸಾಮಾಜಿಕವಾಗಿ ಸಂಪೂರ್ಣವಾಗಿ ತುಚ್ಛೀಕರಿಸುವ ಮತ್ತು ದೈಹಿಕ ಹಲ್ಲೆ ಮಾಡುವಂತಹ ಪರಿಸ್ಥಿತಿಯಿತ್ತು.

ಕುದ್ಮುಲ್ ರಂಗರಾವ್ ಅವರಂತಹ ಒಬ್ಬ ಮನುಷ್ಯ ತನ್ನ ಧೈರ್ಯ ಮತ್ತು ಬದ್ಧತೆಗಳಿಂದ ಆ ಕಾಲದ ಸಾಮಾಜಿಕ ಕ್ರೌರ್ಯವನ್ನು ಎದುರಿಸಿ ಬದಲಾವಣೆ ತರುವ ಪ್ರಯತ್ನ ಮಾಡಿದರು. ಕೆಳವರ್ಗದ ಪಂಚಮರಿಗೆ ಶಿಕ್ಷಣದ ಕೊರತೆಯಿದ್ದ ಕಾರಣ ಹೊಸ ಬದುಕಿನತ್ತ ಮುಖ ಮಾಡುವ ಆಲೋಚನೆಗಳನ್ನು ಸ್ವೀಕರಿಸಿ ಸಾಮಾಜಿಕ ಬದಲಾವಣೆಗಳನ್ನು ತರುವ ಚಿಂತನೆಗಳನ್ನು ಗ್ರಹಿಸುವ ಶಕ್ತಿಯಿರಲಿಲ್ಲ. ಪಂಚಮರು ಮೇಲ್ಜಾತಿಯವರಿಗೆ ಭಯಪಡುತ್ತಿದ್ದ ಕಾರಣ ಅವರು ಹೇಳುತ್ತಿದ್ದ ಪದ್ಧತಿಗಳನ್ನು ಪಾಲಿಸುತ್ತಿದ್ದರು. ಹೀನ ಸ್ಥಿತಿ ತಮ್ಮ ದೌರ್ಭಾಗ್ಯ ಹಾಗೂ ಇದನ್ನು ಬದಲಾಯಿಸಲು ಸಾಧ್ಯವಿಲ್ಲವೆಂದು ಭಾವಿಸಿದ್ದುದರಿಂದ ಕುದ್ಮುಲ್ ಪಿಜ್ಜರಿಗೆ ಈ ಸಮುದಾಯಗಳಲ್ಲಿ ಬದಲಾವಣೆ ತರುವುದು ಕಷ್ಟಕರವಾಗಿತ್ತು. ಅವರ ಮನವೊಲಿಸಿ ಶಿಕ್ಷಣ ಕೊಡಿಸುವುದು, ಕೌಶಲ್ಯಾಭಿವೃದ್ಧಿ ಕಲಿಸುವುದು, ಅಸ್ಪೃಶ್ಯತೆ ನಿವಾರಿಸುವುದು ಇವೆಲ್ಲವೂ ಸವಾಲಾಗಿತ್ತು.

ಹಿಂದೂ ಸಮಾಜದ ಮೇಲ್ವರ್ಗದ ಬಹುತೇಕ ಮಂದಿ ಕುದ್ಮುಲ್ ಪಿಜ್ಜರ ಆಲೋಚನೆಗಳಿಗೆ ಬಹಳ ವಿರೋಧ ವ್ಯಕ್ತಪಡಿಸಿದ್ದರು. ಪರಿಶಿಷ್ಟ ಜಾತಿಯವರು ಶಿಕ್ಷಿತರಾಗಿ ಆರ್ಥಿಕವಾಗಿ ಸಬಲರಾದರೆ ತಮ್ಮಲ್ಲಿ ಕೆಲಸ ಮಾಡಲು ಜೀತದಾಳುಗಳು ಸಿಗುವುದಿಲ್ಲವೆಂಬುದು ಮೇಲ್ಜಾತಿಯವರ ಆತಂಕವಾಗಿತ್ತು. ಉದಾಹರಣೆಗೆ ಮಲ ಹೊರುವ ತೋಟಿ ಕೆಲಸದಂತಹವುಗಳನ್ನು ಮೇಲ್ಜಾತಿಯವರು ಮಾಡದ ಕಾರಣ ಶೋಷಿತ ವರ್ಗದವರಿಗೆ ಕುದ್ಮುಲ್ ಪಿಜ್ಜರ ಜೊತೆ ಸೇರದಂತೆ ಬಲವಂತ

ಮಾಡುತ್ತಿದ್ದರು. ಇದರಿಂದ ದಲಿತರು ಬಹಳ ಭೀತರಾಗಿದ್ದರು ಹಾಗೂ ಆಂದೋಲನದಲ್ಲಿ ಭಾಗವಹಿಸಲು ಹೆದರಿದ್ದರು. ಕುದ್ಮುಲ್ ಪಿಜ್ಜರು ತಮ್ಮ ಈ ತರಹದ ಸಾಮಾಜಿಕ ಸುಧಾರಣೆಗಳ ಕಾರ್ಯದಿಂದ ಸ್ನೇಹಿತರು ಹಾಗೂ ಬಂಧುಗಳಿಂದ ಬಹಿಷ್ಕಾರವನ್ನು ಎದುರಿಸಬೇಕಾಗಿ ಬಂದು ಸಹಕಾರ ದೊರೆಯದೆ ತನ್ನ ಸಮುದಾಯದಿಂದ ದೂರ ಉಳಿದರು. ಮೇಲ್ಜಾತಿಯ ಕೆಲವು ಜನ ಕುದ್ಮುಲ್ ಪಿಜ್ಜರಿಗೆ ಸಹಕರಿಸಿದರೂ ವಿರೋಧಿಸಿದವರೇ ಹೆಚ್ಚಾಗಿದ್ದರು. ಮುಂದುವರೆದ ಜಾತಿಗೆ ಸೇರಿದವರು ಬಹಿರಂಗವಾಗಿಯೇ ಕುದ್ಮುಲ್ ಪಿಜ್ಜರ ಕುಟುಂಬದ ವಿರುದ್ಧವಾಗಿ ಚಟುವಟಿಕೆಗಳನ್ನು ನಡೆಸಿ ಹಿಂಸೆ, ಬೈಗುಳ, ಅವಮಾನಗಳನ್ನು ಮಾಡಿದರು.

ಅನೇಕ ಸಲ ಸಾಂಪ್ರದಾಯಿಕ ಸಮುದಾಯಕ್ಕೆ ಸೇರಿದವರಿಂದ ಕುದ್ಮುಲ್ ಪಿಜ್ಜರ ಮನೆಯ ಛಾವಣಿಗೆ ಮಲವನ್ನು ಚೆಲ್ಲಲಾಯಿತು, ಕುಟುಂಬದವರಿಗೆ ದೈಹಿಕ ಹಿಂಸೆ ನೀಡಿ ಬೆದರಿಕೆ ಹಾಕಲಾಯಿತು. ಕುದ್ಮುಲ್ ಪಿಜ್ಜರ ಹೆಣ್ಮಕ್ಕಳು ಶಾಲೆ, ಕಾಲೇಜಿಗೆ ಹೋದಾಗ ಹಾಸ್ಯ ಮಾಡಿ ಅವಮಾನಿಸಲಾಯಿತು. ಆ ಹುಡುಗಿಯರ ಮೇಲೆ ಕಲ್ಲು ತೂರಾಟ ನಡೆಸಿದರು. ಆ ಕಾಲದ ಸಂಪ್ರದಾಯಸ್ಥ ಕೋಪಿಷ್ಠ ಮಂದಿ ಏನೇ ಮಾಡಿದರೂ ಕುದ್ಮುಲ್ ಪಿಜ್ಜರ ಮಗಳಂದಿರು ಸೈಕಲ್ಲಿನಲ್ಲಿ ಶಾಲೆಗೆ ಹೋದರು. ಅಪಹಾಸ್ಯ, ರೌಡಿಗಳ ಅರಚಾಟವನ್ನು ತಂದೆಯ ಸಹಾಯದಿಂದ ಎದುರಿಸಿದರು. ಕುದ್ಮುಲ್ ಪಿಜ್ಜರು ಹೆಣ್ಮಕ್ಕಳು ಸೈಕಲ್ಲಿನಲ್ಲಿ ಶಾಲೆಗೆ ಹೋಗಲು ಅವಕಾಶ ಮಾಡಿಕೊಟ್ಟರು. ಕತ್ತು ಮುಚ್ಚುವ ನೀಳ ಕೈ ಇರುವ ಕುಪ್ಪಸಗಳನ್ನು ತೊಟ್ಟುಕೊಳ್ಳಲು ಪ್ರೋತ್ಸಾಹ ನೀಡಿದರು. ಎಲ್ಲ ರೀತಿಯ ಅವಮಾನಗಳನ್ನು ಕುದ್ಮುಲ್ ಪಿಜ್ಜ ಸಮರ್ಥವಾಗಿ ನಿಭಾಯಿಸಿದರು. ಮೇಲ್ಜಾತಿಯವರ ಪ್ರತಿರೋಧದ ಕಾರಣದಿಂದ ಕ್ಷೌರಿಕರು ಕುದ್ಮುಲ್ ಪಿಜ್ಜರಿಗೆ ಕ್ಷೌರ ಮಾಡಲು ನಿರಾಕರಿಸಿದರು, ದೋಬಿಗಳು ಬಟ್ಟೆಯನ್ನು ಒಗೆಯಲು ನಿರಾಕರಿಸಿದರು. ಮನೆಕೆಲಸಕ್ಕೆ ಯಾರೂ ಬರಲೊಪ್ಪಲಿಲ್ಲ. ಅಂಬಿಗರು ಕೂಡ ಹೊಳೆದಾಟುವ ಸಂದರ್ಭದಲ್ಲಿ ಅವರಿಗೆ ದೋಣಿಯೇರಲು ಅವಕಾಶ ಕೊಡಲಿಲ್ಲ.

ಮಳೆಗಾಲವಾಗಲಿ ಅಥವಾ ಬೇಸಗೆಯಾಗಲಿ ದಕ್ಷಿಣಕನ್ನಡದಲ್ಲಿ ಜನ ತೆಂಗಿನ ಗರಿಗಳಿಂದ ಮಾಡಿದ ಗೊರಬೆಯನ್ನು ಹಿಡಿದುಕೊಳ್ಳುತ್ತಾರೆ. ಕುದ್ಮುಲ್ ಪಿಜ್ಜರು ಗೊರಬೆ ಹಿಡಿದು ಹೋದಾಗ ಕೆ.ರಂಗರಾವ್ ಎನ್ನುವ ಹೆಸರನ್ನು ಅಪಹಾಸ್ಯದಿಂದ 'ಕೆರೆಂಗ್‌ರಾಯೆರ್ ಬತ್ತೆರ್' (ಗೆಣಸುರಾಯರು ಬಂದರು) ಎಂದು ತುಳುವಿನಲ್ಲಿ ಗೇಲಿ ಮಾಡುತ್ತಿದ್ದರು. ಆದರೆ ಕುದ್ಮುಲ್ ಪಿಜ್ಜರು ತಮ್ಮ ಧ್ಯೇಯವನ್ನು ಧೈರ್ಯವಾಗಿ ಮುನ್ನಡೆಸಿಕೊಂಡು ಹೋದರು. ಅವರು ಸಿವಿಲ್ ಕೋರ್ಟಿನಲ್ಲಿ ವಕೀಲರಾಗಿ ಕೆಲಸ ಮಾಡುತ್ತ ತಮ್ಮ ಉದ್ದೇಶಗಳಿಗೆ ಅನುಗುಣವಾಗಿ ಹೋರಾಡಿದರು.

ವಕೀಲರಾಗಿ ಕುದ್ಮುಲ್ ಪಿಜ್ಜರ ಮಹತ್ವದ ಸಾಧನೆಯೆಂದರೆ ಅದು ಅವರ ಸಾಮಾಜಿಕ ಧಾರ್ಮಿಕ ಧೋರಣೆಗಳನ್ನು ವಿರೋಧಿಸುವಂತಹ ಜ್ಯುಡಿಷೆರಿಯ ಮುಖ್ಯಸ್ಥರು ಬಂದಂತಹ ಸಂದರ್ಭದಲ್ಲಿ. ಅವರ ಮೇಲೆ ಆಕ್ರಮಣಗಳು ನಡೆದಾಗ ಅವರು ಪ್ರಾರ್ಥನೆಗಳಲ್ಲಿ, ದೇವರಲ್ಲಿ ನಂಬಿಕೆಯುಳ್ಳವರಾದುದರಿಂದ ಧಾರ್ಮಿಕವಾಗಿ ಅವುಗಳನ್ನು ಸ್ವೀಕರಿಸಿದರು. 1891ರಲ್ಲಿ ಸಾರಸ್ವತ ಸಮುದಾಯದವರಾಗಿದ್ದ ಉಳ್ಳಾಲ ರಘುನಾಥಯ್ಯನವರ ತಾಯಿ ತೀರಿಕೊಂಡಾಗ ಅವರ ಅಂತ್ಯಕ್ರಿಯೆಗಳನ್ನು ಸಾರಸ್ವತ ಬ್ರಾಹ್ಮಣ ವಿಧಿವಿಧಾನಗಳ ಮೂಲಕ ನೆರವೇರಿಸಲು ರಘುನಾಥಯ್ಯನವರು ನಿರಾಕರಿಸಿದರು. ಆ ಸಂದರ್ಭದಲ್ಲಿ ಅದರ ಪರಿಣಾಮಗಳ ಬಗ್ಗೆ ತಿಳಿದೇ ಕುದ್ಮುಲ್ ಪಿಜ್ಜರು ರಘುನಾಥಯ್ಯರೊಡನೆ ಸೇರಿಕೊಂಡು ಆಗ ಅವರ ತಾಯಿಯ ಅಂತ್ಯಕ್ರಿಯೆ ಸಂದರ್ಭದಲ್ಲಿ ವೈದಿಕ ಆಚರಣೆಗಳನ್ನು ನಡೆಸಿ ಬಳಿಕದ ಭೋಜನದಲ್ಲಿ ಪಾಲ್ಗೊಂಡರು.

ಅಂದಿನ ಕಾಲದಲ್ಲಿ ಸಾರಸ್ವತ ಸಮಾಜದ ಮಠಾಧಿಪತಿಗಳು ವರ್ಷಕ್ಕೆ ಮೂರು ಸಲ ಕೋರ್ಟಿಗೆ ಸಂದರ್ಶನ ಕೊಡುತ್ತಿದ್ದರು. ಆಗ ಮಂಗಳೂರು ಜಿಲ್ಲೆಯ ಮುನ್ಸಿಫ್ ಸುಜೀರ್ ರಘುನಾಥಯ್ಯನವರು ಸಾರಸ್ವತ ಸಮುದಾಯದ ಗೌರವಾನ್ವಿತ ಸದಸ್ಯರಾಗಿದ್ದರು. ಅವರನ್ನು ಪಾಂಡುರಂಗಾಶ್ರಮದ ಸಾರಸ್ವತರ ಸ್ವಾಮೀಜಿಯಾಗಿದ್ದ ಆನಂದಾಶ್ರಮ ಸ್ವಾಮೀಜಿ ಈ ವಿಷಯದ ಬಗ್ಗೆ ವಿಚಾರಣೆ ನಡೆಸಿ ವರದಿ ಕೊಡುವಂತೆ ಕೇಳಿಕೊಂಡರು. ಮುನ್ಸಿಫರು ಕುದ್ಮುಲ್ ಪಿಜ್ಜ ಮತ್ತು ರಘುನಾಥಯ್ಯನವರನ್ನು ಸಮಾಜದ ನೀತಿ ಉಲ್ಲಂಘಿಸಿದ್ದರ ಬಗ್ಗೆ ಪ್ರಶ್ನಿಸಿದಾಗ ಇಬ್ಬರು ಭಾವಂದಿರು ಬಹಳ ಕಷ್ಟದ ಸಂದರ್ಭವನ್ನು ಎದುರಿಸಿದರು. ಅವರಿಬ್ಬರೂ ಡಿಸ್ಟ್ರಿಕ್ಟ್ ಮುನ್ಸಿಫ್ ಕೋರ್ಟಿನಲ್ಲಿ ಸದಸ್ಯರಾಗಿದ್ದರು ಹಾಗೂ ಅಲ್ಲಿನ ನ್ಯಾಯಾಧೀಶರ ಸದಭಿಪ್ರಾಯಕ್ಕೆ ಒಳಗಾಗಿದ್ದ ಒಳ್ಳೆಯ ವಕೀಲರಾಗಿದ್ದರು. ಇಬ್ಬರಿಗೂ ಧೈರ್ಯವಿದ್ದ ಕಾರಣ ಮುನ್ಸಿಫರ ಪ್ರಶ್ನೆಗಳಿಗೆ ಪ್ರಾಮಾಣಿಕರಾಗಿ ಅಭಿಪ್ರಾಯ ತಿಳಿಸಿ ಸಾಮಾಜಿಕ, ಧಾರ್ಮಿಕ ಪದ್ಧತಿಗಳನ್ನು ತಾವು ಯಾವ ಕಾರಣಕ್ಕಾಗಿ ಒಪ್ಪಿಕೊಳ್ಳಲಿಲ್ಲವೆಂದು ಮುಕ್ತವಾಗಿ ಹೇಳಿದರು.

ಪಾಂಡುರಂಗಾಶ್ರಮದ ಸ್ವಾಮೀಜಿಯವರು ಸಾರಸ್ವತ ಸಮುದಾಯದ ಎಂಟನೆಯ ಗುರೂಜಿಯಾಗಿದ್ದು ಅವರಿಗೆ ಹನ್ನೆರಡನೆಯ ವಯಸ್ಸಿಗೆ ಸನ್ಯಾಸ ದೀಕ್ಷೆ ಕೊಡಲಾಗಿದ್ದು ಆ ವಿಚಾರಣೆಯ ಸಮಯದಲ್ಲಿ ಅವರಿಗೆ ನಲುವತ್ತು ವರ್ಷಗಳಾಗಿತ್ತು. ಸನ್ಯಾಸ ಎನ್ನುವುದು ತಪಸ್ಸಿನ ಮಾದರಿಯಲ್ಲಿ ಎಲ್ಲವನ್ನೂ ತ್ಯಾಗ ಮಾಡಿ ಲೌಕಿಕ ಬದುಕಿನಿಂದ ಸಂಪೂರ್ಣವಾಗಿ ನಿರಾಸಕ್ತರಾಗುವಂತಹ ಸ್ಥಿತಿಯಾದ ಕಾರಣ ಸನ್ಯಾಸದ ಉದ್ದೇಶ ಶಾಂತಿಯುತವಾದ ಪ್ರೀತಿ ಪ್ರೇಮವನ್ನು ಉದ್ದೀಪನಗೊಳಿಸುವ ಸರಳವಾದ ಆಧ್ಯಾತ್ಮಿಕ ಬದುಕನ್ನು ನಡೆಸುವುದಾಗಿದೆ.

ಪಾಂಡುರಂಗಾಶ್ರಮದ ಸ್ವಾಮೀಜಿ ಹಿಂದಿನ ಸ್ವಾಮೀಜಿಗಳಿಗಿಂತ ಐದು ವರ್ಷಗಳ ಕಾಲ ಹೆಚ್ಚು ಆಧ್ಯಾತ್ಮದ ತರಬೇತಿಯನ್ನು ಹೊಂದಿದ್ದರು. ತಮ್ಮ ಕಾಲದಲ್ಲಿ ಮಠದಲ್ಲಿ ಬಹಳ ಒಳ್ಳೆಯ ಅಭಿವೃದ್ಧಿ ಕೆಲಸಗಳನ್ನು ಮಾಡಿದರು. ಪೂರ್ವಿಕರ ಸಮಾಧಿಗಳನ್ನು ಪುನರುಜ್ಜೀವನಗೊಳಿಸಿ ಬೆಳ್ಳಿ ಹೊದಿಕೆಗಳಿಂದ ಮೆರುಗು ಕೊಟ್ಟರು. ಶಿರಾಲಿ ಗ್ರಾಮದಲ್ಲಿ ಶಾಲೆ, ಪೋಸ್ಟಾಫೀಸು ಮುಂತಾದ ಜನರಿಗೆ ಉಪಯುಕ್ತವಾದ ಸಂಸ್ಥೆಗಳನ್ನು ಕಟ್ಟಿಸಿದರು. ಜ್ಯೋತಿ ಶಾಸ್ತ್ರ ಮತ್ತು ವೈದಿಕ ವಿದ್ವಾಂಸರಾಗಿದ್ದರು. ಇಷ್ಟೆಲ್ಲ ಜ್ಞಾನಿಗಳಾಗಿದ್ದರೂ ಕೂಡ ಜಾತಿಯ ವಿಷಯಕ್ಕೆ ಸಂಬಂಧಿಸಿದಂತೆ ಕಠಿಣ ನಿಯಮಗಳನ್ನು ಪಾಲಿಸುವುದನ್ನು ಒಪ್ಪಿಕೊಂಡಿದ್ದರು. ಆದುದರಿಂದ ಕುದ್ಮುಲ್ ಪಿಜ್ಜ ಮತ್ತು ರಘುನಾಥಯ್ಯನವರ ವಿಚಾರಣೆಯ ವರದಿ ಕೇಳಿದ ಬಳಿಕ ಇಬ್ಬರನ್ನೂ ಜಾತಿಯಿಂದ ಅಮಾನತುಗೊಳಿಸಿ ದೇವಸ್ಥಾನ ಪ್ರವೇಶಕ್ಕೆ ನಿಷೇಧ ಹೇರಿದರು. ಇದರಿಂದ ಸಾರಸ್ವತ ಸಮುದಾಯದ ಬಹುತೇಕ ಮಂದಿ ಅವರಿಬ್ಬರನ್ನು ದೂರವಿಟ್ಟರು ಹಾಗೂ ನಿಯಮವನ್ನು ಹಿಂದಕ್ಕೆ ತೆಗೆದುಕೊಳ್ಳಬಾರದೆಂಬ ಕಟ್ಟುಪಾಡು ವಿಧಿಸಿದರು.

ಆದರೆ ಸಾರಸ್ವತ ಸಮುದಾಯಲ್ಲಿ ನಿಷೇಧವೆನ್ನುವುದು ಶಾಶ್ವತವಾಗಿರಲಿಲ್ಲ. 1915ರಲ್ಲಿ ಪಾಂಡುರಂಗಾಶ್ರಮ ಸ್ವಾಮೀಜಿಗಳು ಮಹಾಸಮಾಧಿ ಹೊಂದಿದರು. ಮಹಾಸಮಾಧಿಯೆಂದರೆ ಅಂತಿಮ ಮೋಕ್ಷವಾಗಿದ್ದು ದೇಹದಿಂದ ಆತ್ಮ ತೊರೆಯುವಂತಹದ್ದಾಗಿದೆ. ನಂತರ ಸ್ವಾಮಿ ಪೀಠ ಏರಿದವರು ಆನಂದಾಶ್ರಮ ಸ್ವಾಮೀಜಿಗಳು. ಅವರಿಗೆ ಎಂಟು ವರ್ಷಗಳ ಹಿಂದೆ ದೀಕ್ಷೆಯನ್ನು ಕೊಡಲಾಗಿತ್ತು. ಗುರುಗಳಿಂದ ಹೆಚ್ಚು ಪ್ರಭಾವಿತರಾಗಿರದಿದ್ದರೂ ಮಠದ ಆರ್ಥಿಕ ಸ್ಥಿತಿಯನ್ನು ಸುಧಾರಿಸಿದರು. ಆ ಕಾಲದಲ್ಲಿ ಮಠ ಆರ್ಥಿಕವಾಗಿ ಕಷ್ಟದಲ್ಲಿದ್ದುದರಿಂದ ಸಮಾಜ ಬಾಂಧವರು ದೇಣಿಗೆ ಕೊಡುವುದನ್ನು ಕಡ್ಡಾಯ ಮಾಡಿದರು. ಸುಮಾರು 51 ವರ್ಷಗಳ ಕಾಲ ಅಧಿಕಾರ ನಡೆಸಿದವರು ಕಾರ್ನಿಕದ ವ್ಯಕ್ತಿಯಾಗಿದ್ದು ಆಧ್ಯಾತ್ಮಿಕ ಮನೋಭಾವ ಹೊಂದಿದವರಾಗಿದ್ದರು. ಆನಂದಾಶ್ರಮ ಸ್ವಾಮೀಜಿಗಳು ಬಹಿಷ್ಕಾರದ ಕೇಸನ್ನು ಮರುವಿಚಾರಣೆ ಮಾಡಿ ಕುದ್ಮುಲ್ ಪಿಜ್ಜ ಹಾಗೂ ರಘುನಾಥಯ್ಯನವರ ಮೇಲಿದ್ದ ಬಹಿಷ್ಕಾರವನ್ನು ಹಿಂದಕ್ಕೆ ತೆಗೆದುಕೊಂಡಾಗ ಇಬ್ಬರೂ ಕೂಡ ಧಾರ್ಮಿಕ ಪ್ರಾರ್ಥನೆ ಮಾಡಿ ಜುಲ್ಮಾನೆ ಕಟ್ಟಬೇಕೆಂದು ಹೇಳಿದರು. ಕುದ್ಮುಲ್ ಪಿಜ್ಜರು ದೇವರ ಮೇಲೆ ವಿಶೇಷ ಭಕ್ತಿಯುಳ್ಳವರಾದುದರಿಂದ ಪ್ರಾರ್ಥಿಸಿ ಜುಲ್ಮಾನೆ ಕಟ್ಟಿ ಮತ್ತೆ ಸಾರಸ್ವತ ಸಮಾಜಕ್ಕೆ ಸೇರಿಕೊಂಡರು.

ಕುದ್ಮುಲ್ ಪಿಜ್ಜರು ನಿಜವಾದ 'ಗಾಂಧೀವಾದಿ'ಯಾಗಿದ್ದರು. ತಮ್ಮ ಬದುಕಿನ ಕ್ರಮ ಹಾಗೂ ರೀತಿನೀತಿಗಳಲ್ಲಿ ಗಾಂಧೀಜಿಯವರಿಗಿಂತ ಮೊದಲೇ ಅವರ ರೀತಿನೀತಿಗಳನ್ನು ಅನುಸರಿಸುತ್ತಿದ್ದರು. ಅವರು ದ್ವೇಷ, ಕುಹಕ, ಹಿಂಸೆ, ಅಪಹಾಸ್ಯ,

ವೈರತ್ವ, ಅಪಮಾನ, ಜಾತಿ ಬಹಿಷ್ಕಾರ ಇತ್ಯಾದಿಗಳನ್ನು ಬುದ್ಧಿವಂತಿಕೆಯಿಂದ ಹಸನ್ಮುಖರಾಗಿ ನಿರ್ವಹಿಸಿದರು. ಅವರೆಂದೂ ಸಿಟ್ಟು, ಒತ್ತಡದ ಮನೋಧರ್ಮ ತೋರಿಸಲಿಲ್ಲ. ಪ್ರತೀಕಾರದ ರೀತಿಯ ಚಟುವಟಿಕೆಗಳನ್ನು ಮಾಡಲಿಲ್ಲ. ತನಗಾಗಿರುವ ಹಿಂಸೆಗೆ ಯಾವುದೇ ರೀತಿ ಪ್ರತಿಕ್ರಿಯಿಸಬಾರದೆಂದು ಪಂಚಮರ ಮಕ್ಕಳಿಗೆ ಹೇಳಿ ಅವರಿಂದ ಪ್ರತಿರೋಧವಾಗದಂತೆ ನೋಡಿಕೊಂಡರು.

ಜನರು ತಮ್ಮ ಹಳೆಯ ಸಂಪ್ರದಾಯ, ಪದ್ಧತಿಗಳನ್ನು ಬಿಡಬೇಕೆಂದು ಹಾಸ್ಯಮಯ ಪ್ರವೃತ್ತಿಯಿಂದ, ಸೌಜನ್ಯದಿಂದ, ಅಪಾರ ತಾಳ್ಮೆಯಿಂದ ಮನವೊಲಿಸುವ ಕೆಲಸವನ್ನು ಕುದ್ಮುಲ್ ಪಿಜ್ಜ ಮಾಡಿದರು. ಅವರೆಂದೂ ಹಿಂಸೆಗೆ ಮನ ಮಾಡದೆ ತಮ್ಮ ಭಾವನೆಗಳನ್ನು ಹತೋಟಿಯಲ್ಲಿಟ್ಟುಕೊಂಡಿದ್ದರು. ಮೇಲ್ಜಾತಿಯವರ ಭಾವನೆಗಳಿಗೆ ತಕ್ಕಂತೆ ಒಪ್ಪಿಸುವಂತಹ ಕೆಲಸ ನಿಷ್ಪ್ರಯೋಜಕವೆಂದು ಅವರು ತಿಳಿದುಕೊಂಡಿದ್ದರು. ಅವರನ್ನು ಮನವೊಲಿಸುವ ಕೆಲಸ ತರ್ಕದಿಂದ ಅಥವಾ ಭಾವನೆಗಳಿಂದ ಅಸಾಧ್ಯವೆಂದು ಅವರಿಗೆ ಗೊತ್ತಿತ್ತು. ಅವರ ಪ್ರಕಾರ ಒಂದೇ ಮಾರ್ಗವೆಂದರೆ ಅವರ ಮನೋಧರ್ಮವನ್ನು ಬದಲಾಯಿಸುವುದು.

ಯಾಜ್ಞವಲ್ಕ್ಯನು ಜನಕನಿಗೆ ಆತ್ಮದ ಬಗ್ಗೆ ಹೇಳುವ ಮಾತನ್ನು ಕುದ್ಮುಲ್ ಪಿಜ್ಜರು ಪರಿಭಾವಿಸಿದ್ದರು. 'ಮನಸ್ಸು ಅಥವಾ ಆತ್ಮವೆನ್ನುವುದು ಸಾವಿಗೆ ಹೆದರುವುದಿಲ್ಲ, ಜೀವವನ್ನು ಉಳಿಸುವುದಕ್ಕೆ ಹೆದರುವುದಿಲ್ಲ, ಜಗತ್ತಿನ ಹೊರಗಿನ ಯಾವುದೇ ಶಕ್ತಿಯನ್ನು ಬಯಸುವುದಿಲ್ಲ' ಎನ್ನುತ್ತಿದ್ದರು. 'ಆತ್ಮ ಅಥವಾ ಮನಸ್ಸಿಗೆ ಜಗತ್ತು ಇದ್ದ ಹಾಗೆಯೇ ಕಾಣುತ್ತದೆ' ಎಂದು ನಂಬಿದ್ದರು. ಕುದ್ಮುಲ್ ಪಿಜ್ಜರು ಧರ್ಮಮಾರ್ಗವನ್ನು ಅನುಸರಿಸಿದರು. ಅವರ ಪ್ರಕಾರ ಧರ್ಮಮಾರ್ಗವೇ ಒಳ್ಳೆಯ ಭವಿಷ್ಯ ಕೊಡುವಂತಹದ್ದಾಗಿತ್ತು. ಬಹಳ ಹಿಂದೆ ಬುದ್ಧ, ಬಸವಣ್ಣ, ಸ್ವಾಮಿ ವಿವೇಕಾನಂದ, ಸ್ವಾಮಿ ದಯಾನಂದ ಸರಸ್ವತಿಯವರು ಬೋಧಿಸಿದ ಶಾಂತಿಯ ಮಾರ್ಗವೇ ತನ್ನ ಮಾರ್ಗವೆಂದು ಬೋಧಿಸಿದರು. ಆ ಕಾರಣಕ್ಕಾಗಿಯೇ ಅವರು ತನ್ನ ಕುಟುಂಬದ ಸಾಮಾಜಿಕ ಸ್ಥಾನಮಾನವನ್ನು ಬಲಿಕೊಟ್ಟು ಒಂದು ಮಹಾ ಉದ್ದೇಶಕ್ಕಾಗಿ ಬದುಕಬೇಕೆಂದು ತೀರ್ಮಾನಿಸಿ ಅಂತೆಯೇ ಬಾಳಿದರು. ಬದುಕಿನಲ್ಲಿ ತಾನು ಎದುರಿಸಿದ ಎಲ್ಲ ಅಡ್ಡಿ, ವಿಘ್ನಗಳ ಸಹಿತವಾಗಿ ಕುದ್ಮುಲ್ ಪಿಜ್ಜರು ಹಿಂದುಳಿದ ಜಾತಿಯವರಲ್ಲಿ ಸಾಮಾಜಿಕ ಮತ್ತು ಬೌದ್ಧಿಕ ಜಾಗೃತಿ ಉಂಟುಮಾಡಲು ವಿಶೇಷವಾದ ಪ್ರಯತ್ನವನ್ನು ಮಾಡಿದರು.

ಅವರ ಮೊಮ್ಮಗಳಾದ ತಾರಾ ಚಂದಾವರ್ಕರ್ ಈ ರೀತಿಯಾಗಿ ಅದನ್ನು ಹೇಳುತ್ತಾರೆ. "ಅವರ ಮನೆಯಲ್ಲಿ ಮತ್ತು ಕುಟುಂಬದಲ್ಲಿ ಇದ್ದ ವಾತಾವರಣ ಏನು ಹೇಳಿಕೊಡುತ್ತಿತ್ತೆಂದರೆ ನಮ್ಮ ದೃಷ್ಟಿಯೆನ್ನುವುದು ಕುಟುಂಬದ ಮೇರೆಗೆ ಸೀಮಿತವಾಗಿರದೆ ಅದರಿಂದಾಚೆ ವಿಸ್ತರಿಸಿ ಸರ್ವರಿಗೂ ಸಹಾಯ ಮಾಡುವಂತಹ

ದೃಷ್ಟಿಕೋನ ಬೆಳೆಯಬೇಕು." ನಿಜವಾಗಿ ಹೇಳುವುದಾದರೆ ಕುಟುಂಬದಲ್ಲಿ ಎನ್.ಸುಬ್ಬರಾವ್, ಲಲಿತಾ ಬಾಯಿ ಮತ್ತು ಕುದ್ಮುಲ್ ಪಿಜ್ಜರು ಕೇವಲ ಹೊಸ ಕನಸಿನ ಆದರ್ಶವಾದಿಗಳಾಗಿರಲಿಲ್ಲ. ಅವರು ಮಾತನಾಡಿದ್ದು ಏನಾಗಬೇಕೆಂಬುದರ ಕುರಿತಾಗಿತ್ತು. ಅವರು ಚಿಂತಕರಾಗಿದ್ದರು ಮತ್ತು ಪ್ರಾಯೋಗಿಕವಾಗಿ ಕೆಲಸ ಮಾಡುವವರಾಗಿದ್ದರು. ತಮ್ಮ ಗುರಿ ಸಾಧಿಸುವುದಕ್ಕೆ ಎಲ್ಲ ರೀತಿಯ ಬೆಲೆಗಳನ್ನು ತೆತ್ತು ಬದುಕಿನ ಸ್ಥಾನಮಾನಗಳನ್ನು ಪಣಕ್ಕಿಟ್ಟರು.

ಆ ಕಾಲದಲ್ಲಿ ದುಸ್ತರವಾದ ಈ ರೀತಿಯ ಕೆಲಸಗಳ ಕುರಿತು ವಿಚಾರ ಮಾಡುವುದು ಅಸಾಧ್ಯವಾಗಿದ್ದಾಗ ಕೆಲವು ಸುಭಾಷಿತಗಳನ್ನು ಅವರು ಉಲ್ಲೇಖಿಸುತ್ತಿದ್ದರು. ಅವರ ಒಬ್ಬ ಮಗಳು ಉಲ್ಲೇಖ ಮಾಡುತ್ತಿದ್ದ ಕೆಲವು ಸುಭಾಷಿತಗಳಲ್ಲೊಂದು ವಿಲಿಯಂ ಆರ್ಥರ್ ವರ್ಡ್ ಎನ್ನುವವನ ಪದ್ಯದ ರೀತಿಯಲ್ಲಿರುವ ಈ ಮಾತುಗಳು:

"ನಾನು ಈ ಜಗತ್ತಿನ ಮೂಲಕ ದಾಟಿಹೋಗುವೆ ಒಂದು ಸಲ,
ಆಗ ಏನೆಲ್ಲ ಒಳ್ಳೆಯದನ್ನು ಮಾಡಲು ಸಾಧ್ಯವಿದೆಯೋ ಅವನ್ನು ಮಾಡುವೆ
ಯಾವ ರೀತಿಯ ದಯೆ, ಕರುಣೆ ತೋರಿಸಬೇಕೋ ಅವೆಲ್ಲವನ್ನು ಮಾಡುವೆ
ಎಲ್ಲವನ್ನೂ ಈಗಲೇ ಮಾಡಬೇಕು. ಮುಂದೂಡಲಾಗದು, ನಿರ್ಲಕ್ಷಿಸಲಾಗದು
ಯಾಕೆಂದರೆ ಇನ್ನೊಮ್ಮೆ ಇದನ್ನು ಮಾಡಲು ಅವಕಾಶ ಸಿಗದು"

ಕುದ್ಮುಲ್ ಪಿಜ್ಜರ ಮೊಮ್ಮಕ್ಕಳು ಚಿಕ್ಕವರಿದ್ದಾಗ ಸುಸ್ತಾಗಿದೆ, ಕೆಲಸ ಕಷ್ಟವಿದೆಯೆಂದು ಬೇರೆ ಬೇರೆ ಕಾರಣಗಳನ್ನು ಹೇಳಿದರೆ ಅವರ ಅಜ್ಜಿ 'ಎಂಜಿನ್ ತನ್ನ ಹಿಂಭಾಗದ ರೈಲಿಗೆ ಏನು ಹೇಳುತ್ತಿತ್ತು' ಎಂಬುದರ ಬಗ್ಗೆ ಕತೆಯಂತಿರುವ ಒಂದು ಕವಿತೆ ಹೇಳುತ್ತಿದ್ದರು.

ಅದು ಹೀಗಿದೆ:

"ಒಂದು ದಿನ ಅವನು ಎಂದರೆ 'ಎಂಜಿನ್' ಹಳಿಯಲ್ಲಿ ಹೋಗುತ್ತಿದ್ದಾಗ ತನ್ನ ಮುಂದೆ ಒಂದು ಸಣ್ಣ ಬೆಟ್ಟವನ್ನು ನೋಡಿ ಇದರ ಮೇಲಕ್ಕೆ ನಾನು ಬಂಡಿಗಳನ್ನು ಹತ್ತಿಸಲಾರೆ ಎಂದು ಹೇಳಿದ. ತನ್ನ ಸಹಾಯಕ್ಕಾಗಿ ಯಾರಾದರೂ ಬರುವರೇ ಎಂದು ಸುತ್ತಲೂ ನೋಡಿದ. ಯಾರೂ ಸಹಾಯಕರಿಲ್ಲ ತಾನೇ ಮಾಡಬೇಕೆಂಬುದು ತಿಳಿದು ತನ್ನ ಕೆಲಸ ಬಿಡಲಾಗದೆ ತನ್ನ ಹಿಂದಿನ ಬಂಡಿಯನ್ನು ಬೆಟ್ಟದ ಮೇಲೆ ಮೇಲೆ ಎಳೆದುಕೊಂಡು ಹೋದ. ಸ್ವಲ್ಪ ದೂರ ತಲುಪಿದ ಮೇಲೆ 'ತಾನು ಮಾಡಬಲ್ಲೆ, ಮಾಡಬಲ್ಲೆ' ಎಂದು ಖುಷಿಯಿಂದ ಹೇಳುತ್ತ ಎಳೆದುಕೊಂಡು ಹೋದನಂತೆ. ಆಮೇಲೆ ಆತ ತುತ್ತತುದಿಗೆ ತಲುಪಿದ ಮೇಲೆ ಸಂತೋಷದಿಂದ 'ಆಹ್ ನನಗೆ ತಿಳಿಯಿತು, ನಾನು ಮಾಡಬಲ್ಲೆ, ನಾನು ಮಾಡಬಲ್ಲೆ' ಎಂದು ಕಿರುಚಿದ."

ಯಾವುದೇ ಕೆಲಸವನ್ನು ಎದುರಿಸಲು ಸಂಕಷ್ಟಗಳು ಬಂದಾಗ ಅವು ಒಂದು ರೀತಿಯಲ್ಲಿ ಸವಾಲಾಗಿದ್ದಾಗ, ಸಮಾಜದ ಪದ್ಧತಿಗಳನ್ನು ಬದಲಾಯಿಸಬೇಕಾದಾಗ, ಜನರ ಆಲೋಚನೆಗಳನ್ನು ಹೊಸ ದಿಕ್ಕಿನತ್ತ ತಿರುಗಿಸಬೇಕಾಗಿದ್ದಾಗ ಕುದ್ಮುಲ್ ಪಿಜ್ಜರು ಈ ಎಂಜಿನ್ ಕತೆಯನ್ನು ಹೇಳುತ್ತಿದ್ದಿರಬೇಕು. ಅದನ್ನೇ ಅವರ ಹೆಂಡತಿ ಮೊಮ್ಮಕ್ಕಳಿಗೆ ಹೇಳುತ್ತಿದ್ದರೇನೋ ಅನ್ನಿಸುತ್ತದೆ: 'ನನಗೆ ಗೊತ್ತು, ನಾನು ಮಾಡಬಲ್ಲೆ. ನನಗೆ ಗೊತ್ತು, ನಾನು ಮಾಡಬಲ್ಲೆ.'

ಒಂದು ಮರದ ಯೋಗ್ಯತೆಯನ್ನು ಅದು ಬಿಡುವ ಹಣ್ಣಿನ ಮೂಲಕ ಅಳೆಯಬೇಕು

ಇದು ಲಲಿತಾ ಬಾಯಿಯವರ ಮಹತ್ವದ ಹೇಳಿಕೆ. ರಂಗರಾವ್ ಅವರು ತಮ್ಮ ಬಾಲ್ಯದಲ್ಲಿಯೇ ಬಡತನದಿಂದ ಬಾಳಿದವರು. ತಾವು ಬೆಳೆದ ಇಡೀ ವಾತಾವರಣ ಅವಶ್ಯಕತೆ ಮತ್ತು ಕೊರತೆಯ ಬದುಕಾಗಿತ್ತು. ನಮಗೆಲ್ಲ ನಮ್ಮ ಬದುಕಿಗೆ ಬೇಕಾದಷ್ಟು ಅನುಕೂಲತೆಗಳು ಇಲ್ಲದಾಗ ಅದು ನಮ್ಮನ್ನು ಕಾಡುತ್ತದೆ. ಶ್ರೀಮಂತರನ್ನು ಕಂಡಾಗ ನಾವು ಕೂಡ ಸ್ವಾರ್ಥಿಗಳಾಗಿ ದ್ವೇಷವನ್ನು ತಾಳುತ್ತೇವೆ ಮತ್ತು ನಾವು ಸಂಕುಚಿತರಾಗುತ್ತೇವೆ.

ಏನೂ ಇಲ್ಲದವರು ಶ್ರೀಮಂತರ ಗುಲಾಮರಾಗಿ ಅವರ ಅನುಕಂಪದ ಮೇಲೆ ಅವಲಂಬಿತರಾಗಿರುತ್ತಾರೆ. ಆ ಮೂಲಕ ಅವರ ವ್ಯಕ್ತಿತ್ವ ಮತ್ತು ಸ್ವಾಭಿಮಾನ ಸಂಪೂರ್ಣವಾಗಿ ನಾಶವಾಗುತ್ತದೆ. ಇದರಿಂದ ಅತಿವಿನಯ, ದೈನ್ಯ ಉಂಟಾಗಿ ಶ್ರೀಮಂತರ ಪಾದದ ಬುಡದಲ್ಲಿ ತೊಳಲಾಟದಲ್ಲಿ ಅವರು ಇರುತ್ತಾರೆ. ಈ ಬಡತನ ಎನ್ನುವುದು ಎಷ್ಟು ಕ್ರೂರವಾದುದೆಂದರೆ ಅದು ಸ್ವತಂತ್ರ ಆಲೋಚನೆ ಮತ್ತು ಕ್ರಿಯಾಶೀಲತೆಯನ್ನು ಕೊಲ್ಲುತ್ತದೆ. ಮನುಷ್ಯ ಗುಣಗಳೆಲ್ಲವನ್ನೂ ತೊಡೆದು ಹಾಕಿ ಬೇರೆಯವರ ಆಟದ ಗೊಂಬೆಗಳನ್ನಾಗಿ ಮಾಡುತ್ತದೆ. ಹೆಚ್ಚು ಶಕ್ತಿವಂತರ ಕೈಯ

ಆಟಿಕೆಗಳಾಗುತ್ತೇವೆಯಲ್ಲದೆ ಅಂತಹ ಕ್ರೂರ ಮನಸ್ಸಿನ ಜನರ, ನೀಚ ಸ್ವಭಾವದವರ ಸಂಸರ್ಗದಲ್ಲಿ ಬದುಕುತ್ತೇವೆ. ಹಾಗಾಗಿ ಬಡತನವೆನ್ನುವುದು ಎಲ್ಲ ರೀತಿಯ ಅಪರಾಧಗಳಿಗೆ ಅವಕಾಶ ಮಾಡಿಕೊಡುತ್ತದೆ ಹಾಗೂ ಆ ರೀತಿಯ ಅಪರಾಧಗಳಿಂದ ಅನುಕೂಲಕರವಾದ ಬದುಕು ಸಾಗಿಸಬಹುದೆನ್ನುವ ಭಾವನೆಯನ್ನು ಹುಟ್ಟಿಸುತ್ತದೆ. ಇದರಿಂದಾಗಿ ನಮ್ಮ ದೇಹ ಮತ್ತು ಮನಸ್ಸು ಎರಡರಲ್ಲಿಯೂ ಅಪರಾಧೀಪ್ರಜ್ಞೆ ಸೇರಿಕೊಂಡುಬಿಡುತ್ತದೆ.

ಹೀಗೆ ಎಲ್ಲವುಗಳಿಂದ ವಂಚಿತರಾಗಿರುವುದು ಮತ್ತು ಬಡತನದಿಂದ ಮೂಲಭೂತ ಸೌಲಭ್ಯಗಳ ಕೊರತೆ ಬಹಳ ಗಂಭೀರವಾದ ಸಮಸ್ಯೆ. ಇದನ್ನು ರಾಜಕೀಯ ನಾಯಕರುಗಳು ಮತ್ತು ಮುತ್ಸದ್ದಿಗಳು ಪರಿಹರಿಸಬೇಕು. ಅವರು ಬಡತನವನ್ನು ನಿವಾರಣೆ ಮಾಡುವ ಅಗತ್ಯವಿದೆ ಹಾಗೂ ಬಡವರನ್ನು ಆ ಕಳಂಕದಿಂದ ಪಾರು ಮಾಡುವ ಅಗತ್ಯವಿದೆ. ಅಂದರೆ ಶ್ರೀಮಂತರು ಮತ್ತು ಶಕ್ತಿವಂತರ ಹಂಗಿನಲ್ಲಿ ಎಲ್ಲ ರೀತಿಯ ಜೀವನ ಕಳೆಯುವಂತಹ ವಿಪರೀತವಾದ ಸಂಕಷ್ಟವನ್ನು ನಿವಾರಣೆ ಮಾಡುವುದಕ್ಕಾಗಿ ಅನೇಕ ಸಂಘ ಸಂಸ್ಥೆಗಳ ಅಗತ್ಯವಿದೆ. ರಾಜಕೀಯ ವ್ಯವಸ್ಥೆಯು ಬಡವರ ಕೊರತೆ, ಕಷ್ಟಗಳನ್ನು ಪಾರು ಮಾಡುವ ಕೆಲಸ ಮಾಡಬೇಕು.

ಕುದ್ಮುಲ್ ರಂಗರಾವ್ ಬದುಕಿದ್ದ 150 ವರ್ಷಗಳ ಬಳಿಕವೂ ಭಾರತದಲ್ಲಿ ತೀವ್ರವಾದ, ವ್ಯಾಪಕವಾದ ಬಡತನವನ್ನು ಕಾಣುತ್ತೇವೆ. ಭಾರತದಲ್ಲಿ ದೊಡ್ಡ ಸಂಖ್ಯೆಯಲ್ಲಿ ಬಡತನ, ಅಪೌಷ್ಟಿಕತೆಯಿಂದ ಮಕ್ಕಳು ಬಳಲುತ್ತಿದ್ದಾರೆ. ಭಾರತ ಸರಕಾರ ಅನೇಕ ಯೋಜನೆಗಳನ್ನು, ಕಾರ್ಯಕ್ರಮಗಳನ್ನು ರೂಪಿಸಿದೆ. ಆದರೆ ಎಲ್ಲವೂ ಸಂಪೂರ್ಣವಾಗಿ ಯಶಸ್ವಿಯಾಗಿಲ್ಲ. ಕುದ್ಮುಲ್ ರಂಗರಾವ್ ಅಂತಹವರು ಈ ರೀತಿಯ ಅಸಮತೋಲನವನ್ನು ಹೋಗಲಾಡಿಸಲು ಭಾರತದಲ್ಲಿದ್ದದ್ದು ಒಂದು ಅದೃಷ್ಟಕರ ಸಂಗತಿ. ಅವರು ಯಾಕೆ ಈ ತರಹ ಅಸಹಾಯಕರಿಗೆ ಸಹಾಯ ಮಾಡುವ ಮತ್ತು ದೀನರಿಗೆ ಒಳಿತನ್ನು ಮಾಡುವ ಉದ್ದೇಶ ಇಟ್ಟುಕೊಂಡ ರೆನ್ನುವುದನ್ನು ತಿಳಿದುಕೊಳ್ಳುವುದು ಕಷ್ಟದ ಕೆಲಸ ಏನೂ ಅಲ್ಲ. ಬಡತನ ಮತ್ತು ನಿರಾಸೆಯ ಬದುಕು ಸುತ್ತಮುತ್ತಲಿರುವಾಗ ಅದರಿಂದ ಪ್ರತ್ಯೇಕಿತರಾಗಿ ಶ್ರೀಮಂತರಾಗಿ ಶಕ್ತಿಶಾಲಿಗಳಾಗಿ ಬದುಕುವುದು ಬೇರೆಯದೇ ರೀತಿ ಆಗಿರುತ್ತದೆ.

ಆದರೆ ಕುದ್ಮುಲ್ ರಂಗರಾಯರು ಶ್ರೀಮಂತರಾಗಿರಲಿಲ್ಲ. ಬಡತನವೆನ್ನುವುದು ತಮಗೆ ಅವಮಾನವೆಂದು ಅವರು ಭಾವಿಸಲಿಲ್ಲ. ಯಾಕೆಂದರೆ ಶ್ರೀಮಂತಿಕೆ ಯೆನ್ನುವುದು ಅವರನ್ನು ಆಕರ್ಷಿಸಲಿಲ್ಲ. ಅನೇಕ ರಾಜಪ್ರಭುತ್ವಗಳು ವಿವಿಧ ರಾಜ್ಯಗಳನ್ನು ಆಳಿದವು. ಅವು ಸಿಂಹಾಸನಗಳನ್ನು ಅವರದೇ ಆದ ವಂಶದವರಿಗೆ ಕೊಟ್ಟು ನಂತರ ಅವರು ಸನ್ಯಾಸಿಗಳಾಗುತ್ತ ಹೋದರು. ಹಿಂದೂ ಧಾರ್ಮಿಕ

ಗ್ರಂಥಗಳಲ್ಲಿ ಈ ತರಹದ ಧಾರ್ಮಿಕವಾದ ಬೆಳವಣಿಗೆಯ ನಾಲ್ಕು ಹಂತಗಳನ್ನು ಧರ್ಮ, ಅರ್ಥ, ಕಾಮ, ಮೋಕ್ಷ ಎಂದು ಹೇಳುತ್ತಾರೆ. ಹಿಂದೂ ಧರ್ಮ ಉಳಿದೆಲ್ಲ ಧರ್ಮಗಳಿಗಿಂತ ಹೆಚ್ಚಾಗಿ ದಾನವನ್ನು ಪ್ರೋತ್ಸಾಹಿಸುತ್ತದೆ. ಹಸಿವಿನಲ್ಲಿರುವವರಿಗೆ ಮತ್ತು ಭಿಕ್ಷುಕರಿಗೆ ಆಹಾರ ಕೊಡಬೇಕು, ಧಾರ್ಮಿಕ ಕೇಂದ್ರಗಳನ್ನು ನಿರ್ಮಿಸಬೇಕು ಎಂಬುದನ್ನು ಪ್ರತಿಪಾದಿಸುತ್ತದೆ. ಗೀತೆಯಲ್ಲಿ ಸಮಾಜದಿಂದ ತಾನು ಪಡೆದುದನ್ನು ಹಿಂದಕ್ಕೆ ಕೊಡದಿದ್ದರೆ ಅದು ಪಾಪ ಮತ್ತು ಆತ ಕಳ್ಳನೆಂದು ಹೇಳಲಾಗಿದೆ. ಭರ್ತೃಹರಿ ತನ್ನ ವೈರಾಗ್ಯ ಶತಕ ಶ್ಲೋಕದಲ್ಲಿ ಬಡತನದ ಸಂತೃಪ್ತಿಯನ್ನು ಹೀಗೆ ವರ್ಣಿಸುತ್ತಾನೆ: "ನೋಡು ಈಗ ಭಿಕ್ಷುಕ ಎಲ್ಲ ಬಗೆಯ ಗುಲಾಮತನದಿಂದ ಆಸೆಗಳೆನ್ನುವುದರಿಂದ ಬಿಡುಗಡೆ ಹೊಂದಿ ರಾಜನಂತೆ ಮಲಗಿದ್ದಾನೆ. ಆ ಭೂಮಿಯೇ ಆತನ ಹಾಸಿಗೆ, ತೋಳುಗಳೇ ತಲೆದಿಂಬು, ಮೇಲಿರುವ ಆಕಾಶ ಅವನ ಛಾವಣಿಯಾಗಿದೆ. ಚಂದ್ರ ಆತನ ದೀಪವಾಗಿದೆ ಹಾಗೂ ಸ್ವಯಂ ಪರಿತ್ಯಾಗ ಅವನ ಬದುಕಿನ ಸಂಗಾತಿಯಾಗಿದೆ. ಆದ ಕಾರಣ ಅವನು ಈ ಜಗತ್ತಿನ ನೈಜ ಮುತ್ತೈದೆಯಂತೆ ಸುಖವಾಗಿದ್ದಾನೆ."

ಸಂಪತ್ತು ಎನ್ನುವುದು ಅದರದ್ದೇ ಆದ ದುಷ್ಪರಿಣಾಮಗಳನ್ನು ಉಂಟುಮಾಡುತ್ತದೆ. ಅಸುರಕ್ಷತೆಯ ಭಾವವನ್ನು ಹಾಗೂ ಕಳೆದುಕೊಳ್ಳುವ ಭಯವನ್ನುಂಟು ಮಾಡುತ್ತದೆ. ಇನ್ನೂ ಹೆಚ್ಚು ಹೆಚ್ಚಿನ ಕೀರ್ತಿಗಾಗಿ ಸಮರ್ಪಣೆ ಮಾಡಬೇಕೆನ್ನುವ ಭಾವನೆಯುಂಟಾಗಿ ಅದರಲ್ಲೂ ಸಂತೋಷವಿರುವುದಿಲ್ಲ. ಆತ್ಮಕ್ಕೆ ಸ್ವಯಂ ನಿಯಂತ್ರಣ ಮತ್ತು ಆಸೆಗಳನ್ನು ಮೀರಿ ನಿಲ್ಲುವ ಭಾವ ಅಗತ್ಯವಾದರೂ ಇದನ್ನು ಪಾಲಿಸುವುದು ಕಷ್ಟವಿದೆ. ಜಗತ್ತು ಹಣ ಮತ್ತು ಕೀರ್ತಿಯನ್ನು ಸ್ತುತಿಸುತ್ತಿರುವಾಗ ಅಧಿಕಾರ ಹಾಗೂ ಗೌರವವನ್ನು ಬಿಡುವಂತಹದ್ದು ಬಹಳ ಮುಖ್ಯವಾದ ಸಂಗತಿ. ವ್ಯಾಮೋಹವನ್ನು ಆಧ್ಯಾತ್ಮಿಕ ಬೆಳವಣಿಗೆಯಲ್ಲಿ ಅಡಚಣೆಯೆಂದು ಭಾವಿಸಲಾಗಿದೆ. ಸಂಪತ್ತಿನ ಆಸೆಯನ್ನು ನಿಯಂತ್ರಿಸುವ ಮನೋಸ್ಥೈರ್ಯ ಅಗತ್ಯವಾಗಿದೆ.

ಇತರ ಸಾಮಾಜಿಕ ಸುಧಾರಕರು

ಕುದ್ಮುಲ್ ಪಿಜ್ಜ ಅವರೊಬ್ಬರೇ ಉತ್ತಮ ಭವಿಷ್ಯತ್ತಿನ ಕನಸು ಕಂಡವರಲ್ಲ. ಆ ರೀತಿಯಲ್ಲಿ ಜಾತಿಪದ್ಧತಿಯ ಕೆಡುಕುಗಳನ್ನು ಹಾಗೂ ತಾರತಮ್ಯವನ್ನು ನಿವಾರಿಸಲು, ಮಹಿಳೆಯರನ್ನು ಕೇವಲ ಹರಟೆಮಲ್ಲಿಯರೆಂದು ತಿಳಿದುಕೊಳ್ಳುವ ಪರಿಸ್ಥಿತಿಯನ್ನು ಬದಲಾಯಿಸಲು, ಬಡವರ ಅನಕ್ಷರತೆಯನ್ನು ಹೋಗಲಾಡಿಸಲು ಮತ್ತು ಅನೇಕ ಜಾತಿಗಳನ್ನು ಪ್ರಾಣಿಗಳಿಗಿಂತ ಕಡೆಯಾಗಿ ಹೀನಾಯವಾಗಿ ನೋಡುವುದನ್ನು – ಹೀಗೆ ಇದ್ದ ಇಡೀ ವ್ಯವಸ್ಥೆಯನ್ನು ಪರಿವರ್ತಿಸಲು ಬಹಳ ಮಂದಿ ಪ್ರಯತ್ನಿಸಿದರು.

ಅಂತಹವರಲ್ಲಿ ಕಾರ್ನಾಡ್ ಸದಾಶಿವರಾಯರು ಮತ್ತು ಶ್ರೀ ಗೋಪಾಲಸ್ವಾಮಿ ಅಯ್ಯರ್ ಅವರು ಕುದ್ಮುಲ್ ಪಿಜ್ಜರ ಸಮಕಾಲೀನರಾಗಿದ್ದರು. ಅವರಿಬ್ಬರೂ ಕುದ್ಮುಲ್ ಪಿಜ್ಜರ ರೀತಿಯ ಆಲೋಚನೆಯುಳ್ಳವರೂ ಸಾಮಾಜಿಕ ಹೋರಾಟಗಾರರೂ ಆಗಿದ್ದರು. ಅವರು ಎರಡು ತಿಂಗಳ ಕಾಲ ದಕ್ಷಿಣಕನ್ನಡ ಜಿಲ್ಲೆಯಲ್ಲಿದ್ದು ಅಸ್ಪೃಶ್ಯರೆಂದು ಕರೆಯಲಾಗುವವರ ಸ್ಥಿತಿ ಸುಧಾರಿಸಲು ಹಾಗೂ ಅವರ ಬದುಕಿನಲ್ಲಿರುವ ಬಡತನ, ಹತಾಶೆ ನಿವಾರಿಸುವ ಪ್ರಯತ್ನವನ್ನು ಮಾಡಿದರು. ಸ್ವಲ್ಪ ಮಟ್ಟಿಗೆ ತಮ್ಮ ಪ್ರಯತ್ನದಲ್ಲಿ ಯಶಸ್ವಿಯಾದರೂ ಅವರಿದನ್ನು ಮಾಡುವಾಗ ಅನೇಕ ವಿರೋಧಗಳನ್ನು

ಕಟ್ಟಿಕೊಳ್ಳಬೇಕಾಗಿತ್ತು. ಅವರ ಆಲೋಚನೆಗಳನ್ನು ಬಹಳ ಮಂದಿ ಸಂಪೂರ್ಣವಾಗಿ ನಿರಾಕರಿಸುತ್ತಿದ್ದರು.

ಪಂಚಮರಿಗೆ ಪ್ರಾಥಮಿಕ ಶಾಲೆಗಳನ್ನು ತೆರೆಯುವುದಕ್ಕೆ ಕಾರ್ನಾಡ್ ಸದಾಶಿವರಾಯರು ಕುದ್ಮುಲ್ ಪಿಜ್ಜರಿಗೆ ಸಹಾಯ ಮಾಡಿದರು. ಅದಕ್ಕಿಂತ ಮೊದಲು ಈ ರೀತಿಯ ಒಂದು ಯೋಜನೆ ಬಹಳ ಮಟ್ಟಿಗೆ ಮುಂದುವರಿದಿತ್ತೆಂದು ಗಾಂಧೀಜಿಯವರ ಭಾಷಣಗಳಲ್ಲಿ ಕಾರ್ನಾಡರು ಕೇಳಿದ್ದರು. ಆ ಕಾರಣಕ್ಕಾಗಿ ಕಾಂಗ್ರೆಸ್ ಪಕ್ಷವನ್ನು ಕಾರ್ನಾಡರು ಸೇರಿದರು. ಕಾರ್ನಾಡ್ ಸದಾಶಿವರಾಯರು ಸ್ವಾತಂತ್ರ್ಯ ಹೋರಾಟಕ್ಕೆ ಸೇರಿದ ಕಾರಣ, ಕುದ್ಮುಲ್ ಪಿಜ್ಜರು ದುರದೃಷ್ಟವಶಾತ್ ತಮ್ಮ ಧೀರ ಸಮಾಜ ಸುಧಾರಕ ಸ್ನೇಹಿತನನ್ನು ಸಹೋದ್ಯೋಗಿಯನ್ನು ಕಳೆದುಕೊಂಡರು. ಆದರೆ ಇದರಿಂದ ಭಾರತದ ಸ್ವಾತಂತ್ರ್ಯ ಹೋರಾಟಕ್ಕೆ ಧೀಮಂತ ನಾಯಕರೊಬ್ಬರು ಸಿಕ್ಕಿದರು. ಸದಾಶಿವರಾಯರು ಗಾಂಧೀಜಿಯವರನ್ನು ಭೇಟಿಯಾಗದಿರುತ್ತಿದ್ದರೆ ಈ ಕೆಳಜಾತಿಗಳ ಅಭಿವೃದ್ಧಿಗೆ ಇನ್ನಷ್ಟು ಕೆಲಸ ಮಾಡಬಹುದಾಗಿತ್ತು. ಆದರೆ ಕಾರ್ನಾಡರು ಗಾಂಧೀಜಿಯವರನ್ನು ಭೇಟಿಯಾದರು ಮತ್ತು ಸ್ವಾತಂತ್ರ್ಯ ಹೋರಾಟದಲ್ಲಿ ಪಾಲ್ಗೊಂಡರು. ಸದಾಶಿವರಾಯರಿಂದಾಗಿ ಕಾಂಗ್ರೆಸ್ಸಿನ ವಾರ್ಷಿಕ ಸಭೆಗಳು ಬೆಂಗಳೂರಿನ ಅರಮನೆ ಮೈದಾನದಲ್ಲಿ ಏರ್ಪಾಡು ಆದುವು. ಬೆಂಗಳೂರಿನಲ್ಲಿ ಒಂದು ವಸತಿ ಪ್ರದೇಶಕ್ಕೆ ಸದಾಶಿವ ನಗರವೆನ್ನುವ ಹೆಸರು ಬಂದಿತು. ಇದು ನಮಗೆ ಖಚಿತವಾದದ್ದು ಸದಾಶಿವರಾಯರ ಮಕ್ಕಳು ರಾಧಕ್ಕ ಮತ್ತು ಸಗುಣಕ್ಕ 'ಅಪೋಲ್ಸ್ಟಲ್ಸ್ ಆಫ್ ಪೀಸ್'ನಲ್ಲಿ ದಾಖಲಿಸಿದ ಕಾರಣಕ್ಕಾಗಿ. ಒಂದು ಸಣ್ಣ ರೀತಿಯ ಆಕಸ್ಮಿಕ ಕೂಡುವಿಕೆ ಏನೆಂದರೆ ಮಂಗಳೂರಿನ ಕುದ್ಮುಲ್ ಪಿಜ್ಜರ ಹೆಸರಿನಲ್ಲಿರುವ ಮತ್ತು ಕಾರ್ನಾಡ್ ಸದಾಶಿವರಾಯರ ಹೆಸರಿನಲ್ಲಿರುವ ಎರಡು ರಸ್ತೆಗಳು ಒಂದು ಕಡೆ ಸೇರುವಂತೆ ಬದುಕಿನಲ್ಲಿ ಕೂಡ ಅವರು ಜೊತೆಯಾಗಿದ್ದರು.

ಶಿಕ್ಷಣಕ್ಕೆ ಸಂಪೂರ್ಣವಾದ ಬದ್ಧತೆ

19ನೆಯ ಶತಮಾನದ ಮಧ್ಯಭಾಗದಲ್ಲಿ ದಕ್ಷಿಣಕನ್ನಡ ಜಿಲ್ಲೆಯು ಮದ್ರಾಸ್ ಪ್ರಾಂತ್ಯದ ಭಾಗವಾಗಿದ್ದು ಬ್ರಿಟಿಷರ ಆಳ್ವಿಕೆಗೆ ಒಳಪಟ್ಟಿತ್ತು. ಬ್ರಿಟಿಷರು ತಮ್ಮ ಆಡಳಿತದ ಅವಧಿಯಲ್ಲಿ ಕೆಳಜಾತಿಯವರ ಅಭಿವೃದ್ಧಿ ಮತ್ತು ಏಳಿಗೆಗಾಗಿ ವಿಶೇಷ ಆಸಕ್ತಿಯನ್ನು ವಹಿಸಿದ್ದರು. ಅದಕ್ಕಾಗಿ ಅವರು ಸಾಮಾಜಿಕವಾಗಿ ಶೋಷಿತ ವರ್ಗಗಳ ಕಲ್ಯಾಣಕ್ಕಾಗಿ ಪ್ರತ್ಯೇಕ ವಿಭಾಗವನ್ನು ಆರಂಭಿಸಿದರು. ಈ ವಿಭಾಗದ ವತಿಯಿಂದ ಶೋಷಿತ ವರ್ಗದವರಿಗಾಗಿ ವಸತಿಗಳು, ಬಾವಿಗಳು, ಇವುಗಳ ನಿರ್ಮಾಣ, ಸರಕಾರಿ ಭೂಮಿಯನ್ನು ಹಂಚುವುದು ಇತ್ಯಾದಿ ಕಾರ್ಯಕ್ರಮಗಳನ್ನು ಪ್ರಾರಂಭಿಸಿದರು. ಈ ಸಮುದಾಯದ ಮಕ್ಕಳಿಗಾಗಿ ಪ್ರತ್ಯೇಕ ಶಾಲೆಗಳನ್ನು ಸ್ಥಾಪಿಸಿದರು. ಅಂತಹ ಒಂದು ಶಾಲೆ ಮಂಗಳೂರಿನ ವೆಲೆನ್ಸಿಯಾದಲ್ಲಿದೆ. ಈ ಶಾಲೆಯಲ್ಲಿ ಆ ಸಮುದಾಯದ ಮಕ್ಕಳಿಗೆ ಮಧ್ಯಾಹ್ನ ಉಚಿತ ಊಟವನ್ನು ಕೊಡಲಾಗುತ್ತಿತ್ತು.

ಅದೇ ಕಾಲಘಟ್ಟದಲ್ಲಿ ಕುದ್ಮುಲ್ ಪಿಜ್ಜರು ಪಂಚಮರ ಬಗ್ಗೆ ತಮ್ಮ ಇಡೀ ದೃಷ್ಟಿಕೋನವನ್ನು ರೂಪಿಸಿದರು. ಕೆಳವರ್ಗದ ಸಮುದಾಯಗಳನ್ನು ಸಬಲೀಕರಣಗೊಳಿಸಿ ಸಮಾನ ಅವಕಾಶವನ್ನು ಕಲ್ಪಿಸುವುದು ಮತ್ತು ಒಳ್ಳೆಯ ಶಿಕ್ಷಣ, ಉದ್ಯೋಗ ದೊರಕಿಸಿಕೊಟ್ಟು ನಾಗರಿಕರನ್ನಾಗಿ ಮಾಡುವುದು ಅವರ ಕನಸಾಗಿತ್ತು. ಈ ರೀತಿಯ ಮಹೋನ್ನತ ಆಸೆಗಳನ್ನು ಈಡೇರಿಸುವುದಕ್ಕಾಗಿ ಕುದ್ಮುಲ್ ಪಿಜ್ಜರು

ಪಂಚಮರಿಗೆ ಶಿಕ್ಷಣವನ್ನು ಕೊಡುವುದಕ್ಕೆ ಮತ್ತು ಆರ್ಥಿಕವಾಗಿ ಸುಧಾರಿಸಲು ಕೌಶಲಗಳನ್ನು ಪಡೆಯುವುದಕ್ಕೆ ಅವಕಾಶ ಕಲ್ಪಿಸಲು ಯೋಚಿಸಿದರು. ಇಂತಹ ಚಟುವಟಿಕೆಗಳು, ಪರಿಹಾರಗಳು ಆ ಕಾಲಕ್ಕೆ ಕುದ್ಮುಲ್ ಪಿಜ್ಜರು ಆಲೋಚನೆ ಮಾಡಿದಂತಹವುಗಳು ಇವತ್ತು ಬಹಳ ಮುಖ್ಯವಾಗಿವೆ, ಮಹತ್ವದ್ದಾಗಿವೆ ಮತ್ತು ಪರಿಣಾಮಕಾರಿಯಾಗಿವೆ.

ಒಬ್ಬ ಮಾಜಿ ಶಿಕ್ಷಕನಾಗಿ ಕುದ್ಮುಲ್ ಪಿಜ್ಜರಿಗೆ ದೂರದೃಷ್ಟಿ ಹಾಗೂ ವಿಶೇಷ ಆಲೋಚನೆಯಿತ್ತು. ಅದೇನೆಂದರೆ ಜಾತಿ, ವರ್ಗ ಅಥವಾ ಧರ್ಮಗಳನ್ನು ಮೀರಿ ಗಂಡಸರಿಗೆ ಮತ್ತು ಹೆಂಗಸರಿಗೆ ಶಿಕ್ಷಣ ಕೊಟ್ಟಾಗ ಮಾತ್ರ ಅವಕಾಶವಂಚಿತರು ಬದುಕಿನಲ್ಲಿ ಮುಂದುವರಿದು ಕನಸುಗಳನ್ನು ಈಡೇರಿಸಿಕೊಳ್ಳಲು ಸಾಧ್ಯ, ಅವರ ಕನಸುಗಳೆಲ್ಲವುಗಳನ್ನು ಶಿಕ್ಷಣದ ಮೂಲಕ ಮಾತ್ರ ಸಾಧಿಸಬಹುದು. ಶಿಕ್ಷಣದಿಂದ ಮಾತ್ರವೇ ಅವರನ್ನು ಕಾಡುತ್ತಿರುವ ಕ್ರೂರ ಪದ್ಧತಿಗಳನ್ನು, ಹಿಂಸೆಗಳನ್ನು ಮತ್ತು ಬಡತನವನ್ನು ದೂರ ಮಾಡಬಹುದಾಗಿದ್ದರೂ ದಲಿತ ಸಮುದಾಯಕ್ಕೆ ಸೇರಿದ ಮಕ್ಕಳು ಶಾಲೆಗೆ ಪ್ರವೇಶಿಸಲು ಆ ಕಾಲಕ್ಕೆ ಸಿದ್ಧರಿರಲಿಲ್ಲ. ಶಿಕ್ಷಣ ಇರದಿದ್ದ ಕಾರಣಕ್ಕಾಗಿ ಅವರು ಆರ್ಥಿಕವಾಗಿ, ಸಾಮಾಜಿಕವಾಗಿ ಮತ್ತು ಭೌತಿಕವಾಗಿ ಬಹಳ ಹಿಂದುಳಿದಿದ್ದರು.

1892ರಲ್ಲಿ ಕುದ್ಮುಲ್ ಪಿಜ್ಜರು ತನ್ನದೇ ಆದ ಸಂಪನ್ಮೂಲದಿಂದ ಕ್ಯಾಥೊಲಿಕ್ ಕ್ರೈಸ್ತ ಮಹಾನುಭಾವರೊಬ್ಬರಿಂದ ಬಾಡಿಗೆ ಷರತ್ತಿನ ಮೇರೆಗೆ ಕಟ್ಟಡವನ್ನು ತೆಗೆದುಕೊಂಡು ಮಂಗಳೂರಿನ ಕೇಂದ್ರ ಸ್ಥಳದಿಂದ 5 ಮೈಲು ದೂರದಲ್ಲಿ ಇದ್ದ ಉರ್ವ ಚಿಲಿಂಬಿಯಲ್ಲಿ ಮುಳಿಹುಲ್ಲಿನ ಕಟ್ಟಡದಲ್ಲಿ ಪ್ರಾಥಮಿಕ ಶಾಲೆಯನ್ನು ಆರಂಭಿಸಿದರು. ಆದರೆ ದಲಿತರಿಗೆ ಶಿಕ್ಷಣ ಕೊಡಿಸುವುದು ಮೇಲ್ಜಾತಿಯವರ ಕೆಂಗಣ್ಣಿಗೆ ಗುರಿಯಾಯಿತು. ದಲಿತರು ಶಿಕ್ಷಣ ಪಡೆದು ಆರ್ಥಿಕವಾಗಿ ಸಬಲರಾದರೆ ತಮ್ಮ ಸಾಮರ್ಥ್ಯದ ಅರಿವಾಗಿ ಜಾಗೃತಗೊಂಡು ಅವರಿಗೆ ಸರಿತಪ್ಪುಗಳ ಅರಿವಾಗುತ್ತದೆಯೆಂಬುದು ಮೇಲ್ಜಾತಿಯವರ ಆತಂಕಕ್ಕೆ ಕಾರಣವಾಯಿತು. ಕೆಲವೇ ಮಂದಿ ಪಂಚಮ ಮಕ್ಕಳು ಶಾಲೆಗೆ ಬಂದಾಗ ಮೇಲ್ಜಾತಿಯವರು ಸಿಟ್ಟಿನಿಂದ ವಿರೋಧಿಸಿದರು. ಮೇಲ್ಜಾತಿ ಜನರ ಗುಂಪು ಎಷ್ಟು ಕೋಪೋದ್ರಿಕ್ತರಾಗಿದ್ದರೆಂದರೆ ಸಮಾಜಘಾತುಕ ಶಕ್ತಿಗಳೊಂದಿಗೆ ಸೇರಿಕೊಂಡು ಉರ್ವ ಚಿಲಿಂಬಿ ಶಾಲೆಯ ಪ್ರವೇಶ ದ್ವಾರದಲ್ಲಿ ಪೆಟ್ಲಂಪೇಟೆಯ ನಗರ ಮುನ್ಸಿಪಾಲಿಟಿಯ ಬಳಿ ವಿಸರ್ಜಿಸಿದ ಮಲದ ರಾಶಿಯನ್ನು ಚೆಲ್ಲಿದರು. ಇನ್ನಷ್ಟು ಕಿರುಕುಳ ಕೊಡುವುದಕ್ಕಾಗಿ ಮೇಲ್ಜಾತಿಯವರು ಶಾಲೆಯ ಪ್ರವೇಶ ದ್ವಾರದಲ್ಲಿ ಕಲ್ಲುಗಳನ್ನು ಅಡ್ಡವಾಗಿಟ್ಟರು. ಇದಕ್ಕೆ ವಿರುದ್ಧವಾಗಿ ಕುದ್ಮುಲ್ ಪಿಜ್ಜ ಆ ಕಟ್ಟಡದ ಮಾಲಿಕರಿಗೆ ದೂರು ಕೊಟ್ಟರೂ ವ್ಯರ್ಥವಾಗಿ ಶಾಲೆಯನ್ನೇ ಮುಚ್ಚಬೇಕಾಯಿತು.

ಈ ರೀತಿ ಚಿಲಿಂಬಿಯ ಶಾಲೆಯನ್ನು ಮುಚ್ಚಿಸಿದರೂ ಕುದ್ಮುಲ್ ಪಿಜ್ಜ ಎದೆಗುಂದಲಿಲ್ಲ, ಸಾಮಾಜಿಕವಾಗಿ ಶೋಷಿತ ಸಮುದಾಯದವರಿಗೆ ಶಿಕ್ಷಣ ಕೊಡಬೇಕೆನ್ನುವ ಗುರಿ ಸಾಧಿಸಿಯೇ ತೀರಬೇಕೆನ್ನುವ ದೃಢ ಸಂಕಲ್ಪ ಅವರಲ್ಲಿ ಇತ್ತು. ಪಂಚಮರ ಜೊತೆಗೆ ಮಾತನಾಡಿ ಅವರಿಗೆ ಅನುಕೂಲಕರವಾದ ಶಾಲೆಗಾಗಿ ಶೋಧಿಸಿ ಮಾಹಿತಿ ಸಂಗ್ರಹಿಸಿ 1895ರ ಜನವರಿಯಲ್ಲಿ ಮಂಗಳೂರಿನ ಬೋಳೂರಿನಲ್ಲಿ ನಿರ್ಗತಿಕವಾಗಿದ್ದ ಕಟ್ಟಡದಲ್ಲಿ ಹುಡುಗರಿಗಾಗಿ ಶಾಲೆಯನ್ನು ಆರಂಭಿಸಿದರು. ಆ ಹುಡುಗರ ಶಾಲೆಯಲ್ಲಿ ಸುಮಾರು ಎಂಟ್ಹತ್ತು ಹುಡುಗರಿಗೆ ಓದಲು, ಬರೆಯಲು, ಲೆಕ್ಕ ಮಾಡಲು ವಿದ್ಯೆ ಕಲಿಸಬೇಕೆಂದು ನಿರ್ಧರಿಸಿದರು. ಈ ಶಾಲೆಯನ್ನು ಆರಂಭಿಸುವಾಗಲೂ ಅನೇಕ ಅಡೆತಡೆಗಳನ್ನು ಎದುರಿಸಬೇಕಾಯಿತು. ಮುಖ್ಯವಾಗಿ ಮೂರು ರೀತಿಯ ಅಡಚಣೆಯುಂಟಾಯಿತು. ಮೊದಲನೆಯದಾಗಿ ಆ ಶಾಲೆಗೆ ಒಬ್ಬ ಅಧ್ಯಾಪಕರ ನೇಮಕಾತಿ. ಯಾಕೆಂದರೆ ಆ ಕಾಲದಲ್ಲಿ ಅಧ್ಯಾಪಕರೆಲ್ಲರೂ ಮೇಲ್ಜಾತಿಯವರಾಗಿದ್ದರು ಅಂತಹವರನ್ನು ನೇಮಿಸುವುದು ಕಷ್ಟವಾಗಿತ್ತು. ಎರಡನೆಯದಾಗಿ ಪಂಚಮರ ಮಕ್ಕಳನ್ನು ಶಾಲೆಗೆ ಬರುವಂತೆ ಮಾಡುವುದು ಕಷ್ಟವಾಗಿತ್ತು. ಕೊನೆಯದಾಗಿ ಪಂಚಮರ ಹೆತ್ತವರಲ್ಲಿ ಮಕ್ಕಳಿಗೆ ಶಿಕ್ಷಣ ಬೇಕೆನ್ನುವ ಜಾಗೃತಿಯನ್ನುಂಟುಮಾಡುವುದು ಕಷ್ಟವಾಗಿತ್ತು.

ತಮ್ಮ ಮಕ್ಕಳನ್ನು ಕುಟುಂಬದಿಂದ ಶಾಲೆಗೆ ಕಳುಹಿಸುವಾಗ ಒಂದು ಕೂಲಿ ಕೆಲಸದ ಹಣ ಕಡಿಮೆಯಾಗುತ್ತದೆಯೆಂದು ಕುಟುಂಬದವರು ತಿಳಿದುಕೊಳ್ಳ ಬಾರದೆಂದು ಶಾಲೆಗೆ ಮಕ್ಕಳನ್ನು ಕಳುಹಿಸುತ್ತಿದ್ದ ಕುಟುಂಬಕ್ಕೆ ಒಂದು ಅಥವಾ ಎರಡಾಣೆಯನ್ನು ಪ್ರೋತ್ಸಾಹದ ರೀತಿ ಕೊಟ್ಟರು. ಇದರಿಂದ ಹೆತ್ತವರಿಗೂ ಮಕ್ಕಳು ಶಾಲೆಗೆ ಹೋದರೂ ಆದಾಯ ಕಡಿಮೆಯಾಗದೆಂದು ಸಮಾಧಾನವಾಗುತ್ತದೆ. ಹಾಗಿದ್ದರೂ ಹುಡುಗರು ಶಾಲೆಗೆ ಬರುತ್ತಿರಲಿಲ್ಲ, ಕೆಳ ಜಾತಿಯ ಹೆತ್ತವರಿಗೆ ಮಕ್ಕಳನ್ನು ಶಾಲೆಗೆ ಕಳುಹಿಸುವುದಕ್ಕಿಂತ ದಿನಗೂಲಿಗೆ ಕಳುಹಿಸಿ ಬರುತ್ತಿದ್ದ ಆದಾಯ ಇಷ್ಟವಾಗುತ್ತಿತ್ತು. ಹುಡುಗರನ್ನು ಶಾಲೆಗೆ ಕಳುಹಿಸಿದರೆ ಸ್ಲೇಟು, ಬಳಪ, ಪುಸ್ತಕಕ್ಕೂ ಖರ್ಚಿರುತ್ತಿತ್ತು ಪರಿಣಾಮವಾಗಿ ಶಾಲೆಯಲ್ಲಿ ತರಗತಿಗಳು ಅನಿಯಮಿತವಾಗಿ ನಡೆಯುತ್ತಿತ್ತು. ಮೇಲ್ಜಾತಿಯವರಿಂದ, ಬೋಳೂರು ಶಾಲೆಯ ಸುತ್ತಮುತ್ತ ವಾಸಿಸುತ್ತಿದ್ದವರಿಂದಲೂ ವಿರೋಧ ಮುಂದುವರಿಯಿತು. ಮೇಲ್ಜಾತಿಯವರು ಶಾಲೆಯ ಹೊರಜಗುಲಿಯ ಮೇಲೆ ಮಲ ಚೆಲ್ಲಿದರು, ಶಾಲೆಯ ಹುಡುಗರನ್ನು ಥಳಿಸಲಾಯಿತು, ಅಧ್ಯಾಪಕರೊಬ್ಬರ ಶರ್ಟ್ ಹರಿದು ಹಿಡಿದುಕೊಂಡಿದ್ದ ಕೊಡೆ ಹರಿದುಹಾಕಿದರು. ಇದರಿಂದ ಆ ಶಾಲೆಯೂ ಮುಚ್ಚಲ್ಪಟ್ಟಿತು.

ಆದರೆ ಕುದ್ಮುಲ್ ಪಿಜ್ಜರು ತನ್ನ ಯಶಸ್ಸು ಅಥವಾ ಸೋಲಿನಿಂದ ಜಗ್ಗದೆ ಪಂಚಮರ ಮಕ್ಕಳಿಗೆ ಶಿಕ್ಷಣ ಕೊಡುವ ಪ್ರಯತ್ನವನ್ನು ಮುಂದುವರಿಸಿದರು.

ಪಂಚಮರ ಮಕ್ಕಳಿಗೆ ಶಿಕ್ಷಣ ಕೊಡುವುದರಿಂದ ಆಗುವ ಪ್ರಯೋಜನಗಳ ಬಗ್ಗೆ ಅವರ ಹೆತ್ತವರಿಗೆ ನಿರಂತರವಾಗಿ ಹೇಳುತ್ತಾ ಬಂದರು. ಕುದ್ಮುಲ್ ಪಿಜ್ಜರನ್ನು ಪಂಚಮರ ಗುರುವೆಂದೂ ಅವರ ಮಡದಿಯನ್ನು ಪಂಚಮತಿಯೆಂದೂ ದಾರಿಹೋಕರು ಗೇಲಿ ಮಾಡುತ್ತಿದ್ದರು. ಎಲ್ಲ ವಿರೋಧಗಳ ನಡುವೆಯೂ ಕೆಲವು ವರ್ಷಗಳ ಬಳಿಕ ಮತ್ತೊಂದು ಶಾಲೆಯನ್ನು ನಿಧಾನವಾಗಿ ಮಂಗಳೂರಿನ ಕೋರ್ಟುಗುಡ್ಡೆಯ ಕೆಳಗೆ ಸರಕಾರಿ ಜಾಗವನ್ನು ಪಡೆದು ಸರಕಾರದ ಅನುದಾನ ಮತ್ತು ಉದಾರ ದಾನಿಗಳ ಸಹಾಯದಿಂದ ಕಟ್ಟಲಾಯಿತು. ತನ್ನಲ್ಲಿದ್ದ ಸ್ವಲ್ಪ ಧನ ಹಾಗೂ ಉದಾರಿಗಳ ಸಹಾಯವನ್ನು ಪಡೆದು ಕಟ್ಟಡವನ್ನು ಕಟ್ಟಿದರು. ಕುದ್ಮುಲ್ ಪಿಜ್ಜ ಎಷ್ಟೇ ಬಡವರಾಗಿದ್ದರೂ ಎರಡು ಸಾವಿರ ರೂಪಾಯಿಯ ಜೀವವಿಮೆ ಮಾಡಿದ್ದರು. ಅದರ ಮೇಲೆ ಸಾಲ ತೆಗೆದು ಕಟ್ಟಡ ಕಟ್ಟಿಸಿದರು. ಕುದ್ಮುಲ್ ಪಿಜ್ಜರು ಪಂಚಮರು ಸಾಮಾಜಿಕ ಏಣಿಯಲ್ಲಿ ಮೇಲೇರಲು ಕೆಲವು ಕಾರ್ಯಕ್ರಮಗಳನ್ನು ರೂಪಿಸಬೇಕೆಂದು ಮನಗಂಡು ಅದಕ್ಕಾಗಿ ತಮ್ಮ ಸ್ನೇಹಿತರು ಮತ್ತು ಸಹೋದ್ಯೋಗಿಗಳನ್ನು ಕಾರ್ಯಕ್ರಮಗಳನ್ನು ಅನುಷ್ಠಾನ ಮಾಡಲು ಕ್ರಿಯಾತ್ಮಕವಾಗಿ ಪಾಲ್ಗೊಳ್ಳಲು ಒತ್ತಾಯಿಸಿದರು. ಈ ರೀತಿಯ ಪ್ರಯತ್ನದ ಬಳಿಕ ತರಗತಿಗಳು ಆರಂಭವಾದವು.

ತುಂಬ ಪ್ರಯತ್ನದ ಬಳಿಕ ತರಗತಿಗಳು ಆರಂಭವಾಗಿ ಶಿಕ್ಷಣದ ಮಹತ್ವ ಮತ್ತು ಅದರ ಬಗ್ಗೆ ಉತ್ಸಾಹವನ್ನುಂಟು ಮಾಡುವ ಪ್ರಯಾಸದ ಕೆಲಸ ಮುಂದುವರಿಯಿತು. ಕುದ್ಮುಲ್ ಪಿಜ್ಜರಿಗೆ ತನ್ನ ಸ್ನೇಹಿತರು, ಹಿತೈಷಿಗಳು ಈ ರೀತಿಯ ಕೆಲಸದಲ್ಲಿ ಸಹಕರಿಸುವಂತಹ ವಾತಾವರಣದ ಅಗತ್ಯವಿತ್ತು. ನಿಜವಾಗಿಯೂ ಆ ಶಾಲೆ ಅಸ್ಪೃಶ್ಯರ ಮಕ್ಕಳಿಗಾಗಿಯೇ ಇದ್ದು ಅದಕ್ಕೆ ಅಧ್ಯಾಪಕರನ್ನು ಕಂಡುಕೊಳ್ಳುವುದು ಕಷ್ಟವಾಗಿತ್ತು. ಯಾಕೆಂದರೆ ಉದ್ಯೋಗ ಸ್ವೀಕರಿಸಲು ಶಿಕ್ಷಕರಿಗೆ ಸವಲತ್ತು ಹಾಗೂ ಅಗತ್ಯಗಳನ್ನು ಪೂರೈಸುವುದು ಕಷ್ಟಕರವಾಗಿತ್ತು. ಆ ವಿದ್ಯಾರ್ಥಿಗಳಿಗೆ ಕೌಶಲ್ಯಾಭಿವೃದ್ಧಿಯ ತರಬೇತಿಗಾಗಿ ಸಲಕರಣೆಗಳನ್ನು ಒದಗಿಸುವ ಮೂಲಕ ಆರ್ಥಿಕವಾಗಿ ಸ್ವತಂತ್ರರಾಗಲು ಅವಕಾಶ ಕಲ್ಪಿಸುವುದು ಬಹಳ ಮುಖ್ಯವಾಗಿತ್ತು. ಅಲ್ಲಿ ವಿದ್ಯಾರ್ಥಿಗಳಿಗೆ ಬಡಗಿ ಕೆಲಸ, ನೇಯ್ಗೆ, ಟೈಲರಿಂಗ್, ರೇಷ್ಮೆ ಸಾಕಾಣಿಕೆ ಇತ್ಯಾದಿ ಕೌಶಲಗಳ ತರಬೇತಿ ಆರಂಭಿಸಿದಾಗ ಪಂಚಮರ ಮಕ್ಕಳನ್ನು ಕಲಿಯಲು ಆಕರ್ಷಿಸಬೇಕೆನ್ನುವ ಉದ್ದೇಶವಿತ್ತು. ಸಾಂಸ್ಕೃತಿಕ ಪರಂಪರೆಯಲ್ಲಿದ್ದ ಅವರ ಈ ಎಲ್ಲ ಕೌಶಲಗಳು ಅವರಿಗೆ ಬಂಡವಾಳ ಆಗಬೇಕೆಂದು ಯತ್ನಿಸಿದರು. ಪಂಚಮರನ್ನು ಬಡತನದ ಕೆಸರಿನಿಂದ ಮೇಲಕ್ಕೆತ್ತಿ ಶತಶತಮಾನಗಳಿಂದ ಬಳಲುತ್ತಿದ್ದ ಸಾಮಾಜಿಕ ತಾರತಮ್ಯಗಳಿಂದ ಪಾರುಮಾಡುವುದು ಕುದ್ಮುಲ್ ಪಿಜ್ಜರ ದೂರದೃಷ್ಟಿಯಾಗಿತ್ತು. ಇಂತಹ ತನ್ನ ಕನಸುಗಳನ್ನು ನನಸಾಗಿಸುವುದಕ್ಕೆ, ಮೊದಲಾಗಿ ಅವರು ಜಿಲ್ಲೆಗಳಲ್ಲಿ

ಪ್ರಾಥಮಿಕ ಶಾಲೆಗಳನ್ನು ತೆರೆದರು. ಇದನ್ನು ಮಾಡುವಾಗ ಎದುರಾದಂತಹ ಆತಂಕಗಳು ಮತ್ತು ಆರ್ಥಿಕ ಸಮಸ್ಯೆಗಳಿಂದ ಅವರು ಎದೆಗುಂದಲಿಲ್ಲ.

ಕೆಲವು ವರ್ಷಗಳು ಸಾಗಿದಾಗ ಅನೇಕ ಪಂಚಮ ಶಾಲೆಗಳ ಸರಣಿ ಆರಂಭಿಸಲು ಮತ್ತು ನಡೆಸಲು ಅವರು ಯಶಸ್ವಿಯಾದರು. ಕುದ್ಮುಲ್ ಪಿಜ್ಜ ತಮ್ಮ ಆಂದೋಲನವನ್ನು ಬಿಟ್ಟು ಸನ್ಯಾಸ ಸ್ವೀಕರಿಸುವುದರೊಳಗೆ ಅತ್ತಾವರ, ದಡ್ಡಲಕಾಡು, ಉಳ್ಳಾಲ, ತಲಪಾಡಿ, ತೊಕ್ಕೊಟ್ಟು, ಮುಲ್ಕಿ, ಉಡುಪಿ ಮುಂತಾದೆಡೆ ಶಾಲೆ ತೆರೆಯಲು ಸಹಾಯ ಮಾಡಿದರು ಹಾಗೂ ಆರಂಭಿಸಿದರು. ಆದರೂ ಕೂಡ ಕುದ್ಮುಲ್ ಪಿಜ್ಜರಿಗೆ ಶಾಲೆಗಳನ್ನು ನಡೆಸುವುದು ಪ್ರಯಾಸದ ಕೆಲಸವಾಗಿತ್ತು. ದೂರದ ಪ್ರದೇಶಗಳಲ್ಲಿ ತಾನಾಗಿಯೇ ಶಾಲೆಗಳನ್ನು ಆರಂಭಿಸಿದಾಗ ಅವರ ಸ್ನೇಹಿತರು ಮತ್ತು ಹಿತೈಷಿಗಳು ಸಹಾಯ ಮಾಡಿದರು.

1897ರಲ್ಲಿ ಕುದ್ಮುಲ್ ಪಿಜ್ಜ ಮತ್ತು ಉಳ್ಳಾಲ ರಘುನಾಥಯ್ಯನವರು ಡಿಪ್ರೆಸ್ಡ್ ಕ್ಲಾಸ್ ಮಿಷನ್ನನ್ನು ಮಂಗಳೂರಿನ ಕೊಡಿಯಾಲಬೈಲಿನಲ್ಲಿ ಸ್ಥಾಪಿಸಿದರು. ಇದಕ್ಕಾಗಿ ನೆಲ್ಲಿಕಾಯಿ ವೆಂಕಟ್ರಾವ್ ಅವರಿಂದ ಕಾಪಿಕಾಡಿನಲ್ಲಿ ಜಾಗವನ್ನು ಲೀಸಿಗೆ ಪಡೆದುಕೊಂಡರು. ಉಳ್ಳಾಲ ರಘುನಾಥಯ್ಯನವರು ಡಿಪ್ರೆಸ್ಡ್ ಕ್ಲಾಸ್ ಮಿಷನ್ನಿನ ಅಧ್ಯಕ್ಷರಾದರು ಮತ್ತು ಕುದ್ಮುಲ್ ಪಿಜ್ಜ ಕಾರ್ಯದರ್ಶಿಯಾದರು. ಈ ಸಂಸ್ಥೆಯ ಮುಖ್ಯ ಉದ್ದೇಶ ದಲಿತರ ಅಭಿವೃದ್ಧಿ. ಈ ಗುರಿಯನ್ನು ಸಾಧಿಸುವುದಕ್ಕಾಗಿ ಪ್ರತಿಯೊಬ್ಬ ದಲಿತನಿಗೂ ಶಿಕ್ಷಣವನ್ನು ಪಸರಿಸುವಂತೆ ಮಾಡುವುದು, ಉದ್ಯೋಗಾವಕಾಶ ವಂಚಿತರಿಗೆ ಕೌಶಲಗಳನ್ನು ಕಲಿಸುವುದು ಹಾಗೂ ಧಾರ್ಮಿಕ ತಳಹದಿ ಒದಗಿಸುವುದು ಮುಂತಾದ ವಿಧಾನಗಳನ್ನು ಅನುಸರಿಸಿದರು. ಕುದ್ಮುಲ್ ಪಿಜ್ಜ ಮತ್ತು ರಘುನಾಥಯ್ಯನವರು ಆರಂಭಿಸಿದ ಎಲ್ಲ ಸುಧಾರಣಾಕ್ರಮಗಳು ಕೂಡ ಡಿಪ್ರೆಸ್ಡ್ ಕ್ಲಾಸ್ ಮಿಷನ್ ಆಶ್ರಯದಲ್ಲಿ ಈಗಲೂ ನಡೆಯುತ್ತಿವೆ. ಡಿ.ಸಿ.ಎಂ (ಡಿಪ್ರೆಸ್ಡ್ ಕ್ಲಾಸ್ ಮಿಷನ್) ಸ್ಥಾಪನೆ ಮತ್ತು ಶಾಲೆಗಳ ಆರಂಭ ಇವು ಪ್ರಾರಂಭವಾದಾಗ ಅಸ್ಪೃಶ್ಯರೆನ್ನುವವರ ನೆರಳೂ ತಮ್ಮ ಮೇಲೆ ಬೀಳಬಾರದು ಎಂದ ಮೇಲ್ಜಾತಿವರು ಕೂಡ ಶಾಲೆಗಳ ಅಭಿವೃದ್ಧಿ ಕಂಡು ಆಶ್ಚರ್ಯಪಟ್ಟರು. ಡಿ.ಸಿ.ಎಂ ಮೇಲ್ಜಾತಿಯ ವಿದ್ಯಾರ್ಥಿಗಳ ಮತ್ತು ಅವರ ಹೆತ್ತವರ ಅವಮಾನಕ್ಕೆ, ಶೋಷಣೆಗೆ ಒಳಗಾದ ಮಕ್ಕಳಿಗೆ ಆಶ್ರಯವನ್ನೂ ಬೆಂಬಲವನ್ನೂ ಕೊಟ್ಟಿತು. ಡಿ.ಸಿ.ಎಂ ಮತ್ತು ಅದರ ಸಹೋದ್ಯೋಗಿ ಸಂಸ್ಥೆಗಳಾದ ವಸತಿ ನಿಲಯ, ಅನಾಥಾಶ್ರಮಗಳು, ಕೌಶಲ್ಯಾಭಿವೃದ್ಧಿ ಕೇಂದ್ರಗಳು ವಿಶೇಷವಾದ ಕೆಲಸವನ್ನು ಮಾಡಿದವು. ಡಿ.ಸಿ.ಎಂ ಎನ್ನುವುದು ಕೇವಲ ಶಾಲೆ ಅಥವಾ ಸಂಸ್ಥೆಯಾಗಿರದೆ ಕುದ್ಮುಲ್ ಪಿಜ್ಜ ಮತ್ತು ಉಳ್ಳಾಲ ರಘುನಾಥಯ್ಯನವರ ಕೈಯಲ್ಲಿ ಶಕ್ತಿಶಾಲಿಯಾದ ಆಯುಧ ಆಗಿತ್ತು.

ಕುದ್ಮುಲ್ ಪಿಜ್ಜ ಡಿ.ಸಿ.ಎಂ. ಶಾಲೆಯನ್ನು ಹೇಗೆ ನಡೆಸಿದರು!

ಡಿ.ಸಿ.ಎಂ ಶಾಲೆಯನ್ನು ನಡೆಸುವ ವಿಷಯಕ್ಕೆ ಬಂದಾಗ ಕುದ್ಮುಲ್ ಪಿಜ್ಜ ಬಹಳ ಶಿಸ್ತಿನ ಸಿಪಾಯಿಯಾಗಿದ್ದರು. ಡಿ.ಸಿ.ಎಂ ಶಾಲೆಯಲ್ಲಿ ಶಿಕ್ಷಣದ ಜೊತೆ ಸ್ವಚ್ಛತೆ ಮತ್ತು ಸಭ್ಯತೆಗೆ ಆದ್ಯತೆ ಕೊಡಲಾಗಿತ್ತು ಹಾಗೂ ಇಂದಿಗೂ ಕೂಡ ಅದು ವಿಶೇಷ ಮಹತ್ವ ಹೊಂದಿದೆ. ಮಕ್ಕಳಿಗೆ ಪ್ರತೀ ವರ್ಷ ಕೈಮಗ್ಗದಿಂದ ಮಾಡಿದ ಎರಡು ಜೊತೆ ಷರ್ಟುಗಳನ್ನು ಕೊಡುತ್ತಿದ್ದರು, ಇವನ್ನು ಅವರು ಪ್ರತಿದಿನ ಒಗೆದು ಹಾಕಿಕೊಂಡು ಬಟ್ಟೆಗಳು ಕೊಳಕಾಗಿರದಂತೆ ನೋಡಿಕೊಳ್ಳಬೇಕಾಗಿತ್ತು. ಮಕ್ಕಳು ಸ್ವದೇಶಿ ಬಟ್ಟೆಗಳನ್ನು ಧರಿಸಬೇಕೆಂದು ಕಡ್ಡಾಯ ಮಾಡಿದ್ದರು. ಆ ವೇಳೆಗೆ ನಮ್ಮ ಭಾರತದಲ್ಲಿ ಸ್ವದೇಶಿ ಬಟ್ಟೆಗಳ ಬದಲಾಗಿ ಇಂಗ್ಲೆಂಡಿನ ಮ್ಯಾಂಚೆಸ್ಟರ್‌ನಿಂದ ಬಟ್ಟೆಗಳು ಬಂದು ಶೋಷಣೆ ಮಾಡುತ್ತಿದ್ದ ಕಾರಣ ಸ್ವದೇಶಿ ಬಟ್ಟೆಗಳ ಚಳವಳಿ ನಡೆಯುತ್ತಿತ್ತು. ವಿದೇಶದ ಮಿಲ್ ಬಟ್ಟೆಗಳು ಬರುತ್ತಿದ್ದ ಕಾರಣ ಅನೇಕ ನೇಕಾರರು ಕೆಲಸ ಕಳೆದುಕೊಂಡು ಬಡತನವನ್ನು ಎದುರಿಸುತ್ತಿದ್ದರು. ಆ ಕಾರಣಕ್ಕಾಗಿ ಕುದ್ಮುಲ್ ಪಿಜ್ಜರು ಭಾರತದಲ್ಲೇ ತಯಾರಾದ ಸ್ವದೇಶಿ ಬಟ್ಟೆಗಳನ್ನೇ ಧರಿಸಲು ಕಡ್ಡಾಯ ಮಾಡಿ ಕಟ್ಟುನಿಟ್ಟಾಗಿ ಪಾಲಿಸುವಂತೆ ಹೇಳಿದರು.

ಕುದ್ಮುಲ್ ಪಿಜ್ಜರ ವೇಷಭೂಷಣ ಬಹಳ ಸರಳವಾಗಿತ್ತು. ಒಂದು ಪಂಚೆ, ಸ್ವದೇಶಿ ಷರ್ಟ್ ತೊಟ್ಟು ಬಿಸಿಲಿನ ರಕ್ಷಣೆಗಾಗಿ ಒಂದು ಮುಂಡಾಸು ಧರಿಸುತ್ತಿದ್ದರು. ಕುದ್ಮುಲ್ ಪಿಜ್ಜ ದೇವರಲ್ಲಿ ಭಕ್ತಿಯುಳ್ಳವರಾಗಿದ್ದು ಮಕ್ಕಳೂ ಕೂಡ ದೈವಿಕ ಭಾವನೆಯನ್ನು ಹೊಂದಿರಬೇಕೆಂದು ಬಯಸುತ್ತಿದ್ದರು. ಹಾಗಾಗಿ ಅವರು ವಿದ್ಯಾರ್ಥಿನಿಲಯದ ಮಕ್ಕಳನ್ನು ಬೆಳಗ್ಗೆ ಐದೂವರೆ ಗಂಟೆಗೆ ಎಬ್ಬಿಸಿ ಪ್ರಾರ್ಥನೆ ಮಾಡಲು ಹೇಳಿಕೊಡುತ್ತಿದ್ದರು, ಮಕ್ಕಳು ಸಾಮೂಹಿಕ ಪ್ರಾರ್ಥನೆ ಮಾಡಿ ಬೆಳಗ್ಗೆ ಎಂಟೂವರೆ ತನಕ ಅಧ್ಯಯನ ಮಾಡಿ ನಂತರ ಉಪಾಹಾರ ಮುಗಿಸಿ ಶಾಲೆಗೆ ಹೋಗುತ್ತಿದ್ದರು. ಸಾಯಂಕಾಲ ಬಂದು ಆಧ್ಯಯನ ಮುಗಿಸಿ ಸ್ನಾನ ಮಾಡಿ ಒಗೆದ ಸ್ವಚ್ಛ ಬಟ್ಟೆ ಧರಿಸಿ ಪ್ರಾರ್ಥನೆಗೆ ಕುಳಿತುಕೊಳ್ಳಬೇಕಾಗಿತ್ತು. ತನ್ನನ್ನು ಜಾತಿಯಿಂದ ಬಹಿಷ್ಕಾರ ಮಾಡಿದ್ದರೂ ಕುದ್ಮುಲ್ ಪಿಜ್ಜರು ಪ್ರತೀದಿನ ಬೆಳಗ್ಗೆ ಮತ್ತು ಸಂಜೆ ಪ್ರಾರ್ಥನೆ ವೇಳೆಯಲ್ಲಿ ಮಕ್ಕಳಿಗೆ ದೇವರ ಭಜನೆ ಹಾಡುವುದಕ್ಕೆ ಪ್ರೇರೇಪಿಸಿದರು. ಪ್ರಾರ್ಥನೆ ಮಾಡುವಾಗ ಭಜನೆ ಹಾಡುವ ಆ ಪದ್ಧತಿ ಇವತ್ತಿಗೂ ಇದೆ.

ಡಿಪ್ರೆಸ್ಡ್ ಕ್ಲಾಸ್ ಮಿಷನ್ನಿನಲ್ಲಿ ಮಕ್ಕಳಿಗೆ ಎಲ್ಲ ಧರ್ಮಗಳ ಪ್ರಾರ್ಥನೆಗಳನ್ನು ಹೇಳಿಕೊಟ್ಟಿದ್ದರು ಹಾಗೂ ಎಲ್ಲ ಧರ್ಮಗಳ ತತ್ವ ಸಮಾನತೆಯೆಂದು ಹೇಳಿದರು. ಕೆಲವು ಪ್ರಾರ್ಥನೆಗಳನ್ನು ಅವರು ಹೇಳಿಕೊಟ್ಟಿದ್ದನ್ನು ಮಂತ್ರದ ರೀತಿಯಲ್ಲಿ ಉಚ್ಛಾರ ಮಾಡುತ್ತಿದ್ದರು, ಅವುಗಳಲ್ಲೊಂದು ಗಾಯತ್ರಿ ಮಂತ್ರ ಹೀಗಿತ್ತು, "ಓಂ ಭೂರ್ಭುವಃ ಸ್ವಃ, ಓಂ ತತ್ಸವಿತುರ್ವರೇಣ್ಯಂ, ಭರ್ಗೋ ದೇವಸ್ಯ ಧೀಮಹಿ, ಧೀಯೋ ಯೋ ನಃ ಪ್ರಚೋದಯೇತ್" ಎಂದರೆ, ನಾವು ಪ್ರಾರ್ಥನೆ ಮಾಡುವ ಪರಮಾತ್ಮ ಸೃಷ್ಟಿಕರ್ತ, ದಿವ್ಯವಾದ ತೇಜೋಪುಂಜವನ್ನು ಹೊಂದಿದ್ದು ಎಲ್ಲ ಪಾಪಗಳನ್ನು ಹೋಗಲಾಡಿಸಿ ಸನ್ಮಾರ್ಗದಲ್ಲಿ ನಡೆಸುವವನು ಎಂದರ್ಥ.

"ಓಂ। ತ್ವಮೇವ ಮಾತಾಶ್ಚಪಿತಾ ತ್ವಮೇವ।
ತ್ವಮೇವ ಬಂಧುಶ್ಚ ಸಖಾ, ತ್ವಮೇವ।
ತ್ವಮೇವ ವಿದ್ಯಾ ದ್ರವಿಣಂ ತ್ವಮೇವ।
ತ್ವಮೇವ ಸರ್ವಂ ಮಮ ದೇವ ದೇವಾ॥

ಎಂದರೆ "ನೀನೊಬ್ಬನೇ ತಾಯಿ, ತಂದೆ, ಸೋದರ ಮತ್ತು ಸಹಪಾಠಿ, ನೀನೊಬ್ಬನೇ ನಮ್ಮ ಜ್ಞಾನ ಮತ್ತು ಸಂಪತ್ತು, ಓ ದೇವಾ ನೀನೇ ನಮಗೆ ಸರ್ವಸ್ವ" ಎಂದು ಅರ್ಥವಾಗಿದ್ದು ಶ್ರೀ ಗೋಪಾಲ ಹಟ್ಟಿಯಂಗಡಿಯವರ ಈ ಗುರುಸ್ತೋತ್ರವನ್ನು ಕುದ್ಮುಲ್ ಪಿಜ್ಜರು ಮಕ್ಕಳಿಗೆ ಬೋಧಿಸಿದರು. ಇದನ್ನು ಮಕ್ಕಳು ಪ್ರತಿದಿನ ಹೇಳುತ್ತಿದ್ದರು.

ಪವಿತ್ರ ಕುರಾನ್‌ನ ಒಂದು ಭಾಗವನ್ನೂ ಓದುತ್ತಿದ್ದರು:

"ಧರ್ಮವನ್ನು ಪ್ರತಿರೋಧಿಸುವವನನ್ನು ನೋಡಿದ್ದೀರಾ?
ಅನಾಥರನ್ನು ಕಡೆಗಣಿಸುವವರನ್ನು ನೋಡಿದ್ದೀರಾ?
ಬಡವರಿಗೆ ಆಹಾರ ಕೊಡುವುದನ್ನು ಒತ್ತಾಯಿಸದವರನ್ನು?
ಪೂಜಿಸುವವರಿಗೆ ತೊಂದರೆ ಕೊಡುವವರನ್ನು?
ಯಾರು ತಮ್ಮ ಪ್ರಾರ್ಥನೆಯ ಬಗ್ಗೆ ಅಸಡ್ಡೆ ತೋರುವರೋ
ಯಾರು ಪೂಜೆಯ ವೇಳೆ ಮಾತ್ರ ಕಾಣಿಸಿಕೊಳ್ಳುತ್ತಾರೋ
ಆದರೆ ಸಣ್ಣ ಪ್ರಮಾಣದ ದಯೆಯನ್ನು ನಿರಾಕರಿಸುತ್ತಾರೋ?"

ಕುದ್ಮುಲ್ ಪಿಜ್ಜರ ಬರೆಹಗಳಲ್ಲಿ ಕ್ರೈಸ್ತ ಧರ್ಮದ ಸುಂದರವಾದ ಕೀರ್ತನೆಯಿತ್ತು:

"ನೀನು ನನ್ನೊಂದಿಗಿರು; ಉಬ್ಬರ ಇಳಿತಕ್ಕೆ ಎಷ್ಟೊಂದು ವೇಗ!
ಕಾರ್ಗತ್ತಲೆ ಕವಿದಿರಲು, ದೇವ, ನೀನು ನನ್ನೊಂದಿಗಿರು.
ಸಹಾಯಕರೆಲ್ಲ ಮರೆಯಾಗೆ, ಸಂಪತ್ತು ಜಾರಿ ಹೋಗೆ
ಸಹಾಯ ಮಾಡು ಅಸಹಾಯಕರಿಗೆ, ನೀನು ನನ್ನೊಂದಿಗಿರು.
ನಿನ್ನ ಸಾನ್ನಿಧ್ಯ ಬೇಕು ನನಗೆ ಪ್ರತಿಯೊಂದು ಘಳಿಗೆ
ನಿನ್ನ ಕಾರುಣ್ಯ ಸೋಲಿಪುದು ಆಸೆಗಳ ಸೆಳೆತವನು
ನನಗಾರು ರಕ್ಷಕರು ನನ್ನೊಂದಿಗಿರುವವರು ನಿನ್ನಂತೆ
ಮುಗಿಲಿನಲಿ ಹೊಂಬೆಳಕಿನಲಿ ನನ್ನೊಂದಿಗಿರು ನೀನು."

ಕುದ್ಮುಲ್ ಪಿಜ್ಜರು ಎಲ್ಲ ಧರ್ಮಗಳನ್ನೂ ಗೌರವಿಸುತ್ತಿದ್ದರು ಮತ್ತದನ್ನು ಮಕ್ಕಳಿಗೆ ಬೋಧಿಸುತ್ತಿದ್ದರು. ಇಂತಹ ಕೀರ್ತನೆ ಗಾಂಧೀಜಿಯವರಿಗೂ ಪ್ರಿಯವಾಗಿತ್ತು.

ಸಂಜೆಯ ವಿರಾಮ ಸಮಯದಲ್ಲಿ ಡಿ.ಸಿ.ಎಂನ ಮಕ್ಕಳು ಆಟವಾಡುವುದಕ್ಕೆ ಪ್ರೋತ್ಸಾಹಿಸುತ್ತಿದ್ದರು. ಅವರು ಟೆನ್ನಿಸ್, ಬ್ಯಾಡ್ಮಿಂಟನ್ ಮುಂತಾದ ಆಟಗಳನ್ನು ಆಡುತ್ತಿದ್ದರು, ತೋಟಗಾರಿಕೆ ಇಷ್ಟವಾದರೆ ಅದನ್ನೂ ಮಾಡಬಹುದಾಗಿತ್ತು. ಮಕ್ಕಳಿಗೆ ಇಷ್ಟವಾಗುವ ಕೆಲಸ ಮಾಡಲು ಸ್ವಾತಂತ್ರ್ಯವಿತ್ತು. ಡಿ.ಸಿ.ಎಂನ ಮಕ್ಕಳಿಗೆ ಪ್ರತಿವರ್ಷ ನಿಯಮಿತವಾಗಿ ಆರೋಗ್ಯ ತಪಾಸಣೆ ಮಾಡಿಸುತ್ತಿದ್ದರು. ಕುದ್ಮುಲ್ ಪಿಜ್ಜರ ಪ್ರಕಾರ ಸ್ವಚ್ಛತೆ ಮತ್ತು ಮಕ್ಕಳ ಆರೋಗ್ಯ ಬಹಳ ಮುಖ್ಯವಾದದ್ದು. ಪ್ರತಿದಿನ ಸಾಯಂಕಾಲ ಊಟದ ಮೊದಲು ಸ್ನಾನ ಮಾಡಿ ಪ್ರಾರ್ಥನೆಗೆ ಕುಳಿತುಕೊಳ್ಳಬೇಕಾಗಿತ್ತು. ಪ್ರತಿದಿನ ಸ್ನಾನ ಮಾಡುವುದರಿಂದ ಸ್ವಚ್ಛವಾಗಿ ಆರೋಗ್ಯವಂತರಾಗಿ ಮಕ್ಕಳು ಕಾಣಿಸಿಕೊಳ್ಳುತ್ತಿದ್ದರು. ಶಾಲೆಗಳು ಮತ್ತು ವಿದ್ಯಾರ್ಥಿಗಳು ವರ್ಷಪೂರ್ತಿ ವಿವಿಧ ಹಬ್ಬಗಳನ್ನು ಆಚರಿಸುತ್ತಿದ್ದರು. ಗುರುಕುಲದ ಪದ್ಧತಿಯನ್ನು ವಿದ್ಯಾರ್ಥಿ ಸಮುದಾಯದಲ್ಲಿ ಕುದ್ಮುಲ್ ಪಿಜ್ಜ ಅನುಷ್ಠಾನ ಮಾಡಿದರು.

ಕುದ್ಮುಲ್ ಪಿಜ್ಜರು ಆರಂಭಿಸಿದ ಇನ್ನೊಂದು ಆಸಕ್ತಿದಾಯಕ ಸಂಗತಿಯೆಂದರೆ ಪಂಚಮರು ಸಮಾಜದಲ್ಲಿ ಒಟ್ಟಾಗುವುದಕ್ಕೆ ಮಾಡಿದ ಸಹಾಯವಾಗಿದೆ. ಪಂಚಮರು ತಮ್ಮ ಮಕ್ಕಳಿಗೆ ನಾಮಕರಣ ಮಾಡುವಾಗ ತಮ್ಮ ಪರಿಸರದಲ್ಲಿದ್ದ ಪ್ರಾಣಿಗಳ ಹೆಸರನ್ನಿಡುತ್ತಿದ್ದರು. ಯಾಕೆಂದರೆ ಬೇರೆ ಜಾತಿಗಳ ಮಕ್ಕಳಿಂದ ತಮ್ಮ ಮಕ್ಕಳನ್ನು ಪ್ರತ್ಯೇಕಿಸುವುದಕ್ಕಾಗಿ ಹೀಗೆ ಮಾಡುತ್ತಿದ್ದರು. ಇದರಿಂದ ಮಕ್ಕಳ ಹೆಸರಿನಿಂದಲೇ ಕೆಳಜಾತಿಯವರೆಂದು ತಿಳಿಯುತ್ತಿತ್ತು. ಕುದ್ಮುಲ್ ಪಿಜ್ಜರು ಪಂಚಮರ ಹುಡುಗ ಮತ್ತು ಹುಡುಗಿಯರಿಗೆ ಹೆಸರುಗಳನ್ನಿಡುವ ಹೊಸ ಪದ್ಧತಿ ಆರಂಭಿಸಿ ಹೆತ್ತವರಿಗೆ ತಿಳಿಸಿ ಹಿಂದೂ ದೇವರುಗಳ, ನದಿಗಳ, ಹೂವುಗಳ ಹೆಸರನ್ನಿಡಲು ಪ್ರೋತ್ಸಾಹಿಸಿದರು ಮತ್ತು ಇದರಲ್ಲಿ ಅವರು ಯಶಸ್ವಿಯಾದರು.

ಡಿ.ಸಿ.ಎಂ ಶಾಲೆಗೆ ಒಂದು ಬಾವುಟವನ್ನು ವಿಶಿಷ್ಟ ಉದ್ದೇಶಕ್ಕಾಗಿ ಮಾಡಿದರು. ಅದರಲ್ಲಿ ಆ ಶಾಲೆಯ ಚಿತ್ರವನ್ನು ಚಿತ್ರಿಸಿ ಸಂಸ್ಥೆಯ ಧ್ಯೇಯೋದ್ದೇಶ ಬಿಂಬಿಸಿದರು. ಬಾವುಟದಲ್ಲಿ ಒಬ್ಬ ಮುಸ್ಲಿಂ, ಒಬ್ಬ ಹಿಂದೂ, ಒಬ್ಬ ಕ್ರೈಸ್ತ ಮೆಟ್ಟಲಿನಲ್ಲಿ ಕುಳಿತಿದ್ದರು ಹಾಗೂ ದೊಡ್ಡ ಕಟ್ಟಡದಲ್ಲಿ ಮಹಿಳೆ ನಿಂತು ಬ್ರಿಟಿಷರ ಬಾವುಟವಾದ ಇಂಗ್ಲೆಂಡಿನ ಧ್ವಜ ಯೂನಿಯನ್ ಜಾಕ್ ಒಂದು ಕೈಯಲ್ಲಿ, ಇನ್ನೊಂದು ಕೈ ಅಸ್ಪೃಶ್ಯರನ್ನು ಬಡತನದ ಕೆಸರಿನಿಂದ ಮೇಲಕ್ಕೆ ಎತ್ತಿ, ಸಹಾಯ ಮಾಡಬೇಕೆನ್ನುವ ಹಸ್ತ ಚಾಚಿದಂತಿತ್ತು. ಬಾವುಟದ ಮೇಲ್ಭಾಗದಲ್ಲಿ 'ದೀನೋದ್ಧಾರಮ್, ದೇಶೋದ್ಧಾರಮ್' ಎಂದರೆ 'ದೀನರ ಉದ್ಧಾರ ದೇಶದ ಉದ್ಧಾರ' ಎಂಬ ಘೋಷ ವಾಕ್ಯವಿತ್ತು. ವಿಶೇಷ ಸಂದರ್ಭಗಳಲ್ಲಿ ಮಕ್ಕಳು ಆ ಬಾವುಟವನ್ನು ಹಿಡಿದುಕೊಳ್ಳುತ್ತಿದ್ದರು.

ಡಿ.ಸಿ.ಎಂ ಶಾಲೆಯ ಪರಿಕಲ್ಪನೆಯನ್ನು ಬಹಳ ಯೋಚಿಸಿ ಮಾಡಿದ್ದರು ಮತ್ತು ಶಿಕ್ಷಣವನ್ನು ಕೊಡುವಾಗ ಶಿಸ್ತು, ದೈಹಿಕ ಚಟುವಟಿಕೆಗಳಿಗೆ ಆದ್ಯತೆಯನ್ನು ಕೊಡಲಾಗಿತ್ತು. ಪಂಚಮರ ಮಕ್ಕಳನ್ನು ಇತರ ಜಾತಿಗಳಿಂದ ಪ್ರತ್ಯೇಕಿಸದೆ ಮುಖ್ಯವಾಹಿನಿಯಲ್ಲಿ ಕಾಣಬೇಕು ಎಂಬುದು ಕುದ್ಮುಲ್ ಪಿಜ್ಜರ ಬಹಳ ಮುಖ್ಯವಾದ ಗುರಿಯಾಗಿತ್ತು. ಡಿ.ಸಿ.ಎಂ ಶಾಲೆಯಲ್ಲಿ ಹದಿನೆಂಟು ವರ್ಷ ಮುಖ್ಯೋಪಾಧ್ಯಾಯರಾಗಿ ಕೆಲಸ ಮಾಡಿದ್ದ ಉಡುಪಿಯ ಗೋವಿಂದರಾವ್ ಎನ್ನುವ ಸ್ವಾತಂತ್ರ್ಯ ಹೋರಾಟಗಾರರು ಮುಂದೆ ಗಾಂಧೀಜಿಯವರ ಅಸ್ಪೃಶ್ಯತಾ ನಿವಾರಣಾ ಚಳವಳಿಯಲ್ಲಿ ಭಾಗವಹಿಸಿದ್ದರು. ಡಿ.ಸಿ.ಎಂ ಶಾಲೆ ಮಾದರಿ ಶಾಲೆಯಾಗಿತ್ತು, ಅಲ್ಲಿನ ಶಿಕ್ಷಣ ಗುಣಮಟ್ಟ ಉತ್ತಮವಾಗಿದ್ದು ಮೇಲ್ಜಾತಿಯ ಮಕ್ಕಳು ಕೂಡ ಆ ಶಾಲೆಗೆ ಬರುತ್ತಿದ್ದರು. 1922ರಲ್ಲಿ ಇವೆಲ್ಲಕ್ಕೂ ಕಲಶಪ್ರಾಯವಾಗಿ ಡಿಪ್ರೆಸ್ಡ್ ಕ್ಲಾಸಿನ ಮಕ್ಕಳು ಸರಕಾರಿ ಕಾಲೇಜಿನ ಹೈಸ್ಕೂಲಿಗೆ ಪ್ರವೇಶ ಪಡೆದರು. ಬಿ.ಚಂದ್ರಶೇಖರ್, ರಾಮಕೃಷ್ಣ ಉಡುಪಿ ಮತ್ತು ಉದ್ಯಾವರ ರಾಮಚಂದ್ರ ಮುಂತಾದವರು ಅವರಲ್ಲಿ ಮುಖ್ಯರಾದವರು.

ಈ ಡಿ.ಸಿ.ಎಂ ಶಾಲೆಯ ಯಶಸ್ಸು ಮುಂದೆ ಅನೇಕ ಕಡೆಗಳಲ್ಲಿ ಪಂಚಮರ ಪ್ರಾಥಮಿಕ ಶಾಲೆಯನ್ನು ತೆರೆಯಲು ಪ್ರೇರಣೆಯಾಯಿತು. ಮಂಗಳೂರು, ಉಡುಪಿ, ನೇಜಾರು, ಉಳ್ಳಾಲ, ಮುಲ್ಕಿ, ಬನ್ನಂಜೆ ಇಲ್ಲಿ ಶಾಲೆಗಳು ಆರಂಭವಾದುವು. ಹಾಗೆಯೇ ಕುದ್ಮುಲ್ ಪಿಜ್ಜ ಅತ್ತಾವರ, ದಡ್ಡಲಕಾಡು, ಉಳ್ಳಾಲ, ತಲಪಾಡಿ, ತೊಕ್ಕೊಟ್ಟು, ಮುಲ್ಕಿ, ಉಡುಪಿ ಹೀಗೆ ಅನೇಕ ಕಡೆಗಳಲ್ಲಿ ಶಾಲೆಗಳನ್ನು ಆರಂಭಿಸಿದರು. ಶಾಲೆಗಳಲ್ಲಿ ವಿದ್ಯಾರ್ಥಿಗಳು ನಾಲ್ಕನೆಯ ತರಗತಿಯವರೆಗೆ ಓದಬಹುದಾಗಿತ್ತು. ತರಬೇತಿಯನ್ನು ಕೊಟ್ಟು ಮುಂದೆ ಆ ವಿದ್ಯಾರ್ಥಿಗಳೇ ಅಧ್ಯಾಪಕರಾಗುವುದಕ್ಕೆ ಅವಕಾಶ ಮಾಡಿಕೊಡಲಾಯಿತು. ಕುಂದಾಪುರ, ಹಂಗಾರಕಟ್ಟೆ, ಬ್ರಹ್ಮಾವರ, ಮಲ್ಪೆ, ತೋನ್ಸೆ ಮುಂತಾದೆಡೆ ಡಿ.ಸಿ.ಎಂನಲ್ಲಿ ವಿದ್ಯಾರ್ಥಿಗಳಾಗಿ ಕಲಿತವರು ಶಾಲೆಗಳನ್ನೂ ಕೈಗಾರಿಕಾ ತರಬೇತಿ ಕೇಂದ್ರಗಳನ್ನೂ ಆರಂಭಿಸಿದರು, ಅದರಿಂದ ಸ್ವದ್ಯೋಗದ ತರಬೇತಿ ಸಿಕ್ಕಿತು. ಉದಾಹರಣೆಗೆ ಬಡಗಿ ಕೆಲಸ ಮತ್ತು ಇತರ ಕೌಶಲ ಸಂಬಂಧಿ ಉದ್ಯೋಗ ಮಾಡುವುದಕ್ಕೆ ಅವಕಾಶವಾಯಿತು.

ಕೊರಗರು ದಲಿತರಲ್ಲಿ ಬಹಳ ಬಡವರಾಗಿದ್ದರು ಆದರೆ ಈ ರೀತಿಯ ಶಿಕ್ಷಣ ಪಡೆದುದರಿಂದ ಮೇಲೆ ಬಂದು ಸಮಾಜದಲ್ಲಿ ಸ್ಥಾನ ಪಡೆಯುವುದಕ್ಕೆ ಅವರಿಗೆ ಸಾಧ್ಯವಾಯಿತು. ಮುಖ್ಯವಾಗಿ ಜಿಲ್ಲೆಗೆ ದೂರದ ಹಳ್ಳಿಗಳಿಂದ ಬರುವ ವಿದ್ಯಾರ್ಥಿಗಳಿಗಾಗಿ ಸರಕಾರದ ಸಹಾಯದಿಂದ ಶೇಡಿಗುಡ್ಡೆಯಲ್ಲಿ ಒಂದು ವಸತಿ ಶಾಲೆಯನ್ನು ಆರಂಭಿಸಿ ಎಂಟನೇ ತರಗತಿಯವರೆಗೆ ಶಿಕ್ಷಣ ಕೊಡುವ ಏರ್ಪಾಡು ಮಾಡಿದರು. ಪಂಚಮ ಹುಡುಗಿಯರಿಗೆ ಪ್ರತ್ಯೇಕವಾಗಿ ಶೇಡಿಗುಡ್ಡೆಯಲ್ಲಿ ಒಂದು ಶಾಲೆಯನ್ನು ಸ್ಥಾಪಿಸಿ ಆ ಶಾಲೆಯಲ್ಲಿ ಹುಡುಗಿಯರಿಗೆ ಕೌಶಲ ಅಭಿವೃದ್ಧಿಗೆ ಅವಕಾಶ ಕಲ್ಪಿಸಿದರು. ಇದರಿಂದ ಹುಡುಗಿಯರು ಇನ್ನೊಬ್ಬರ ಮೇಲೆ ಅವಲಂಬಿತರಾಗದೆ ಸ್ವದ್ಯೋಗಿಗಳಾಗಲು ಸಹಾಯವಾಯಿತು. ಕುದ್ಮುಲ್ ಪಿಜ್ಜರು ಬಾಲವಿಧವೆಯರಿಗಾಗಿ, ಪರಿತ್ಯಕ್ತ ಮಹಿಳೆಯರಿಗಾಗಿ ಒಂದು ಆಶ್ರಮವನ್ನೂ ಕಟ್ಟಿದರು.

ಪಂಚಮರಿಗೆ ಭೂಮಿಯನ್ನು ಹಂಚಿದರು

ಕುದ್ಮುಲ್ ಪಿಜ್ಜರು ತಮ್ಮ ಆರಂಭದ ದಿನಗಳಲ್ಲಿ ಸಮಾಜದ ಸುಧಾರಣೆಯನ್ನು ಆರಂಭಿಸಿದಾಗ ಪರಿಶಿಷ್ಟ ಜಾತಿ ಮತ್ತು ಪರಿಶಿಷ್ಟ ಪಂಗಡದವರನ್ನು ಕೇಂದ್ರೀಕರಿಸಿದರು. ಈ ಪಂಗಡದವರು ಸಾಮಾಜಿಕ ಸಮಸ್ಯೆಗಳ ಕೊಳಚೆಯಲ್ಲಿ ಸಂಪೂರ್ಣವಾಗಿ ಸಿಲುಕಿದ್ದರು ಹಾಗೂ ಅವರು ಸಮಾಜದ ಮುಖ್ಯವಾಹಿನಿಗೆ ಬರಲು ನಿಷೇಧವಿದ್ದ ಕಾರಣ ಬಹಳ ಕಷ್ಟದಲ್ಲಿದ್ದರು. ಈ ರೀತಿಯ ಶೋಷಿತ ಸಮುದಾಯದವರು ಜೀತ ಪದ್ಧತಿಯ ಭಾಗವಾಗಿ ಅವರ ಅಸ್ತಿತ್ವವೆನ್ನುವುದು ಮೇಲ್ಜಾತಿಯವರ ಶೋಷಣೆಯಲ್ಲಿ ಅಡಿಯಾಳಾಗಿ ಬಂಧಿತವಾಗಿತ್ತು. ಈ ಜಾತಿಗಳು ಮತ್ತು ವರ್ಗಗಳಿಗೆ ಯಾವ ತರಹದ ಚಲನೆಯೂ ಸಾಧ್ಯವಿರದೆ ವಂಶಪಾರಂಪರ್ಯ ವೃತ್ತಿಯಲ್ಲೇ ಬದುಕಬೇಕಾಗಿದ್ದುದರಿಂದ ಸಾಮಾಜಿಕವಾಗಿ ಮೇಲ್ಮುಖ ಚಲನೆಗೆ ಅವಕಾಶವಿರಲಿಲ್ಲ.

ಉಡುಪಿ ಪುತ್ತೂರಿನ ಕೆಲವು ಭಾಗಗಳಲ್ಲಿ ಕುದ್ಮುಲ್ ಪಿಜ್ಜನವರು ಸರಕಾರಿ ಭೂಮಿಯನ್ನು ಕೊರಗ ಸಮುದಾಯದವರಿಗೆ ಹಂಚಿದರು, ಅವರ ಮನೆಯ ಸಮೀಪ ಬಾವಿಗಳನ್ನು ತೋಡಿಸಿದರು ಹಾಗೂ ಶ್ರೀಮಂತ ಭೂಮಾಲಿಕರಲ್ಲಿ ಭೂಮಿಯ ಸ್ವಲ್ಪ ಜಾಗವನ್ನು ಕೊರಗರಿಗೆ ಕೊಡುವಂತೆ ವಿನಂತಿಸಿದರು.

ಈ ತರಹದ ಭೂದಾನ ಚಳವಳಿಯನ್ನು ನಂತರದ ದಿನಗಳಲ್ಲಿ ವಿನೋಬಾ ಭಾವೆಯವರು ಮಾಡಿದರು. ಮಂಗಳೂರಿನ ಶೇಡಿಗುಡ್ಡೆಯಲ್ಲಿ ಹತ್ತು ಕೊರಗ ಕುಟುಂಬಗಳಿಗೆ ಭೂಮಿಯನ್ನು ಒದಗಿಸಿ ಅವರ ಜೀವನೋಪಾಯಕ್ಕಾಗಿ ಆರ್ಥಿಕ ಸಹಕಾರ ನೀಡಿ ಕರಕುಶಲ ಕಲೆಗಳಲ್ಲಿ ಕೌಶಲ್ಯ ತರಬೇತಿಯನ್ನು ಕೊಟ್ಟರು. ಮಂಗಳೂರು ಮುನ್ಸಿಪಾಲಿಟಿಯಲ್ಲಿ ಕೊರಗರಿಗೆ ನೈರ್ಮಲ್ಯದ ಕೆಲಸಗಾರರಾಗಿ ಉದ್ಯೋಗ ಕಲ್ಪಿಸಿದರು.

ಆ ಕಾಲದಲ್ಲಿ ಬಹುಮಂದಿ ದಲಿತರು ಮಂಗಳೂರಿನ ಕಾಪಿಕಾಡಿನಲ್ಲಿ ವಾಸವಾಗಿದ್ದರು. ಕುದ್ಮುಲ್ ಪಿಜ್ಜರು ಅಲ್ಲೆಲ್ಲ ಅವರಿಗೆ ಉತ್ತಮವಾದ ಮನೆಗಳನ್ನು ಕಟ್ಟಿಸಿಕೊಟ್ಟದ್ದಲ್ಲದೇ ಅಲ್ಲಿನ ಸಮುದಾಯ ಭವನಗಳಲ್ಲಿ ಸಾಂಸ್ಕೃತಿಕ ಚಟುವಟಿಕೆಗಳನ್ನು ಪ್ರತೀ ಶನಿವಾರ ನಡೆಸುತ್ತಿದ್ದರು. ಇಂತಹ ಸಮುದಾಯ ಭವನದ ಪಕ್ಕ ನೈಸರ್ಗಿಕವಾದ ನೀರಿನ ಚಿಲುಮೆ ಇರುತ್ತಿದ್ದು ಪ್ರಾರ್ಥನೆಯ ಮೊದಲು ಕುದ್ಮುಲ್ ಪಿಜ್ಜ ಅವರನ್ನು ಆ ನೀರಿನ ಚಿಲುಮೆ ಪಕ್ಕ ಕರೆದುಕೊಂಡು ಹೋಗಿ ಸ್ನಾನ ಮಾಡಿಸುತ್ತಿದ್ದರು. ಆಮೇಲೆ ಸಾಮೂಹಿಕವಾಗಿ ಪ್ರಾರ್ಥನೆಗೆ ಪ್ರೇರೇಪಿಸಿ ಸಹೋದರತ್ವ ಮತ್ತು ಏಕತೆಯ ಪಾಠವನ್ನು ಹೇಳುತ್ತಿದ್ದರು. ಗಾಯತ್ರಿಮಂತ್ರವನ್ನು ಪಾಠ ಮಾಡುತ್ತಿದ್ದರು.

ಕುದ್ಮುಲ್ ಪಿಜ್ಜರ ಬೋಧನೆಗಳನ್ನು ಪರಿಶಿಷ್ಟ ಸಮುದಾಯದವರು ಎಷ್ಟರ ಮಟ್ಟಿಗೆ ಸ್ವೀಕರಿಸಿದರೆನ್ನುವುದು ಮುಖ್ಯವಾಗಿದೆ. ಆರಂಭದಲ್ಲಿ ಆ ಸಮುದಾಯದವರು ತಮ್ಮ ಪದ್ಧತಿಗಳನ್ನು ಸಾಂಪ್ರದಾಯಿಕ ಬದುಕನ್ನು ಬದಲಾಯಿಸಿಕೊಳ್ಳಲು ಪ್ರತಿರೋಧಿಸಿದರು. ಕುದ್ಮುಲ್ ಪಿಜ್ಜರು ತಮ್ಮ ಕೆಲಸದ ಮೂಲಕ ಪರಿಶಿಷ್ಟ ಸಮುದಾಯದವರಿಗೆ ಅವಕಾಶ ಕಲ್ಪಿಸಿ ಪಂಚಮರ ಇಡೀ ಸಮುದಾಯದಲ್ಲಿ ಮನೆ ಮಾತಾದರು. ಇವತ್ತಿಗೂ ಕೂಡ ನಂತರದ ಪೀಳಿಗೆಯವರು ಕುದ್ಮುಲ್ ಪಿಜ್ಜರನ್ನು ಗೌರವದಿಂದ ಸ್ಮರಿಸಿಕೊಳ್ಳುತ್ತಾರೆ.

ಬ್ರಿಟಿಷ್ ಸರಕಾರವು ಕುದ್ಮುಲ್ ಪಿಜ್ಜರ ಸೇವೆಯನ್ನು ಗುರುತಿಸಿ 'ರಾವ್ ಬಹದ್ದೂರ್' ಎನ್ನುವ ಗೌರವದ ಪದವಿಯನ್ನು ಕೊಟ್ಟಾಗ ಈ ತರಹದ ಗೌರವ ಪ್ರಶಸ್ತಿಯನ್ನು ಇಷ್ಟಪಡದೆ ಅವರು ಆಡಂಬರವನ್ನು ಪ್ರದರ್ಶಿಸಲಿಲ್ಲ. ಅದೆಷ್ಟೋ ಸಲ ಆಡಂಬರದ ಬಿರುದುಗಳಿಗಿಂತ "ನನ್ನನ್ನು ಎಫ್.ಒ.ಎಲ್ ಎಂದರೆ 'ಫಾದರ್ ಆಫ್ ಲಲಿತಾ' ಎಂದು ಕರೆಯಿರಿ, ಆಕೆಯ ತಂದೆಯೆನ್ನುವುದೇ ನನಗೆ ದೊಡ್ಡ ಬಿರುದು" ಎಂದು ಕುದ್ಮುಲ್ ಪಿಜ್ಜ ಹೇಳುತ್ತಿದ್ದರು. ಆಗಿನ ಜಿಲ್ಲಾ ಕಲೆಕ್ಟರ್ ಖಾನ್‌ಬಹದ್ದೂರ್ ಎಂ. ಅಝೀಝುದ್ದೀನ್ ಸಾಹೇಬರು ಕುದ್ಮುಲ್ ಪಿಜ್ಜರ ವಸತಿಗಾಗಿ ಬಿಜೈಯಲ್ಲಿ ಹತ್ತು ಎಕರೆಗಿಂತಲೂ ಹೆಚ್ಚು ಭೂಮಿಯನ್ನು ಕೊಡಿಸಿದರು. ಆದರೆ ಕುದ್ಮುಲ್ ಪಿಜ್ಜ ಅದನ್ನು ಕೃತಜ್ಞತಾಪೂರ್ವಕವಾಗಿ ನಿರಾಕರಿಸಿದರು. ಅವರಿಗೆ ಅತಿಯಾಸೆ ಇರಲಿಲ್ಲ.

ಅವರನ್ನು ಸಂಪತ್ತು, ಆಸ್ತಿ ಆಕರ್ಷಿಸಲಿಲ್ಲ. ಸಾರ್ವಜನಿಕರ ಎದುರು ದಲಿತರಿಗೆ ಬೇಕಾದ ಜಾಗವನ್ನು ದುರುಪಯೋಗಪಡಿಸಿಕೊಂಡೆ, ಅವರ ಆರ್ಥಿಕ ಲಾಭವನ್ನು ತಾನು ಬಳಸಿದೆ ಎನ್ನುವುದಕ್ಕೆ ಅವರು ಆಸ್ಪದ ಕೊಡಲಿಲ್ಲ. ನಂತರ ಬಂದ ಕಲೆಕ್ಟರ್ ಆರ್.ಎ.ಗ್ರಹಾಮ್ ಅವರು ಕೂಡ ಕುದ್ಮುಲ್ ಪಿಜ್ಜರಿಗೆ ಮಂಗಳೂರಿನಲ್ಲಿ ಜಾಗ ಕೊಡುವ ಭರವಸೆಯನ್ನಿತ್ತಾಗ ಕುದ್ಮುಲ್ ಪಿಜ್ಜ ಅದನ್ನು ಕೂಡ ನಿರಾಕರಿಸಿದರು. ಆದರೆ ಅವರ ಈ ನಿರಾಕರಣೆ ಒಂದು ತಪ್ಪು ಎಂದು ಭಾವಿಸಬಹುದು. ಯಾಕೆಂದರೆ ಸುಮಾರು ಹತ್ತು ಎಕರೆಗಳಷ್ಟು ವಿಸ್ತೀರ್ಣದ ಜಾಗ ಮಂಗಳೂರಿನಲ್ಲಿ ಐದು ಮೈಲಿಯ ಒಳಗೆ ಇರುತ್ತಿದ್ದರೆ ಅವರ ಕೆಲಸವನ್ನು ಮುಂದುವರಿಸಲು ಅನುಕೂಲ ಮಾಡಿಕೊಡುತ್ತಿತ್ತು.

ಕುದ್ಮುಲ್ ಪಿಜ್ಜರು ಎಲ್ಲ ವರ್ಗದ ಜನರೊಂದಿಗೆ ಬೆರೆಯುತ್ತಿದ್ದರು, ಮಾತನಾಡುತ್ತಿದ್ದರು. ಪರಿಶಿಷ್ಟ ಸಮುದಾಯದವರನ್ನು ಮೇಲೆತ್ತುವ ಮಹತ್ವಾಕಾಂಕ್ಷೆಯ ಕೆಲಸದಲ್ಲಿ ಆಸಕ್ತರಾಗುವಂತೆ ಪ್ರೇರೇಪಿಸಿದಾಗ ಕುದ್ಮುಲ್ ಪಿಜ್ಜರ ಇಂತಹ ಕರೆಗೆ ಅನೇಕರು ಸ್ಪಂದಿಸಿ ಉದಾರವಾಗಿ ಸಹಾಯ ಮಾಡಿದರು. ಉದಾಹರಣೆಗೆ ಮಂಗಳೂರಿನ ಹೊರವಲಯದ ಗುರುಪುರ ಮುಂತಾದ ಗ್ರಾಮಗಳಲ್ಲಿ ಮತ್ತು ಉಡುಪಿಯಲ್ಲಿ ಡಾ.ಬೆನಗಲ್ ರಾಘವೇಂದ್ರ ರಾವ್ ಮತ್ತು ಡಾ.ಕೇಶವ ರಾವ್ ಎನ್ನುವವರು ತಮ್ಮ ವಶದಲ್ಲಿದ್ದ ಬಹಳಷ್ಟು ಎಕರೆ ಭೂಮಿಗಳನ್ನು ಪಂಚಮರಿಗೆ ಅನುಕೂಲವಾಗುವಂತೆ ದಾನ ಮಾಡಿದರು. ಕುದ್ಮುಲ್ ಪಿಜ್ಜರ ತಮ್ಮ ಅವಿವಾಹಿತ ಸಹೋದರ ಸದಾಶಿವ ರಾವ್ ಕುಟುಂಬದ ಆಸ್ತಿಯ ಒಂದು ಭಾಗವನ್ನು ಪರಿಶಿಷ್ಟ ವರ್ಗದವರ ಯೋಗಕ್ಷೇಮಕ್ಕಾಗಿ ಕೊಟ್ಟರು. ಡಿಪ್ರೆಸ್ಡ್ ಕ್ಲಾಸ್ ಮಿಷನ್ ಅನೇಕ ರೀತಿಯಲ್ಲಿ ಬೆಳವಣಿಗೆಯಾಗಿ ಕಟ್ಟಡಗಳು ನಿರ್ಮಾಣವಾಗಿ ಸ್ಥಳೀಯ ಪರಿಶಿಷ್ಟ ಜಾತಿಯವರ ವಸತಿಗೆ ಅನುಕೂಲವಾಯಿತು. ಕುದ್ಮುಲ್ ಪಿಜ್ಜರು ದಕ್ಷಿಣಕನ್ನಡ ಜಿಲ್ಲೆಯಲ್ಲಿ ಭೂಮಿಯನ್ನು ತೆಗೆದುಕೊಂಡು ಪಂಚಮರಿಗೆ ಹಂಚುವಂತಹ ಪದ್ಧತಿಯನ್ನು ಮೊತ್ತಮೊದಲು ಜಾರಿಗೆ ತಂದರು.

ಅನೇಕ ಮಂದಿ ವಿಸ್ತಾರವಾದ ಭೂಮಿ ಹೊಂದಿದ ಭೂ ಮಾಲಿಕರು ಗೇಣಿದಾರರಿಗೆ ಮತ್ತು ರೈತರಿಗೆ ಭೂಮಿಯನ್ನು ಗೇಣಿಗೆ ಕೊಡುತ್ತಿದ್ದರು. ಈ ಭೂಮಿಗಳನ್ನು ಮೂಲಗೇಣಿ ಅಥವಾ ಚಾಲಗೇಣಿಯೆಂದು ಕರೆಯಲಾಗುತ್ತಿತ್ತು. ಮೂಲಗೇಣಿ ಪದ್ಧತಿಯೆಂದರೆ ಧನಿಯಿಂದ ಭೂಮಿಯನ್ನು ತೆಗೆದುಕೊಳ್ಳುವ ಗೇಣಿದಾರನಿಗೆ ಒಕ್ಕಲಿನ ಕೆಲವು ಹಕ್ಕುಗಳಿರುತ್ತಿತ್ತು ಮತ್ತು ಇಂತಹ ಒಕ್ಕಲುತನ ವಂಶಪಾರಂಪರ್ಯವಾಗಿ ಮುಂದುವರೆಯುತ್ತಿತ್ತು. ಈ ಭೂಮಿಗಳನ್ನು ಮೂಲ ಒಡೆಯನ ಒಪ್ಪಿಗೆಯಿಲ್ಲದೆ ಮಾರಾಟ ಮಾಡುವಂತಿರಲಿಲ್ಲ. ಚಾಲ ಗೇಣಿಯೆನ್ನುವುದರಲ್ಲಿ ಗೇಣಿದಾರರಿಗೆ ವಂಶಪಾರಂಪರ್ಯ ಹಕ್ಕುಗಳಿರದೆ ನಿರ್ದಿಷ್ಟ ಕಾಲ ಭೂಮಿಯನ್ನು ಅನುಭವಿಸುವ ಕ್ರಮವಿತ್ತು.

ಕುದ್ಮುಲ್ ಪಿಜ್ಜರು ಬಿಜೈ ಕಾಪಿಕಾಡು ಮತ್ತು ದಡ್ಡಲಕಾಡಿನಲ್ಲಿ ಶ್ರೀಮಂತ ಭೂಮಾಲಿಕರಿಂದ ಎಕರೆಗಟ್ಟಲೆ ಭೂಮಿಯನ್ನು ಹಣ ಕೊಟ್ಟು ಮತ್ತು ದಾನವಾಗಿ ಪಡೆದು ಅವುಗಳನ್ನು ಪರಿಶಿಷ್ಟ ಸಮುದಾಯದವರಿಗೆ ಹಂಚಿದರು. ಕೇರಳದ ಭೂಮಾಲಿಕರೊಬ್ಬರಿಂದ ಕೆಲವು ಎಕರೆ ಭೂಮಿಯನ್ನು ಲೀಸ್‌ಗೆ ಪಡೆದುಕೊಂಡು ಪರಿಶಿಷ್ಟರ ವಸತಿಗೆ ಹಾಗೂ ಕೃಷಿಗೆ ಅನುಕೂಲವಾಗುವಂತೆ ನೀಡಿದರು. ಜೊತೆಗೆ ಕುದ್ಮುಲ್ ಪಿಜ್ಜರು ಕೊಡ್ಡೆಲು, ಉಡುಪಿ ಮತ್ತು ಪುತ್ತೂರಿನಲ್ಲಿ ಕೊರಗ ಸಮುದಾಯದವರಿಗಾಗಿ ಸರಕಾರದ ಭೂಮಿಯನ್ನು ಕ್ರಯಕ್ಕೆ ತೆಗೆದುಕೊಂಡರು.

ನೆಲ್ಲಿಕಾಯಿ ವೆಂಕಟರಾಯರಿಂದ ಕುದ್ಮುಲ್ ಪಿಜ್ಜರು ಮಂಗಳೂರಿನ ಕಾಪಿಕಾಡಿನ ಕಾಲನಿಯ ಕೆಲವು ಭಾಗಗಳನ್ನು ತೆಗೆದುಕೊಂಡು ಈ ಸಮುದಾಯವರಿಗೆ ಭೂಮಿಯನ್ನು ದಾನವಾಗಿ ಹಂಚುವಾಗ ಕೆಲವು ನಿಯಮಗಳನ್ನು ಸೂಚಿಸಿದರು. ದಾನವಾಗಿ ಪಡೆದ ಭೂಮಿಯನ್ನು ಯಾವುದೇ ಇತರ ಜಾತಿಯವರಿಗೆ ಮಾರಾಟ ಮಾಡಬಾರದು. ಒಂದು ವೇಳೆ ಮಾರಾಟ ಮಾಡುವುದಿದ್ದರೆ ಅದು ಸಮುದಾಯದೊಳಗೆ ಮಾರಾಟ ಮಾಡಬೇಕು ಹಾಗೂ ಈ ರೀತಿ ಮಾರುವಾಗ ಡಿಪ್ರೆಸ್ಡ್ ಕ್ಲಾಸ್ ಮಿಷನ್ನಿನ ಪೂರ್ವಾನುಮತಿ ಪಡೆಯಬೇಕೆಂಬ ನಿಯಮ ಹಾಕಿದರು. ಇಂತಹ ಕಾಲನಿಗಳಿಗೆ ಮುಖ್ಯ ಪ್ರವೇಶದ್ವಾರವಿದ್ದು ಅದನ್ನು ರಾತ್ರಿ ವೇಳೆ ಮುಚ್ಚಲಾಗುತ್ತಿತ್ತು. ಸರ್ಕಾರಿ ಅಧಿಕಾರಿಗಳು, ಪೊಲೀಸರು ಮತ್ತು ಇತರರು ಡಿ.ಸಿ.ಎಂ ಕಾಲನಿಗೆ ರಾತ್ರಿವೇಳೆ ಬರಬೇಕಾದರೆ ಅನುಮತಿ ಪಡೆಯಬೇಕಾಗಿತ್ತು. ಈ ರೀತಿಯ ಪದ್ಧತಿ ಅನುಸರಿಸಿದ ಕಾರಣ ಕಾಲನಿಯಲ್ಲಿ ವಾಸ ಮಾಡುವ ಪರಿಶಿಷ್ಟ ಸಮುದಾಯದವರಿಗೆ ಯಾವುದೇ ರೀತಿಯ ತೊಂದರೆಯಾಗದೆ ಶಿಸ್ತಿನ ಬದುಕು ದೊರೆಯಿತು.

ದೇರೆಬೈಲು ಮತ್ತು ಬಜಾಲಿನಲ್ಲಿ ಸರಕಾರವನ್ನು ಒತ್ತಾಯಿಸಿ ಅವರಿಗೆ ಕಡಿಮೆ ಬೆಲೆಯಲ್ಲಿ ಜಾಗವನ್ನು ತೆಗೆಸಿಕೊಟ್ಟು ಮನೆಗಳನ್ನು ಕಟ್ಟಿಸಿಕೊಳ್ಳುವುದಕ್ಕೆ ಉಚಿತವಾಗಿ ಮರಮೋಪು ಕೊಟ್ಟದ್ದಷ್ಟೇ ಅಲ್ಲದೆ ಈ ತರಹದ ಜಾಗಗಳನ್ನು ಗುರುತಿಸಿ ಅವುಗಳಿಗೆ ಪ್ರತ್ಯೇಕ ದರ ನಿಗದಿಪಡಿಸಿದರು. ಅವರು ತಮ್ಮ ಸಾಲಗಳನ್ನು ತೀರಿಸುವುದಕ್ಕಾಗಿ ಅಥವಾ ವೈಯಕ್ತಿಕ ಕಾರಣಗಳಿಗಾಗಿ ಜಾಗ ಮಾರಾಟ ಮಾಡಬಾರದೆಂದು ಷರತ್ತು ವಿಧಿಸಿದರು. ಕುಡಿಯುವ ನೀರಿಗಾಗಿ ಬಾವಿಗಳನ್ನು ತೋಡಿಸಿದರು.

ಕುದ್ಮುಲ್ ಪಿಜ್ಜರು ಕೆಳಜಾತಿಯವರೆಲ್ಲರಿಗೂ ಸುರಕ್ಷಿತ ಬದುಕನ್ನು ಮತ್ತು ಆಸ್ತಿಯ ಮೇಲೆ ಶಾಶ್ವತವಾದ ಒಡೆತನವನ್ನು ಕೊಟ್ಟರು. ಈ ಭೂಮಿಯನ್ನು ಪಡೆದವರು ಪರಭಾರೆ ಮಾಡಬೇಕಾದರೆ ಎರಡು ಬಾರಿ ಯೋಚಿಸಬೇಕಾಗಿತ್ತು. ಭೂಮಿಯ ಒಡೆತನ ಪಡೆಯುವುದೆಂದರೆ ಕಳೆದುಕೊಳ್ಳಬಾರದೆಂಬ ಎಚ್ಚರಿಕೆಯೂ ಆಗಿತ್ತು. ಇದರಿಂದಾಗಿ ಅವರಲ್ಲಿ ಬೌದ್ಧಿಕ ಮತ್ತು ಸಾಮಾಜಿಕ ಜಾಗೃತಿ ಉಂಟಾಯಿತು.

ಕುದ್ಮುಲ್ ಪಿಜ್ಜರ ಇನ್ನೊಂದು ಪ್ರಯತ್ನವೆಂದರೆ ತನ್ನದೇ ಹಣ ಎರಡು ಸಾವಿರ ರೂಪಾಯಿಯಲ್ಲಿ ಪ್ರಾವಿಡೆಂಟ್ ಫಂಡನ್ನು ಆರಂಭಿಸಿದರು. ಪಂಚಮರಿಗೆ ಕಾಯಿಲೆ ಬಂದಾಗ ಅಥವಾ ಯಾರಾದರೂ ನಿಧನ ಹೊಂದಿದಾಗ ಮಾತ್ರ ಫಂಡ್ ಹಣ ಬಳಸಬೇಕೆನ್ನುವ ಈ ನಿಧಿಯೋಜನೆ ಸ್ವಲ್ಪ ಕಾಲ ನಡೆದು ಹಣದ ಕೊರತೆಯಿಂದ ನಿಂತುಹೋಯಿತು.

ಕುದ್ಮುಲ್ ಪಿಜ್ಜರ ಮಹತ್ವಾಕಾಂಕ್ಷೆಗಳು ಬನ್ನಂಜೆ, ಉದ್ಯಾವರ, ಪಣಂಬೂರು, ತಣ್ಣೀರುಬಾವಿ, ಬೈಕಂಪಾಡಿ ಹೀಗೆ ಬೇರೆ ಬೇರೆ ಗ್ರಾಮಗಳಲ್ಲಿ ಭೂಮಿಗಳನ್ನು ವಶಪಡಿಸಿಕೊಂಡು ಪಂಚಮರೇ ಸ್ವತಃ ಮನೆ ಕಟ್ಟಿಕೊಳ್ಳಲು ಪ್ರೋತ್ಸಾಹಿಸುವ ತನಕ ಬೆಳೆಯಿತು. ಮಂಗಳೂರಿನ ಬಾಬುಗುಡ್ಡೆಯಲ್ಲಿ ಸರಕಾರಿ ಜಾಗವನ್ನು ತೆಗೆದುಕೊಂಡು ಪಂಚಮರಿಗೆ ಶಾಲೆ ಕಟ್ಟಿಸಿದರು. ಉಡುಪಿ, ಉದ್ಯಾವರ, ನೇಜಾರು, ಬ್ರಹ್ಮಾವರ, ಪುತ್ತೂರು, ಮುಲ್ಕಿಯಲ್ಲಿಯೂ ಇಂತಹ ಕೆಲಸ ಮುಂದುವರೆಯಿತು. ಕುದ್ಮುಲ್ ಪಿಜ್ಜರು ತಮ್ಮ ಎಲ್ಲ ಪ್ರಯತ್ನಗಳಿಂದ ಪಂಚಮರಲ್ಲಿ ಆಶಾಭಾವವನ್ನು ಮತ್ತು ಮಹತ್ವಾಕಾಂಕ್ಷೆಯನ್ನು ಮೂಡಿಸಿದರಷ್ಟೇ ಅಲ್ಲದೆ ಸಾಮಾಜಿಕ ಜಾಗೃತಿ ಉಂಟುಮಾಡಿದರು. ಸುಶಿಕ್ಷಿತರಾಗಿ ಒಗ್ಗಟ್ಟಿನಿಂದ ಸಾಧಿಸುವ ಹಾದಿಯನ್ನು ರೂಪಿಸಿಕೊಟ್ಟರು.

ಜೀತದ ಕೆಲಸ

ಆ ಕಾಲದಲ್ಲಿ ಜೀತದ ದುಡಿಮೆ ಸಮಾಜದಲ್ಲಿ ಅಂಗೀಕೃತ ಪದ್ಧತಿಯಾಗಿತ್ತು. ಶ್ರೀಮಂತ ಭೂಮಾಲಿಕರು ಪಂಚಮರ ದೇಹ ಮತ್ತು ಜೀವವನ್ನು ತಮ್ಮ ಆಸ್ತಿಯೆಂದು ತಿಳಿದುಕೊಂಡಿದ್ದ ಕಾಲವಾಗಿತ್ತು. ಪರಿಶಿಷ್ಟ ಜಾತಿ ಮತ್ತು ಪಂಗಡದವರನ್ನು ಬಂಧಿಸಿರುವ ಇಂತಹ ಸಾಮಾಜಿಕ ಸಂಕೋಲೆಗಳನ್ನು ಕಳಚಿ ಅವರನ್ನು ಸಂಕಷ್ಟಗಳಿಂದ, ನಿರಂತರ ಶೋಷಣೆಗಳಿಂದ ಪಾರು ಮಾಡಲು ಕುದ್ಮುಲ್ ಪಿಜ್ಜ ಯೋಚಿಸಿದರು. ಕುದ್ಮುಲ್ ಪಿಜ್ಜ ಇದಕ್ಕಾಗಿ ಅಸ್ಪೃಶ್ಯರು ಎನ್ನಿಸಿಕೊಂಡಿರುವ ದಲಿತರಿಗೆ ಕರಕುಶಲ ಕಲೆಗಳಲ್ಲಿ, ಗುಡಿ ಕೈಗಾರಿಕೆಗಳಲ್ಲಿ, ಕೃಷಿಯಲ್ಲಿ ತರಬೇತಿ ಕೊಡುವಂತಹ ಆಂದೋಲನ ಆರಂಭಿಸಿದರು. ಭೂಮಿಯ ಒಡೆತನ ಪರಿಶಿಷ್ಟ ಸಮುದಾಯದವರಿಗೆ ಸಿಕ್ಕಿ ತಮ್ಮ ಮನೆಗಳನ್ನು ಕಟ್ಟಿಕೊಳ್ಳಬೇಕೆನ್ನುವುದು ಕುದ್ಮುಲ್ ಪಿಜ್ಜರ ಆಲೋಚನೆಯಾಗಿತ್ತು.

ಪರಿಶಿಷ್ಟ ಜಾತಿ ಮತ್ತು ಪಂಗಡದವರಿಗೆ ಸ್ಥಳೀಯ ಸಂಸ್ಥೆಗಳಲ್ಲಿ ಮೀಸಲಾತಿ

ಕುದ್ಮುಲ್ ರಂಗರಾಯರ ಕಾಲದಲ್ಲಿ ಪರಿಶಿಷ್ಟ ಜಾತಿ ಮತ್ತು ಪಂಗಡದವರಿಗೆ ಮಂಗಳೂರಿನ ಡಿಸ್ಟ್ರಿಕ್ಟ್ ಬೋರ್ಡ್ ಅಥವಾ ಮುನ್ಸಿಪಲ್ ಕೌನ್ಸಿಲ್‌ನಲ್ಲಿ ಯಾವುದೇ ರೀತಿಯ ಮೀಸಲಾತಿ ಇರಲಿಲ್ಲ. ಕುದ್ಮುಲ್ ರಂಗರಾಯರ ವಿಶೇಷ ಪ್ರಯತ್ನದ ಫಲವಾಗಿ, ಪ್ರತಿಭಟನೆಯ ಪರಿಣಾಮವಾಗಿ ಮುನ್ಸಿಪಾಲಿಟಿಯಲ್ಲಿ 1888ರಲ್ಲಿ ದಕ್ಷಿಣಕನ್ನಡದ ದಲಿತ ಸಮುದಾಯದವರಿಗೆ ಸದಸ್ಯರಾಗುವ ಅವಕಾಶ ಪ್ರಾಪ್ತವಾಯಿತು. ಈ ರೀತಿಯ ಉಪಕ್ರಮದ ಪರಿಣಾಮವಾಗಿ ಕುದ್ಮುಲ್ ರಂಗರಾಯರ ಪ್ರೀತಿಯ ಶಿಷ್ಯ, ಅಧ್ಯಾಪಕರಾಗಿದ್ದ ಅಂಗಾರ ಮೇಷ್ಟ್ರು ಡಿಸ್ಟ್ರಿಕ್ಟ್ ಬೋರ್ಡ್ ಸದಸ್ಯರಾಗಿ ನೇಮಕಗೊಂಡರು. ಉಡುಪಿ ಪುತ್ತೂರು ಕಾಲನಿಯ ಗೋವಿಂದ ಮಾಸ್ಟರ್ ಮಂಗಳೂರು ಮುನ್ಸಿಪಲ್ ಕೌನ್ಸಿಲ್‌ನಲ್ಲಿ ಪರಿಶಿಷ್ಟ ಜಾತಿ ಮತ್ತು ಪಂಗಡದ ಪ್ರತಿನಿಧಿಯಾಗಿ ನೇಮಕಗೊಂಡರು. ಹೀಗೆ ಮೊತ್ತಮೊದಲ ಬಾರಿ ಇಬ್ಬರು ದಲಿತರು ಮುನ್ಸಿಪಾಲಿಟಿಯಲ್ಲಿ ಸದಸ್ಯರಾದರು. ಹೀಗೆ ಕುದ್ಮುಲ್ ರಂಗರಾಯರ ಪ್ರಯತ್ನದ ಫಲವಾಗಿ ಪರಿಶಿಷ್ಟ ಜಾತಿ ಮತ್ತು ಪಂಗಡದವರಿಗೆ ಪುರಸಭೆಗಳಲ್ಲಿ ನ್ಯಾಯಯುತವಾದ ಪ್ರಾತಿನಿಧ್ಯ ದೊರೆಯಲು ಸಾಧ್ಯವಾಯಿತು. ಕುದ್ಮುಲ್ ರಂಗರಾಯರು ಶೋಷಿತ ಸಮುದಾಯಗಳು ಸಹಕಾರಿ ತತ್ವವನ್ನು ಅವಲಂಬಿಸಿ ಆರ್ಥಿಕವಾಗಿ ಸಬಲರಾಗಬೇಕೆಂದು ತನ್ನದೇ ಎರಡು ಸಾವಿರ ರೂಪಾಯಿ ಬಂಡವಾಳ ಹಾಕಿ ಸಹಕಾರಿ ಸೊಸೈಟಿ ಆರಂಭಿಸಿದರು. ಸ್ವಯಂ ಸಹಕಾರ ಮಾಡುವ ಸಂಘವಾಗಿದ್ದ ಅದು ಬಂಡವಾಳದ ಕೊರತೆಯಿಂದ ಬಹಳ ಕಾಲ ಕಾರ್ಯನಿರ್ವಹಿಸದೆ ಮುಚ್ಚಿಹೋಯಿತು. ನಂತರ ಈಗ ಮಧ್ಯಪ್ರದೇಶದಲ್ಲಿ ಇರುವ ಮೊವ್ ಎನ್ನುವ ಸ್ಥಳದಲ್ಲಿ 1891ರಲ್ಲಿ ಹುಟ್ಟಿದ ಸಂವಿಧಾನ ಶಿಲ್ಪಿ ಡಾ.ಬಿ.ಆರ್.ಅಂಬೇಡ್ಕರರು ಕುದ್ಮುಲ್ ರಂಗರಾಯರು ದಲಿತರಿಗಾಗಿ ಮಾಡಿದ ಮೀಸಲಾತಿ ಪ್ರಯತ್ನದ ಕನಸುಗಳನ್ನು ಸಾಕಾರಗೊಳಿಸಿದರು.

ಮಹಿಳೆಯರ ಸಬಲೀಕರಣ ಮತ್ತು ಉನ್ನತಿ

ಕುದ್ಮುಲ್ ಪಿಜ್ಜರ ಕಾಲದಲ್ಲಿ ಮಹಿಳೆಯರನ್ನು ಒಂದು ಸೊತ್ತಾಗಿ ಮತ್ತು ಹರಟೆಯ ವಸ್ತುವಾಗಿ ಬಳಸುತ್ತಿದ್ದರು. ಮಹಿಳೆಯರು ಗಂಡಸಿನ ಸಂಪೂರ್ಣ ಕೃಪಾಕಟಾಕ್ಷದಲ್ಲಿ ಬದುಕಬೇಕಾಗಿತ್ತು. ಬಾಲವಿಧವೆಯರು ಮತ್ತು ಅವಿವಾಹಿತ ಮಹಿಳೆಯರನ್ನು ಗುಲಾಮರಂತೆ, ಅಸ್ಪೃಶ್ಯರಂತೆ ಕ್ರೂರವಾಗಿ ನಡೆಸಿಕೊಳ್ಳುತ್ತಿದ್ದರು. ಮದುವೆಗಳಲ್ಲಿ ವಿಧವೆಯರನ್ನು ಮತ್ತು ನಿರಾಶ್ರಿತ ಮಹಿಳೆಯರನ್ನು ದಲಿತರು ಹಾಗೂ ಕೊರಗರಿಗೆ ಸಮಾನವಾಗಿ ಕಾಣುತ್ತಿದ್ದರು. ಅವರು ಮುಕ್ತವಾಗಿ ಆಹಾರ ಸೇವಿಸಲು ಅವಕಾಶವಿರದೆ ಇತರರು ಎಲೆಯಲ್ಲಿ ತಿಂದು ಉಳಿಸಿದ ಅನ್ನವನ್ನಷ್ಟೇ ಸೇವಿಸಬೇಕಾಗಿತ್ತು. ಉಳಿದ ಮೇಲ್ಜಾತಿಯವರ ಮನೆಗಳಲ್ಲಿ ಪ್ರವೇಶವಿರಲಿಲ್ಲ ಹಾಗೂ ಅವರು ಉಪಯೋಗಿಸುತ್ತಿದ್ದ ಪಾತ್ರೆಗಳಲ್ಲಿ ನೀರು ಕುಡಿಯಲು ಕೂಡ ಅನುಮತಿಯಿರಲಿಲ್ಲ. ದುರದೃಷ್ಟ ಮಹಿಳೆಯರಿಗೆ ಸೊಂಟದ ಮೇಲ್ಭಾಗವನ್ನು ಬಟ್ಟೆಯಿಂದ ಮುಚ್ಚಿಕೊಳ್ಳಲೂ ಬಿಡದೆ ಅವರ ಗೌರವವನ್ನು ಸಂಪೂರ್ಣವಾಗಿ ಕಡೆಗಣಿಸಿ ಹೀನಾಯವಾಗಿ ಅವಮಾನಿಸಲಾಗುತ್ತಿತ್ತು. ಸೊಂಟಕ್ಕೆ ತುಂಡು ಬಟ್ಟೆಯನ್ನು ಕಟ್ಟಿ ತಮ್ಮ ದೇಹದ ಮೇಲ್ಭಾಗವನ್ನು ಬೆತ್ತಲೆಯಾಗಿ ಬಿಡಬೇಕಾಗಿತ್ತು. ವಿಧವೆಯರನ್ನಂತೂ ಬಹಳ ನಿಕೃಷ್ಟವಾಗಿ ನಡೆಸಿಕೊಳ್ಳಲಾಗುತ್ತಿತ್ತು.

ಕುದ್ಮುಲ್ ಪಿಜ್ಜರು ಮಹಿಳೆಯರ ಈ ಸಮಸ್ಯೆಗಳನ್ನು ಕಂಡು ಅದರಿಂದ ಪಾರುಮಾಡಲು ಪ್ರಯತ್ನಿಸಿದರು. ದಕ್ಷಿಣಕನ್ನಡ ಜಿಲ್ಲೆಯಾದ್ಯಂತ ಸಂಚರಿಸಿ, ಮಹಿಳೆಯರೆಂದರೆ ಮೇಲ್ಜಾತಿಯವರ ಶಾಪಕ್ಕೆ ಒಳಗಾದವರೋ ಅಥವಾ ದುರದೃಷ್ಟವಂತರೋ ಅಲ್ಲವೆಂದು ಮನವರಿಕೆ ಮಾಡಿಸಿ ಸಡಿಲವಾದ ಕುಪ್ಪಸ ಧರಿಸುವಂತೆ ಮಾಡುವ ಮೂಲಕ ಜಾಗೃತಿ ಮೂಡಿಸಿದರು. ಮೇಲ್ಜಾತಿಯವರ ಹಬ್ಬಗಳಲ್ಲಿ, ಸಮಾರಂಭಗಳಲ್ಲಿ ತಿಂದುಳಿದ ಎಂಜಲನ್ನು ಆಹಾರವಾಗಿ ಸ್ವೀಕರಿಸುವುದನ್ನು ವಿರೋಧಿಸಿದರು. ಕುದ್ಮುಲ್ ಪಿಜ್ಜ ಋತುಮತಿಯಾದ ವಿಧವಾಮಹಿಳೆಯರು ಮರುಮದುವೆಯಾಗುವುದಕ್ಕೆ ಪ್ರೋತ್ಸಾಹವನ್ನಿತ್ತರು. ಅಂತರ್ಜಾತೀಯ ವಿವಾಹವನ್ನು ಪ್ರೋತ್ಸಾಹಿಸಿದರು, ತಾನು ಬೋಧಿಸಿದ್ದಕ್ಕೆ ಬದ್ಧರಾಗಿ ತಮ್ಮ ಕುಟುಂಬದಲ್ಲಿಯೂ ಎರಡು ಅಂತರ್ಜಾತೀಯ ವಿವಾಹಗಳನ್ನು ಅನುಷ್ಠಾನಗೊಳಿಸಿದರು. 1911ರಲ್ಲಿ ತಮ್ಮ ಎರಡನೇ ಮಗಳು ರಾಧಾಬಾಯಿಯನ್ನು ಮೊದಲಿಯಾರ್ ಕುಟುಂಬದ ಸುಬ್ಬರಾಯನ್ ಅವರಿಗೆ ವಿವಾಹ ಮಾಡಿಕೊಡುವುದರ ಮೂಲಕ ಮಂಗಳೂರಿನಲ್ಲಿ ಮೊದಲ ಅಂತರ್ಜಾತೀಯ ಮದುವೆಯನ್ನು ಮಾಡಿಸಿದರು. ಆ ಕಾಲದಲ್ಲಿ ಸಾರಸ್ವತ ಸಮಾಜಕ್ಕಿಂತ ಮೊದಲಿಯಾರ್ ಸಮುದಾಯ ಕೆಳಮಟ್ಟದ್ದೆನ್ನುವ ಕಲ್ಪನೆಯಿತ್ತು. 1898–1899ರ ಕಾಲಕ್ಕೆ ಸಾರಸ್ವತ ಸಮಾಜದ ವಿಧವೆ ತರುಣಿಯನ್ನು ಆಕೆಯ ಹತ್ತಿರದ ಕೆಲವು ಸಂಬಂಧಿಕರ ಒಪ್ಪಿಗೆಯಿಂದ ಅವಳನ್ನು ಬಹುಮಟ್ಟಿಗೆ ಅಪಹರಿಸಿ ಮರುಮದುವೆಯನ್ನು ಶ್ರೇಷ್ಠ ಎಂಬ ಹೆಸರಿನ ಸಾರಸ್ವತ ತರುಣನ ಜೊತೆಗೆ ಮಾಡಿಸುವ ಮೂಲಕ ಮೊದಲನೆಯ ವಿಧವಾ ವಿವಾಹವನ್ನು ನಡೆಸಿಕೊಟ್ಟರು. ಬಾಂಬೆ ಹೈಕೋರ್ಟಿನ ನ್ಯಾಯಾಧೀಶರಾಗಿದ್ದು ಆ ನಂತರ ಬಾಂಬೆ ಯುನಿವರ್ಸಿಟಿಯ ಕುಲಪತಿಗಳಾಗಿದ್ದ ಶ್ರೀ ನಾರಾಯಣ ಚಂದಾವರ್ಕರ್ ಅವರ ಮನೆಯಲ್ಲಿ ಈ ವಿವಾಹ ಸಮಾರಂಭವನ್ನು ಏರ್ಪಡಿಸಿ ಶ್ರೀಮತಿ ಚಂದಾವರ್ಕರ್ ಅವರಿಗೆ ಹುಡುಗಿಯನ್ನು ಒಪ್ಪಿಸಿದರು.

ಕುದ್ಮುಲ್ ಪಿಜ್ಜರು ವಿಧವೆಯರ ಶಿಕ್ಷಣಕ್ಕೆ ಹೆಚ್ಚಿನ ಮಹತ್ವ ಕೊಟ್ಟರು ಹಾಗೂ ನಿರ್ಗತಿಕ ಮಹಿಳೆಯರ ಪುನರ್ವಸತಿಗಾಗಿ ದುಡಿದರು. ಅನೇಕ ಸಂದರ್ಭಗಳಲ್ಲಿ ಇಂತಹ ಮಹಿಳೆಯರಿಗೆ ಶಿಕ್ಷಣ ಕೊಡಲು ಕುದ್ಮುಲ್ ಪಿಜ್ಜರಲ್ಲಿ ಸರಿಯಾದ ಅನುಕೂಲತೆಗಳಿರಲಿಲ್ಲ. ಅದಕ್ಕಾಗಿ ಉಚಿತ ಶಾಲೆಗಳನ್ನೂ ವಿಧವೆಯರ ವಸತಿಗಾಗಿ ಅನಾಥಾಶ್ರಮಗಳನ್ನೂ ಸ್ಥಾಪಿಸಿದರು. ಸಮ್ಜಾಜದಲ್ಲಿ ಬಹಿಷ್ಕೃತಗೊಂಡ ಮಹಿಳೆಯರನ್ನು ಸಂರಕ್ಷಿಸಿ ಉದ್ಯೋಗ ತರಬೇತಿಯನ್ನು ಕೊಟ್ಟರು. ಈ ರೀತಿ ಮಹಿಳೆಯರಿಗೆ ಸಹಾಯ ಮಾಡುವಾಗ ಅವರ ಜಾತಿ, ಮತ, ಧರ್ಮಗಳ ನಡುವೆ ಭೇದ ಮಾಡದೆ ಎಲ್ಲ ವರ್ಗದ ಮಹಿಳೆಯರಿಗೆ ಸಹಾಯ ಮಾಡಿದರು. ಮಹಿಳೆಯರ ಆರ್ಥಿಕ ಸಬಲೀಕರಣಕ್ಕಾಗಿ ಹಾಗೂ ಅವರ ಮಕ್ಕಳು ಕೂಡ ತಮ್ಮ

ಕಾಲಿನ ಮೇಲೆ ತಾವೇ ನಿಂತುಕೊಳ್ಳಬೇಕೆನ್ನುವ ಆಶಯದಿಂದ ಕಸೂತಿ, ಬುಟ್ಟಿಗಳ ಹೆಣೆಯುವಿಕೆ ಇತ್ಯಾದಿ ಆದಾಯ ಬರುವಂತಹ ಕೌಶಲಗಳನ್ನು ಹೇಳಿಕೊಟ್ಟರು.

ಗಂಡನಿಂದ ಪರಿತ್ಯಕ್ತರಾದ ಹೆಂಗಸರ ಮದುವೆಗೆ ಪ್ರಯತ್ನ ಮಾಡಿದರು. ಇದಕ್ಕಾಗಿ ಅಂತಹ ತರುಣಿಯರ ದಾಖಲೆಗಳನ್ನು ಇಟ್ಟುಕೊಂಡಿದ್ದರು. ಮದುವೆ ವಯಸ್ಸಿಗೆ ಬಂದವರಾಗಿದ್ದರೆ ವಿವಾಹದ ವ್ಯವಸ್ಥೆ ಮಾಡುತ್ತಿದ್ದರು. ಇದಕ್ಕಾಗಿ ಅವರು ನಿಯತವಾಗಿ ಒಂದು ರಿಜಿಸ್ಟರ್ ಇಟ್ಟುಕೊಂಡು ಮದುವೆಯಾಗದ ವಿಧವೆತರುಣಿಯರ ಅಂಕೆಸಂಖ್ಯೆಗಳನ್ನು ದಾಖಲಿಸಿಕೊಂಡಿದ್ದರು. ಒಂದು ರೀತಿಯಲ್ಲಿ ಏಕವ್ಯಕ್ತಿ ವಿವಾಹದ ತಿಜೋರಿಯಂತೆ ಕೆಲಸ ಮಾಡಿದರು. ಬಾಲವಿಧವೆಯರ ಬಗ್ಗೆ ಮತ್ತು ಗಂಡನಿಂದ ಪರಿತ್ಯಕ್ತ ಮಹಿಳೆಯರ ಬಗ್ಗೆ ಕೇಳಿ ತಿಳಿದುಕೊಂಡ ಕುದ್ಮುಲ್ ಪಿಜ್ಜರು ಅಂತಹ ಮಹಿಳೆಯರ ಬಳಿಗೆ ಹೋಗಿ ಸಹಾಯ ಮಾಡುತ್ತಿದ್ದರು. ವಿಧವೆ ತರುಣಿಯರು ಹಾಗೂ ಪರಿತ್ಯಕ್ತ ಮಹಿಳೆಯರು ಮರುಮದುವೆಯಾಗಲು ಇಚ್ಛಿಸುವುದಾದರೆ ಸಂಪರ್ಕಿಸಬಹುದೆಂದು ವರ್ತಮಾನ ಪತ್ರಿಕೆಗಳಲ್ಲಿ ಜಾಹೀರಾತುಗಳನ್ನು ಕೊಡುತ್ತಿದ್ದರು. ಇಂತಹ ಅಂತರ್ಜಾತೀಯ ಮದುವೆ ಸಮಾರಂಭಗಳಿಗೆ ಬೇರೆಲ್ಲೂ ಸ್ಥಳ ದೊರೆಯದಿದ್ದರೆ ಕುದ್ಮುಲ್ ಪಿಜ್ಜರ ಮನೆ ತೆರೆದುಕೊಂಡಿರುತ್ತಿತ್ತು. ಅಲ್ಲಿ ಅನೇಕ ಸಂದರ್ಭಗಳಲ್ಲಿ ವಿಧವೆಯರ ಮರುಮದುವೆ, ಅಂತರ್ಜಾತೀಯ ವಿವಾಹ ನಡೆಯುತ್ತಿತ್ತು.

ಅಂತಹ ವಿಧವಾ ವಿವಾಹಗಳು ಅಥವಾ ಅಂತರ್ ಜಾತಿಯ ವಿವಾಹಗಳು ನಡೆದ ಅನೇಕ ಸಂದರ್ಭಗಳು ಇದ್ದುವು. ಕುದ್ಮುಲ್ ಪಿಜ್ಜರು ಒಬ್ಬಳು ನಿರ್ಗತಿಕ ಶೂದ್ರ ಹುಡುಗಿಯನ್ನು ಬ್ರಹ್ಮ ಸಮಾಜದ ಮಿಷನರಿ ಆಗಿದ್ದ ಬಾಯಿ ಬಲದೇವ್ ಅವರ ಜೊತೆಗೆ ಬೊಂಬಾಯಿಗೆ ಕಳುಹಿಸಿದರು. ಆ ಹುಡುಗಿ ಬಾಂಬೆ ಯುನಿವರ್ಸಿಟಿಯಲ್ಲಿ ಮೆಟ್ರಿಕ್ಯುಲೇಷನ್ ಪರೀಕ್ಷೆ ಪಾಸಾಗುವ ತನಕ ಅವಳ ಎಲ್ಲಾ ಖರ್ಚನ್ನು ಕುದ್ಮುಲ್ ಪಿಜ್ಜ ನೋಡಿಕೊಂಡರು. ಬಳಿಕ ಅವಳು ಇಂಗ್ಲಿಷ್ ಪ್ರೊಫೆಸರನ್ನು ಮದುವೆಯಾದಳು. ದುರದೃಷ್ಟವಶಾತ್ ಇಂತಹ ನಿರಾಶ್ರಿತ ಮಹಿಳೆಯರಿಗೆ ಮತ್ತು ಬಾಲವಿಧವೆಯರಿಗೆ ಪ್ರತ್ಯೇಕವಾದ ಶಾಲಾಕಟ್ಟಡ ಕಟ್ಟಬೇಕೆನ್ನುವ ಕುದ್ಮುಲ್ ಪಿಜ್ಜರ ಕನಸು ಅವರ ಜೀವಿತಾವಧಿಯಲ್ಲಿ ನೆರವೇರಲಿಲ್ಲ. ಆದರೆ ಅವರ ನಿಧನದ ಬಳಿಕ ಡಾ.ಬೆನಗಲ್ ರಾಘವೇಂದ್ರ ರಾವ್ ಎನ್ನುವ ಪ್ರಸಿದ್ಧ ವೈದ್ಯರ ಹಾಗೂ ಉದಾರ ದಾನಿಗಳ ನೆರವಿನ ಮೂಲಕ ಮಹಿಳೆಯರಿಗಾಗಿ ಕುದ್ಮುಲ್ ಪಿಜ್ಜರ ಸ್ಮಾರಕಾರ್ಥವಾಗಿ 'ಸ್ವಾಮಿ ಈಶ್ವರಾನಂದ ಸೇವಾಶ್ರಮ'ವನ್ನು ಮಂಗಳೂರಿನಲ್ಲಿ ಕಟ್ಟಲಾಯಿತು. ಬಳಿಕ ಕುದ್ಮುಲ್ ಪಿಜ್ಜರ ಇಬ್ಬರು ಮೊಮ್ಮಕ್ಕಳು, ನಯಂಪಳ್ಳಿ ರಾಮರಾವ್ ಮತ್ತು ನಯಂಪಳ್ಳಿ ಶಿವರಾವ್ ಈ ಸೇವಾಶ್ರಮವನ್ನು ಕಂಕನಾಡಿಯ ಕುದ್ರೋಳಿ ಗುಡ್ಡೆಗೆ ಸ್ಥಾನಾಂತರಿಸಲು ಭೂಮಿಯನ್ನು ದಾನ ಮಾಡಿದರು.

ದೇವದಾಸಿ ಪದ್ಧತಿಯ ವಿರುದ್ಧ ಹೋರಾಟ

ಉಳ್ಳಾಲ ರಘುನಾಥಯ್ಯ ಮತ್ತು ಕುದ್ಮುಲ್ ಪಿಜ್ಜರ ನಡುವೆ ಅನೇಕ ಕಾರ್ಯಕ್ಷೇತ್ರಗಳಲ್ಲಿ ಅನ್ಯೋನ್ಯತೆಯಿತ್ತು. ಅವರಿಬ್ಬರೂ ದೇವದಾಸಿ ಪದ್ಧತಿಯ ವಿರುದ್ಧ ಹೋರಾಡುತ್ತಿದ್ದರು. ಆ ಕಾಲದಲ್ಲಿ ಬಡಜನರು ಮೂರು ವರ್ಷ ವಯಸ್ಸಿನವರಾಗಿದ್ದಾಗಲೇ ತಮ್ಮ ಹೆಣ್ಮಕ್ಕಳನ್ನು ದೇವಸ್ಥಾನಗಳಿಗೆ ಮಾರಿ ದೇವದಾಸಿಯರನ್ನಾಗಿ ಮಾಡುತ್ತಿದ್ದರು. ಈ ದೇವದಾಸಿಯರನ್ನು ಮೇಲ್ಜಾತಿಯವರ ಮದುವೆ, ಉಪನಯನ, ನಾಮಕರಣ ಮುಂತಾದ ಕಾರ್ಯಕ್ರಮಗಳಿಗೆ ಕರೆಯಿಸಿ ಸಾರಸ್ವತರ ಸಹಿತ ಮೇಲ್ಜಾತಿ ವರ್ಗದ ಗಂಡಸರು ಭೋಗಿಸಿ ಹಣ ಕೊಡುತ್ತಿದ್ದರು. ದೇವಸ್ಥಾನಗಳ ಪಾರುಪತ್ಯೆಗಾರರೂ ದೇವದಾಸಿ ಪದ್ಧತಿಯನ್ನು ಪ್ರೋತ್ಸಾಹಿಸುತ್ತಿದ್ದರು. ಯಾಕೆಂದರೆ ಮೇಲ್ಜಾತಿಯ ಗಂಡಸರು ಲೈಂಗಿಕ ಬಳಕೆಗೆ ದೇವದಾಸಿಯರನ್ನು ಬಳಸುವಾಗ ಕೊಡುತ್ತಿದ್ದ ಹಣ ದೇವಾಲಯದ ಬೊಕ್ಕಸಕ್ಕೆ ಸಂಪತ್ತನ್ನು ತರುತ್ತಿತ್ತು.

ಕುದ್ಮುಲ್ ಪಿಜ್ಜ ದೇವದಾಸಿ ಪದ್ಧತಿಗೆ ಹೆಣ್ಮಕ್ಕಳನ್ನು ಬಳಸುವುದರ ವಿರುದ್ಧ ಆಂದೋಲನ ಆರಂಭಿಸಿ ಕರಪತ್ರಗಳನ್ನು, ಭಿತ್ತಿಪತ್ರಗಳನ್ನು ಪ್ರಕಟಿಸಿ ಪ್ರಸರಣ ಮಾಡುವ ಮೂಲಕ, ಭಾಷಣಗಳ ಮೂಲಕ ಖಂಡಿಸಿದರು. ಹೆಣ್ಮಕ್ಕಳನ್ನು ದೈಹಿಕ ಸುಖಕ್ಕಾಗಿ ದುರುಪಯೋಗಪಡಿಸಿಕೊಳ್ಳಬಾರದೆಂದು ಉಪದೇಶಿಸಿದರು. ದೇವದಾಸಿ ಪದ್ಧತಿ ಎಷ್ಟು ವಿನಾಶಕಾರಿ ಮತ್ತು ಎಷ್ಟು ಕ್ರೂರವಾದುದು ಎಂಬುದರ ಬಗ್ಗೆ ನಡೆಸಿದ ಪ್ರಚೋದನಾ ಅಭಿಯಾನದಲ್ಲಿ ಅವರು ಯಶಸ್ವಿಯಾದರೂ ಕೂಡ ಈಗಲೂ ಆ ಪದ್ಧತಿ ಸಂಪೂರ್ಣವಾಗಿ ನಿರ್ಮೂಲನೆಯಾಗದೆ ಕೆಲವು ದೇವಾಲಯಗಳಲ್ಲಿ ಗುಪ್ತವಾಗಿ ನಡೆಯುತ್ತದೆಯೆಂಬುದನ್ನು ಕೇಳಿದ್ದೇವೆ. ಸರಕಾರ ಹೆಣ್ಮಕ್ಕಳನ್ನು ಈ ತರಹ ಶೋಷಿಸುವುದನ್ನು ನಿಷೇಧಿಸಿ ಕಾನೂನುಗಳನ್ನು ಮಾಡಿದರೂ ಅಲ್ಲೊಂದು ಇಲ್ಲೊಂದು ಕಡೆ ಇಂತಹ ಪ್ರಕರಣಗಳು ನಡೆಯುತ್ತಿರುವುದು ವಿಷಾದದ ಸಂಗತಿಯಾಗಿದೆ.

ಕೈದಿಗಳ ಪುನರ್ವಸತಿ

ಸ್ವಲ್ಪ ಕಾಲ ಕುದ್ಮುಲ್ ಪಿಜ್ಜರನ್ನು ಮಂಗಳೂರು ಪ್ರದೇಶದ ಗೌರವ ಮ್ಯಾಜಿಸ್ಟ್ರೇಟ್ ಆಗಿ ನೇಮಕ ಮಾಡಿದರು. ಅಗತ್ಯವಿದ್ದಾಗ ಜೈಲಿಗೆ ಭೇಟಿಕೊಡುವುದು ಅವರ ಮುಖ್ಯ ಕರ್ತವ್ಯಗಳಲ್ಲಿ ಒಂದಾಗಿತ್ತು. ಈ ರೀತಿ ಜೈಲನ್ನು ಸಂದರ್ಶಿಸುವಾಗ ರೋಮನ್ ಕ್ಯಾಥೋಲಿಕ್ ಸಮುದಾಯಕ್ಕೆ ಸೇರಿದ ಬಹಳ ಮಂದಿ ಕೈದಿಗಳು ಮದ್ಯಪಾನ ಚಟಕ್ಕೆ ಒಳಗಾಗಿರುವುದನ್ನು ಗಮನಿಸುತ್ತಿದ್ದರು. ಇದನ್ನು ತಿಳಿದ ಕುದ್ಮುಲ್ ಪಿಜ್ಜ ಪರಿಶ್ರಮ ಜೀವಿಗಳಾದ ರೋಮನ್ ಕ್ಯಾಥೋಲಿಕ್ ಸಮುದಾಯದವರು ಮದ್ಯಪಾನದ ದುಶ್ಚಟಕ್ಕೆ ಬಲಿಯಾಗುವುದರಿಂದ ಆಗುವ ಹಾನಿಯ ಕುರಿತಾಗಿ ರೋಮನ್ ಕ್ಯಾಥೋಲಿಕ್ ಚರ್ಚಿನ ಮುಖ್ಯಸ್ಥರಿಗೆ ಪತ್ರ ಬರೆದರು. ದುರದೃಷ್ಟವಂತ ಮದ್ಯಪಾನಿಗಳಿಗೆ ಚರ್ಚಿನ ಹಿರಿಯ ಪಾದ್ರಿಗಳು ಮಾರ್ಗದರ್ಶನ ಕೊಡಬೇಕೆನ್ನುವುದು ಪತ್ರದ ಉದ್ದೇಶವಾಗಿತ್ತು. ಇದು ಚರ್ಚಿನ ಹಿರಿಯ ಪಾದ್ರಿಗಳಿಗೆ ಇರುಸುಮುರುಸಿನ ವಿಷಯವಾಗಿ, ಸ್ಥಳೀಯ ಪಾದ್ರಿಗಳು ರೋಮನ್ ಕ್ಯಾಥೋಲಿಕ್ ಸಮುದಾಯವನ್ನು ಕುದ್ಮುಲ್ ಪಿಜ್ಜ ಅವಮಾನಿಸುವುದರ ಬಗ್ಗೆ ಪ್ರಶ್ನಿಸಿದರು. ಆದರೆ ಕುದ್ಮುಲ್ ಪಿಜ್ಜ ಬೆನೊಲಿ ಕೋರ್ಟಿನ ದಾಖಲೆಗಳನ್ನು ನೋಡಿದಾಗ ಕ್ಯಾಥೋಲಿಕ್ ಕೈದಿಗಳು ಈ ರೀತಿಯ ಅಪರಾಧ ಮಾಡುವುದು

ನಿಜವಾಗಿದ್ದುದರಿಂದ ಮಂಗಳೂರಿನ ಬಿಷಪ್‌ರನ್ನು ಭೇಟಿಯಾಗಿ ಸಮಸ್ಯೆಯನ್ನು ಮನವರಿಕೆ ಮಾಡಿಕೊಟ್ಟರು. ಪತ್ರ ಬರೆದಿರುವುದು ಅವಮಾನಿಸುವುದಕ್ಕಾಗಿ ಅಲ್ಲ, ಸಮುದಾಯದ ಈ ತರಹದ ಕಾಯಿಲೆಯನ್ನು ಗುಣಪಡಿಸುವುದಕ್ಕೆ ಹಾಗೂ ಸಾಮಾಜಿಕ ಪಿಡುಗು ನಿರ್ಮೂಲನೆ ಮಾಡುವುದಕ್ಕೆ ಆಗಿದ್ದು ಕ್ಯಾಥೋಲಿಕ್ ಸಮುದಾಯಕ್ಕೆ ನೋವುಂಟು ಮಾಡುವ ಉದ್ದೇಶವಿಲ್ಲ ಎಂದು ಹೇಳಿ ತನ್ನ ವಾದಕ್ಕೆ ಸಾಕ್ಷಿಯಾಗಿರುವ ದಾಖಲೆಯನ್ನು ತಿಳಿಸಿದರು. ಇದರಿಂದ ಬಿಷಪ್ ಅವರು ತೃಪ್ತರಾಗಿ ಕುದ್ಮುಲ್ ಪಿಜ್ಜರ ಈ ತರಹದ ನಡೆಗೆ ಯಾವುದೇ ಗುಪ್ತ ಮಾರ್ಗಸೂಚಿಯಿಲ್ಲವೆಂದು ಅರಿತುಕೊಂಡರು.

ಕುದ್ಮುಲ್ ಪಿಜ್ಜರು ಜೈಲಿಗೆ ಭೇಟಿ ಕೊಡುತ್ತಿದ್ದುದು ಔಪಚಾರಿಕವಾಗಿರದೆ ಕೈದಿಗಳಿಗೆ ಒಂದಲ್ಲ ಒಂದು ರೀತಿ ಸಹಾಯ ಮಾಡುವ ಕೆಲಸವನ್ನು ಮಾಡುತ್ತಿದ್ದು ಬದುಕು ಉತ್ತಮಗೊಳಿಸುವ ಚಟುವಟಿಕೆಗಳಿಗೆ ಪ್ರೇರೇಪಿಸುತ್ತಿದ್ದರು. ಜೈಲಿನ ಕೈದಿಗಳಲ್ಲಿ ಅವರವರ ದೇವರ ಕಲ್ಪನೆಯ ಬಗ್ಗೆ ಪ್ರಶ್ನಿಸುತ್ತಿದ್ದರು. ಪ್ರತಿಯೊಬ್ಬರಲ್ಲೂ ತಮ್ಮ ದೇವರನ್ನು ನಂಬಿ ಪ್ರಾರ್ಥಿಸುವ ಬಗ್ಗೆ ಕೇಳುತ್ತಿದ್ದರು. ಜೈಲಿನ ಕೈದಿಗಳ ಬದುಕನ್ನು ಉತ್ತಮಪಡಿಸಲು ಮತ್ತು ಸಮಾಜದಲ್ಲಿ ಒಳ್ಳೆಯ ಸ್ಥಾನ ಕಲ್ಪಿಸಲು ಪ್ರಯತ್ನಿಸುತ್ತಿದ್ದರು. ಸಾಮಾಜಿಕವಾಗಿ ಕೆಳಹಂತದಿಂದ ಮೇಲೆ ಬಂದು ಉತ್ತಮ ಬದುಕನ್ನು ಸಾಗಿಸುವ ಕನಸನ್ನು ಹುಟ್ಟುಹಾಕಲು ಪ್ರಯತ್ನಿಸುತ್ತಿದ್ದರು. ಕುಡಿತದ ಭೂತ ಉಚ್ಚಾಟನೆ ಮಾಡಬೇಕೆಂದು ಹೇಳುತ್ತಿದ್ದರು.

ತಾವು ನಡೆಸುತ್ತಿದ್ದ ಸಭೆಗಳಿಗೆ ಮದ್ಯಪಾನಿಗಳನ್ನು ಆಹ್ವಾನಿಸಿ ಮದ್ಯಪಾನದ ದುರಂತದ ಬಗ್ಗೆ ವಿವರಿಸುತ್ತಿದ್ದರು. ಈ ವಿಚಾರಗಳನ್ನು ದಲಿತರಿಗೂ ಹೇಳುತ್ತಿದ್ದರು. ಕುದ್ಮುಲ್ ಪಿಜ್ಜರು ದಲಿತರಿಗೆ ಮಾಡಿದ ಹಾಗೆಯೇ ಈ ರೀತಿಯ ಕ್ಯಾಥಲಿಕ್‌ರಿಗೆ ಕೂಡಾ ಮನೆ ಕಟ್ಟುವಾಗ ತೆರಿಗೆ ವಿನಾಯಿತಿ ನೀಡಲು ಅಧಿಕಾರಿಗಳಲ್ಲಿ ಕೋರಿಕೆ ಸಲ್ಲಿಸುತ್ತಿದ್ದರು. ಕುದ್ಮುಲ್ ಪಿಜ್ಜ ಎಲ್ಲಾ ಧರ್ಮಗಳ ಪ್ರತಿನಿಧಿಗಳನ್ನು ಒಂದು ಸಂಸ್ಥೆಯ ಸದಸ್ಯರನ್ನಾಗಿ ಮಾಡಿ ಆ ಸಂಘಕ್ಕೆ ಸಹಾಯ ಮತ್ತು ಕೊಡುಗೆಯನ್ನು ಸ್ವೀಕರಿಸುತ್ತಿದ್ದರು. ಈ ಸಂಘದಲ್ಲಿ ಸಂಗ್ರಹವಾದ ಹಣದಲ್ಲಿ ಬಡ ಮಕ್ಕಳಿಗೆ ಶಾಲೆಗಳನ್ನು ಕಟ್ಟಿಸಿದರು. ಕುದ್ಮುಲ್ ಪಿಜ್ಜರು ನ್ಯಾಯಾಲಯದ ಗೌರವ ಮ್ಯಾಜಿಸ್ಟ್ರೇಟ್ ಆಗಿದ್ದುದರಿಂದ ಅನೇಕ ಹೊಸ ಉಪಕ್ರಮಗಳನ್ನು ಮಾಡಿ ಅಸಹಾಯಕರಿಗೆ ಸಹಾಯ ಹಸ್ತ ಚಾಚಿದರು.

ಆರ್ಥಿಕ ಸಮಸ್ಯೆಗಳು ಮತ್ತು ನಿಧಿ ಸಂಗ್ರಹ

ಕುದ್ಮುಲ್ ಪಿಜ್ಜರ ಸಾಮಾಜಿಕ ಸೇವೆ ತುಂಬ ಸುಲಭ ಮತ್ತು ಆಕರ್ಷಕ ಕೆಲಸವಾಗಿರದೆ ಹಣದ ಕೊರತೆ, ಆವಶ್ಯಕತೆಗಳ ಒತ್ತಡ ಬಹಳ ಇತ್ತು. ಹಣವನ್ನು ಜಾಗರೂಕತೆಯಿಂದ ಉಳಿಸಬೇಕಾಗಿತ್ತು. ಹಾಸ್ಟೆಲ್‌ಗಳನ್ನು ನಡೆಸುವಾಗ ಅಲ್ಲಿ ಕುದ್ಮುಲ್ ಪಿಜ್ಜರು ನಿದ್ರೆಯಿರದ ರಾತ್ರಿಗಳನ್ನು ಕಳೆಯಬೇಕಾಗಿತ್ತು. ಯಾಕೆಂದರೆ ಮರುದಿನದ ಆಹಾರಧಾನ್ಯ ದಾಸ್ತಾನಿನ ಚಿಂತೆ ಕಾಡುತ್ತಿತ್ತು. ಜೊತೆಗೆ ಕುದ್ಮುಲ್ ಪಿಜ್ಜರ ಸಾಮಾಜಿಕ ಚಟುವಟಿಕೆ ಒಪ್ಪಿಕೊಳ್ಳದ ಮೇಲ್ಜಾತಿಯವರು ಕುದ್ಮುಲ್ ಪಿಜ್ಜ ಹಣದ ಕೊರತೆಯಿಂದ ಸಂಕಷ್ಟ ಪಟ್ಟಾಗ ಸಂಭ್ರಮಿಸುತ್ತಿದ್ದರು.

ಇವತ್ತು ಕಾಲ ಬದಲಾಗಿದೆ. ಆದರೆ 90 ವರ್ಷಗಳ ಹಿಂದೆ ಕುದ್ಮುಲ್ ಪಿಜ್ಜ ಸಾಮಾಜಿಕ ಸೇವೆ ಆರಂಭಿಸಿದ ಕಾಲಕ್ಕೆ ಅಸ್ಪೃಶ್ಯತೆ, ದೇವದಾಸಿ ಪದ್ಧತಿ, ವಿಧವೆಯರ ಮೇಲಿನ ದೌರ್ಜನ್ಯ ಇಂತಹ ಸಮಸ್ಯೆಗಳ ವಿರುದ್ಧ ಯಾರೂ ಹೋರಾಡಲಿಲ್ಲ ಎನ್ನುವುದಕ್ಕಿಂತಲೂ ಯಾರಿಗೂ ಈ ಕುರಿತು ಯೋಚನೆಗಳೇ ಇರಲಿಲ್ಲ ಎನ್ನುವುದು ಹೆಚ್ಚು ವಾಸ್ತವ. ಇಂತಹ ಪರಿಸ್ಥಿತಿಯಲ್ಲಿ ಸಮಾಜಕ್ಕೆ ಕ್ಯಾನ್ಸರ್‌ನಂತಿರುವ ಎಲ್ಲ ಸಮಸ್ಯೆಗಳನ್ನು ಕುದ್ಮುಲ್ ಪಿಜ್ಜ ಎದುರಿಸಿ ಸಂಪೂರ್ಣ ಕಿತ್ತು ಹಾಕುವ ಪ್ರಯತ್ನ ಮಾಡಿದರು. ಅನೇಕ ಸಲ ಕುದ್ಮುಲ್ ಪಿಜ್ಜರು ಹಾಸ್ಟೆಲ್‌ನ

ಮಕ್ಕಳಿಗೆ ಸರಿಯಾದ ಆಹಾರ ಕೊಡಲು ಹಣವಿಲ್ಲದಿದ್ದಾಗ ಚಿಂತೆಯಲ್ಲಿ ಮುಳುಗಿ ಅಪಾರ ದೈವಭಕ್ತಿಯಿದ್ದ ಕಾರಣ ದೇವರ ಮೊರೆ ಹೋಗುತ್ತಿದ್ದರು. ದೇವರು ಸಂಕಷ್ಟದಲ್ಲಿದ್ದಾಗ ಸಹಾಯ ಮಾಡುತ್ತಾನೆಂಬ ಅವರ ನಂಬಿಕೆ ಸುಳ್ಳಾಗದೆ ಎಷ್ಟೋ ಬಾರಿ ಯಾವುದೋ ಕಡೆಗಳಿಂದ, ತಿಳಿಯದ ಮೂಲಗಳಿಂದ ದಿನಸಿ ಸಾಮಗ್ರಿಗಳು ಬರುತ್ತಿದ್ದವು. ತಾವು ಕೇಳದ, ನೋಡದ ಯಾರೋ ವ್ಯಕ್ತಿಗಳು ಆಶ್ಚರ್ಯಕರ ರೀತಿಯಲ್ಲಿ ಆರ್ಥಿಕ ಸಹಾಯ ಮಾಡುತ್ತಿದ್ದರು.

ಅಮೆರಿಕನ್ ಮಿಷನರಿ ರೆವರೆಂಡ್ ಜಸ್ಟಿನ್ ಆಬ್ಬೊಟ್ ಎನ್ನುವವರು ವಾರ್ಷಿಕವಾಗಿ ಐವತ್ತು ರೂಪಾಯಿಗಳನ್ನು ತಮ್ಮ ನಿಧನದವರೆಗೆ ಕುದ್ಮುಲ್ ಪಿಜ್ಜರ ಕೆಲಸಗಳಿಗೆ ಕೊಡುತ್ತಿದ್ದರಷ್ಟೇ ಅಲ್ಲದೇ ಒಂದು ಸಾವಿರ ಡಾಲರ್‌ಗಳನ್ನು ಡಿ.ಸಿ.ಎಂ ಮಿಷನ್‌ಗೆಂದು ವಿಲ್‌ನಲ್ಲಿ ಬರೆದಿಟ್ಟಿದ್ದರು. ರೆವರೆಂಡ್ ಆಬ್ಬೊಟ್ ಮಾತ್ರವಲ್ಲದೆ ಇನ್ನೂ ಅನೇಕರು, ಉದಾಹರಣೆಗೆ ಬರೋಡಾದಲ್ಲಿ ಚೀಫ್ ಮೆಡಿಕಲ್ ಆಫೀಸರ್ ಆಗಿದ್ದಂತಹ ಬೆನಗಲ್ ರಾಮಕೃಷ್ಣರಾಯರು ತಮ್ಮ ವಿಲ್‌ನಲ್ಲಿ ಡಿ.ಸಿ.ಎಂ ಮಿಷನ್ನಿಗೆ ಬರೆದಿಟ್ಟಿದ್ದ ನಾಲ್ಕು ಸಾವಿರ ರೂಪಾಯಿಗಳು 1930ರಲ್ಲಿ ಕೈಗೆ ಬಂತು. ಶ್ರೀಮತಿ ನಾರಾಯಣರಾಯರು ಬಾಂಬೆಯಿಂದ ಕುದ್ಮುಲ್ ಪಿಜ್ಜರ ಆಪ್ತ ಸ್ನೇಹಿತನ ಮೂಲಕ ದತ್ತಿನಿಧಿಯಾಗಿ ಎರಡೂವರೆ ಸಾವಿರ ರೂಪಾಯಿಗಳನ್ನು ಕಳುಹಿಸಿಕೊಟ್ಟರು. ರೆವರೆಂಡ್ ಜಸ್ಟಿನ್ ಆಬ್ಬೊಟ್ ಮತ್ತು ಶ್ರೀಮತಿ ನಾರಾಯಣರಾವ್ ಹೆಸರಿನ ಎರಡು ದತ್ತಿನಿಧಿಗಳು ಕುದ್ಮುಲ್ ಪಿಜ್ಜರ ನಿಧನದ ನಂತರ 1930ರಲ್ಲಿ ಸಂಸ್ಥೆಗೆ ದತ್ತವಾದವು.

ಬೆನಗಲ್ ಸದಾಶಿವರಾವ್ ಅವರಿಂದ ಪಡೆದ ಹಣ ಅನಾಥಾಶ್ರಮ ಮತ್ತು ಕುದ್ಮುಲ್ ಪಿಜ್ಜರ ನೆನಪಿನಲ್ಲಿ ಹಾಸ್ಟೆಲ್ ಕಟ್ಟಲು ವಿನಿಯೋಗವಾಯಿತು. ಅನೇಕ ಮಂದಿ ನೂರು ರೂಪಾಯಿಯಿಂದ ಐನೂರು ರೂಪಾಯಿಯವರೆಗೆ ಬಹಳ ವರ್ಷ ಕಳುಹಿಸಿ ಕೊಡುತ್ತಿದ್ದರು. ಕುದ್ಮುಲ್ ಪಿಜ್ಜರು ವೆಂಕಟಯ್ಯ ಟ್ರಸ್ಟ್‌ನಿಂದ ನಿಯತವಾಗಿ ಹಣವನ್ನು ಪಡೆಯುತ್ತಿದ್ದರು. ಆ ಟ್ರಸ್ಟಿನ ಹಣವನ್ನು ವೆಲೆನ್ಸಿಯಾದ ಶಾಲಾ ಪರಿಸರದಲ್ಲಿ ಬಾವಿಯನ್ನು ತೋಡಲು ವಿನಿಯೋಗಿಸಿದರು. ಅದರ ಒಡೆಯರು ಒಬ್ಬ ಕ್ಯಾಥೋಲಿಕ್ ಮಹನೀಯರಾಗಿದ್ದು ತಮ್ಮ ಸಾಕುಮಗಳ ಹೆಸರಿನಲ್ಲಿ ಟ್ರಸ್ಟನ್ನು ಸ್ಥಾಪಿಸಿ 'ಲುಡ್ಮಿಲ್ಲಾ' ಎಂದು ನಾಮಕರಣ ಮಾಡಿದರು. ವಿಟ್ವರ್ತ್ ಎನ್ನುವ ಐ.ಸಿ.ಎಸ್ ಅಧಿಕಾರಿ ತಮ್ಮ ಸೇವೆಯಲ್ಲಿದ್ದಾಗಲೇ ವಾರ್ಷಿಕ ಮೂವತ್ತು ರೂಪಾಯಿಗಳನ್ನು ಕಳುಹಿಸಿಕೊಡುತ್ತಿದ್ದರು, ನಿವೃತ್ತಿ ನಂತರ ಇಂಗ್ಲೆಂಡಿಗೆ ಹೋದರೂ ಕುದ್ಮುಲ್ ಪಿಜ್ಜರ ಕೆಲಸಗಳನ್ನು ಮರೆಯದೆ ತಮ್ಮ ವಿಲ್ಲಿನಲ್ಲಿ ಡಿ.ಸಿ.ಎಂ ಸಂಸ್ಥೆಗೆ ಐನೂರು ರೂಪಾಯಿಗಳನ್ನು ಬರೆದಿಟ್ಟು ಹೋದರು. ಫೋರ್ಡ್ ಕಾರುಗಳ ನಿರ್ಮಾಪಕರಾದ ಹೆನ್ರಿ ಫೋರ್ಡ್ ಕುದ್ಮುಲ್ ಪಿಜ್ಜರ ಚಟುವಟಿಕೆಗಳ ಬಗ್ಗೆ ಕೇಳಿ ಹಣವನ್ನು ಕಳುಹಿಸುತ್ತಿದ್ದರೆಂದು ಹೇಳಲಾಗುತ್ತದೆ.

ಆಶ್ಚರ್ಯವೇನೆಂದರೆ ಟೆಲಿವಿಷನ್, ಮೊಬೈಲ್, ಇಂಟರ್‌ನೆಟ್ ಇಲ್ಲದ ಕಾಲದಲ್ಲಿಯೂ ಇತರ ದೇಶಗಳಿಗೆ ಕುದ್ಮುಲ್ ಪಿಜ್ಜರ ಸಾಮಾಜಿಕ ಸೇವೆಯ ಸುದ್ದಿ ಹರಡಿತ್ತು. ಮಂಗಳೂರನ್ನು ನೋಡದವರು ಕೂಡ ಈ ಸಂಸ್ಥೆಗೆ ಕೇಳದೆ ನಿಯತವಾಗಿ ಹಣವನ್ನು ಕಳುಹಿಸಿಕೊಡುತ್ತಿದ್ದರು. ಈ ಎಲ್ಲ ಹಣವೂ ಡಿ.ಸಿ.ಎಂ ಸಂಸ್ಥೆಯ ಕಾರ್ಯಕ್ಕೆ ಬಳಕೆಯಾಗುತ್ತಿತ್ತು. ಒಂದು ಸಲ ಮಿಷನ್ನಿಗೆ ತೀವ್ರ ಆರ್ಥಿಕ ಮುಗ್ಗಟ್ಟು ಎದುರಾದಾಗ ಮೂಲಭೂತ ಸೌಕರ್ಯಕ್ಕೂ ಕಷ್ಟವಾಗಿ ಕುದ್ಮುಲ್ ಪಿಜ್ಜರು ಆತಂಕದ ದಿನಗಳಲ್ಲಿ ಹಣಕ್ಕಾಗಿ ಎಲ್ಲ ಕಡೆ ಓಡಾಡಿದರು ಹಾಗೂ ಸಹಾಯಕ್ಕಾಗಿ ಸ್ನೇಹಿತರಿಗೆ ಪತ್ರ ಬರೆದರು. ಅನೇಕ ಮಂದಿಯಲ್ಲಿ ಹುಟ್ಟುಹಬ್ಬ, ದಶಮಾನೋತ್ಸವ, ವಿವಾಹ ವಾರ್ಷಿಕೋತ್ಸವ ಮುಂತಾದ ಸಂದರ್ಭಗಳಲ್ಲಿ ಸಹಾಯ ಕೇಳಿದರು. ಮಾತುಕತೆ ಮತ್ತು ಪತ್ರ ಮುಖೇನ ಈ ರೀತಿಯಾಗಿ ಕುದ್ಮುಲ್ ಪಿಜ್ಜ ಹಣ ಸಂಗ್ರಹಿಸಿದರು.

ಕುದ್ಮುಲ್ ಪಿಜ್ಜ ವಿದ್ಯಾರ್ಥಿಗಳಿಗೆ ತನ್ನ ಮನವಿಯನ್ನು ಪ್ರಾರ್ಥನೆಯ ಸಹಿತ ಅಂಚೆಗೆ ಹಾಕಲು ಹೇಳುತ್ತಿದ್ದರು. ಯಾಕೆಂದರೆ ಮನವಿಯನ್ನು ದೇವರು ಕೇಳುತ್ತಾನೆಂಬ ನಂಬಿಕೆ ಕುದ್ಮುಲ್ ಪಿಜ್ಜರಿಗಿತ್ತು. ಬಹಳ ಕಷ್ಟದ ಸಂದರ್ಭಗಳಲ್ಲಿ ಮಕ್ಕಳಿಗೆ ಉಣ್ಣಲು ಸಹಿತ ಆಹಾರವಿಲ್ಲದಿದ್ದಾಗ ಚೀಲ ಹಿಡಿದುಕೊಂಡು ಮನೆ ಮನೆಗೆ ಹೋಗಿ ಅಕ್ಕಿ ತೆಂಗಿನಕಾಯಿಯನ್ನು ಬೇಡಿ ತಂದು ಅಡುಗೆ ಮಾಡುತ್ತಿದ್ದರು. ಅದೃಷ್ಟವಶಾತ್ ಸಾಮಾಜಿಕ ಕಾರ್ಯಕರ್ತರಾದ ಮುಂಡಪ್ಪ ಬಂಗೇರ, ನರ್ಸಪ್ಪಯ್ಯ ಮುಂತಾದವರು ಇವರ ಚಟುವಟಿಕೆಗೆ ಸೇರಿಕೊಂಡು ಆರ್ಥಿಕ ಸಹಾಯ ಮಾಡಿದುದರಿಂದ ಕೆಲಸಗಳನ್ನು ಮುಂದುವರೆಸಲು ಸಾಧ್ಯವಾಯಿತು. ಕುದ್ಮುಲ್ ಪಿಜ್ಜರು ತಮ್ಮ ಸಂಘಟನೆಗೆ ಉದಾರ ದಾನಿಗಳ ಹೆಸರು ಕಂಡುಕೊಳ್ಳುವ ಪ್ರಯತ್ನ ಮಾಡಿದರು.

ಒಂದು ಸಲ ಅವರು ಪಟ್ಟಿಯನ್ನು ಪರಿಶೀಲಿಸುತ್ತಿದ್ದಾಗ ಬ್ರಿಟಿಷ್ ಕೈಗಾರಿಕೋದ್ಯಮಿ ಮೋರ್ಗನ್‌ರ ಹೆಸರನ್ನು ನೋಡಿ ಕೂಡಲೆ ಡಿ.ಸಿ.ಎಂ ಕಾರ್ಯದರ್ಶಿಯಾಗಿದ್ದ ಏಕಾಂಬರರಾವ್‌ರನ್ನು ಕರೆದು ಸಂಸ್ಥೆ ದಯನೀಯ ಸ್ಥಿತಿಯಲ್ಲಿದೆ ಸಹಾಯ ಬೇಕೆಂದು ಮೋರ್ಗನ್ ಅವರಿಗೆ ಪತ್ರ ಬರೆಯಿರಿ ಎಂದು ಹೇಳಿದರು. ಆ ಸಮಯದಲ್ಲಿ ಡಿ.ಸಿ.ಎಂ ಸಂಸ್ಥೆಯ ಗೌರವ ಕಾರ್ಯದರ್ಶಿಯಾಗಿದ್ದ ಏಕಾಂಬರರಾವ್ ಅವರು ಆಗಷ್ಟೇ ಪದವಿ ಮುಗಿಸಿ ಗಣಪತಿ ಹೈಸ್ಕೂಲಿನಲ್ಲಿ ಅಧ್ಯಾಪಕರಾಗಿ ಕೆಲಸ ಮಾಡುತ್ತಿದ್ದರು. ಕುದ್ಮುಲ್ ಪಿಜ್ಜ ಕೇಳಿಕೊಂಡಾಗ ಪತ್ರ ಬರೆದು ಉಡುಪಿ ಕುಂಜಿಬೆಟ್ಟಿನ ದಲಿತ ಸಮುದಾಯದವರಾದ ಗೋಪಾಲಕೃಷ್ಣ ಮಾಸ್ತರ್ ಅವರ ಮೂಲಕ ಮೋರ್ಗನ್‌ರಿಗೆ ಪತ್ರವನ್ನು ಕಳುಹಿಸಿಕೊಟ್ಟರು. ಪತ್ರದ ವಿಷಯವನ್ನು ಓದಿ ಮೋರ್ಗನ್ ಅವರು ಸಿಟ್ಟಿನಿಂದ ಪತ್ರವನ್ನು ಹೊರಗೆಸೆದು

ಗೋಪಾಲಕೃಷ್ಣ ಮಾಸ್ಟರ್ ಅವರನ್ನು ಬೊಬ್ಬೆ ಹಾಕಿ ಬೈದು ಹೊರಗೆ ನಡೆಯುವಂತೆ ಗದರಿಸಿದರು. ಗೋಪಾಲಕೃಷ್ಣ ಮಾಸ್ಟರ್ ಪತ್ರ ಹಿಡಿದು ಭಯದಿಂದ ನಡುಗುತ್ತ ಕುದ್ಮುಲ್ ಪಿಜ್ಜರ ಬಳಿಗೆ ಬಂದು ಅಲ್ಲಿ ನಡೆದ ಘಟನೆಯನ್ನು ವಿವರಿಸಿದರು. ಕುದ್ಮುಲ್ ಪಿಜ್ಜರಿಗೆ ಕೆಟ್ಟ ಸಿಟ್ಟು ಬಂತು. ಏಕೆಂದರೆ ಏಕಾಂಬರರಾವ್ ಬರೆದ ಪತ್ರದ ಇಡೀ ಒಕ್ಕಣೆ ಮನವಿಯಂತಿರಲಿಲ್ಲ. ಕುದ್ಮುಲ್ ಪಿಜ್ಜರು ಇನ್ನೊಂದು ಪತ್ರದಲ್ಲಿ ಕ್ಷಮಾಪಣೆ ಕೇಳಿ ಸರಳವಾಗಿ ವಿನಯದಿಂದ ಸಹಾಯಕ್ಕಾಗಿ ಪತ್ರ ಬರೆದು ಮತ್ತೆ ಗೋಪಾಲಕೃಷ್ಣ ಮಾಸ್ಟರ್ ಮೂಲಕ ಮೋರ್ಗನ್‌ರಿಗೆ ಕಳುಹಿಸಿಕೊಟ್ಟರು. ಈ ಸಲ ಪತ್ರ ನೋಡಿದ ಬ್ರಿಟಿಷ್ ಅಧಿಕಾರಿ ಮೋರ್ಗನ್ ಬಂಗಲೆಯೊಳಗೆ ಹೋಗಿ ಕಪಾಟನ್ನು ತೆರೆದು ಬೆಳ್ಳಿಯ ನಾಣ್ಯಗಳನ್ನು ತೆಗೆದು ಬಟ್ಟೆಯಿಂದ ಗಂಟು ಕಟ್ಟಿ ಗೋಪಾಲಕೃಷ್ಣ ಮಾಸ್ಟರ್‌ರಿಗೆ ಕೊಟ್ಟು ಅದನ್ನು ಬಹಳ ಎಚ್ಚರಿಕೆಯಿಂದ ಕುದ್ಮುಲ್ ಪಿಜ್ಜರ ಕೈಗೆ ಕೊಡುವಂತೆ ತಿಳಿಸಿದರು.

ಕುದ್ಮುಲ್ ಪಿಜ್ಜರು ಯಾವಾಗಲೂ ತಪ್ಪು ಮಾಡಿದ್ದನ್ನು ಗುರುತಿಸಿ ಕ್ಷಮೆ ಕೇಳುವುದಕ್ಕೆ, ದೋಷಗಳನ್ನು ವಿವರಿಸುವುದಕ್ಕೆ ಹಿಂದೇಟು ಹಾಕುತ್ತಿರಲಿಲ್ಲ. ಕುದ್ಮುಲ್ ಪಿಜ್ಜರ ಅವಕಾಶ ವಂಚಿತರಿಗೆ ಸಹಾಯ ಮಾಡುವಂತಹ ಈ ತರಹದ ಪ್ರಯತ್ನಗಳು ವಿದೇಶಗಳಿಗೂ ತಲುಪಿದವು. ಅವರಿಗೆ ದೊಡ್ಡ ದೊಡ್ಡ ಮನುಷ್ಯರಿಂದ ಮೆಚ್ಚುಗೆಯ ಪತ್ರಗಳು ಬರುತ್ತಿದ್ದವು. ಅನೇಕ ಮಂದಿ ಗಣ್ಯರು ಹಣ ಸಹಾಯ ಮಾಡುತ್ತಿದ್ದರು, ಪುಸ್ತಕಗಳನ್ನು ದಾನ ಮಾಡುತ್ತಿದ್ದರು. ಇದರಿಂದ ಅವರು ಡಿ.ಸಿ.ಎಂ ನಲ್ಲಿ ಗ್ರಂಥಾಲಯವನ್ನು ನಿರ್ಮಾಣ ಮಾಡಿ ಅಮೂಲ್ಯ ಪುಸ್ತಕಗಳ ಸಂಗ್ರಹ ಮಾಡಿದರು. ಕುದ್ಮುಲ್ ಪಿಜ್ಜ ಪುಸ್ತಕಾಭಿಮಾನಿಯಷ್ಟೇ ಅಲ್ಲದೆ ಉತ್ತಮ ಓದುಗರೂ ಆಗಿದ್ದರು.

ಬ್ರಿಟಿಷ್ ಗವರ್ನರ್‌ಗಳು ಮತ್ತು ಅಧಿಕಾರಿಗಳು ಮಂಗಳೂರಿಗೆ ಬಂದರೆ ಡಿ.ಸಿ.ಎಂ ಸಂಸ್ಥೆಯನ್ನು ತಪ್ಪದೆ ಸಂದರ್ಶಿಸುತ್ತಿದ್ದರು. ಅಂತಹವರಲ್ಲಿ ಕೆಲವರೆಂದರೆ ರವೀಂದ್ರನಾಥ ಠಾಗೋರ್, ಗಾಂಧೀಜಿ ಅವರು ದೀನಬಂಧು ಎಂದು ಕರೆದ ಚಾರ್ಲ್ಸ್ ಫ್ರೀರ್‌ಆಂಡ್ರೂಸ್, ಡಾ.ಆನ್ನಿ ಬೆಸೆಂಟ್. ಕೊನೆಗೆ ಮಹಾತ್ಮಾ ಗಾಂಧಿಯವರು ಕೂಡ ಅಲ್ಲಿಗೆ ಭೇಟಿಯಿತ್ತರು. ಸರ್ವೆಂಟ್ ಆಫ್ ಇಂಡಿಯಾ ಸೊಸೈಟಿ ಸ್ಥಾಪಿಸಿದ ಗೋಪಾಲಕೃಷ್ಣ ಗೋಖಲೆ, ಉತ್ತರ ಕರ್ನಾಟಕದ ಸಮಾಜ ಸುಧಾರಕರಾದ ಶ್ರೀಮಾನ್ ಥಕ್ಕರ್ ಬಾಪಾ, ಜಿ.ಕೆ ದೇವಧರ್, ರೈಟ್ ಆನರೇಬಲ್ ಶ್ರೀನಿವಾಸ ಶಾಸ್ತ್ರಿ ಇವರೆಲ್ಲರೂ ಕುದ್ಮುಲ್ ಪಿಜ್ಜರ ಅಭಿಮಾನಿಗಳು ಮತ್ತು ಸ್ನೇಹಿತರಾಗಿದ್ದರು. ಈ ಎಲ್ಲ ಮಹಾನುಭಾವರು ಕುದ್ಮುಲ್ ಪಿಜ್ಜರೊಡನೆ ಪತ್ರ ವ್ಯವಹಾರ ಮೂಲಕ ಸಂಪರ್ಕದಲ್ಲಿದ್ದರು, ದುರದೃಷ್ಟವಶಾತ್ ಅವೆಲ್ಲವನ್ನೂ ಹಳೆಯ ಪೇಪರ್ ರದ್ದಿಗೆ ಕೊಟ್ಟ ಕಾರಣ ಆ ಎಲ್ಲ ಪತ್ರಗಳು ಕಳೆದುಹೋಗಿವೆ.

ಅಧಿಕಾರದ ಹಸ್ತಾಂತರ

1923 ರ ವೇಳೆಗೆ ಕುದ್ಮುಲ್ ಪಿಜ್ಜರು ದೈಹಿಕವಾಗಿ ಬಹಳ ನಿಶ್ಶಕ್ತರಾಗಿದ್ದರು ಮತ್ತು ಅವರ ಆರೋಗ್ಯ ಹದಗೆಟ್ಟಿತ್ತು, ಆದರೂ ಕೂಡ ತಾವು ಸ್ಥಾಪಿಸಿದ ಸಂಸ್ಥೆಗಳಿಗೆ ಮಾರ್ಗದರ್ಶನ ಮಾಡುತ್ತಿದ್ದರು. ಆದರೆ ಅವುಗಳನ್ನು ಸರಿಯಾದ ರೀತಿಯಲ್ಲಿ ಬೇರೆಯವರಿಗೆ ಒಪ್ಪಿಸಬೇಕೆಂದು ಯೋಚಿಸುತ್ತಿದ್ದರು. ಕುದ್ಮುಲ್ ಪಿಜ್ಜರು ಸರ್ವೆಂಟ್ ಆಫ್ ಇಂಡಿಯಾ ಸೊಸೈಟಿಯ ಮುಖ್ಯಸ್ಥರಾದ ವಿ.ಎಸ್.ಸಾಸ್ತ್ರಿಯಾರ್ ಅವರು ಡಿ.ಸಿ.ಎಂ ಸಂಸ್ಥೆಯನ್ನು ವಶಪಡಿಸಿಕೊಂಡು ನಡೆಸಬೇಕೆಂದು ಪತ್ರವನ್ನು ಬರೆದರು.

ಸರ್ವೆಂಟ್ ಆಫ್ ಇಂಡಿಯಾ ಸೊಸೈಟಿ ಅಥವಾ ಭಾರತ ಸೇವಕ ಸಂಘ 1905ರಲ್ಲಿ ಮಹಾರಾಷ್ಟ್ರದ ಪೂನಾದಲ್ಲಿ ಗೋಪಾಲಕೃಷ್ಣ ಗೋಖಲೆಯವರು ಸ್ಥಾಪಿಸಿದ ಸಂಸ್ಥೆ. ಅವರ ಜೊತೆ ಸುಶಿಕ್ಷಿತರಾದ ನಟೇಶ್ ಅಪ್ಪಾಜಿ ದ್ರಾವಿಡ್, ಗೋಪಾಲಕೃಷ್ಣ ದೇವ್ರೋಧರ್, ಅನಂತ ಪಟವರ್ಧನ್ ಇಂತಹವರ ಸಣ್ಣ ಬಳಗ ಇತ್ತು. ಈ ಸೊಸೈಟಿ ಭಾರತದಲ್ಲಿ ಸಾಮಾಜಿಕ ಮತ್ತು ಮಾನವತಾ

ಅಭಿವೃದ್ಧಿಗಾಗಿ ಸ್ಥಾಪಿತವಾಯಿತು. ಶಿಕ್ಷಣ, ನೈರ್ಮಲ್ಯ, ಆರೋಗ್ಯಗಳ ಪಾಲನೆ ಮತ್ತು ಅಸ್ಪೃಶ್ಯತೆಯಂತಹ ಸಾಮಾಜಿಕ ಪಿಡುಗುಗಳ ನಿವಾರಣೆ, ಜಾತಿ ತಾರತಮ್ಯ ನಿವಾರಣೆ, ಬಡತನ, ಹೆಂಗಸರ ಮೇಲಾಗುವ ಕೌಟುಂಬಿಕ ದೌರ್ಜನ್ಯಗಳಿಗೆ ಪರಿಹಾರ – ಇಂತಹ ಉದ್ದೇಶಗಳಿಗಾಗಿ ಆ ಸಂಸ್ಥೆ ದುಡಿಯುತ್ತಿತ್ತು. ಇಂಡಿಯನ್ ನ್ಯಾಶನಲ್ ಕಾಂಗ್ರೆಸ್ಸಿನಂತೆ ಆ ಸಂಸ್ಥೆಯವರು ರಾಜಕೀಯ ಚಟುವಟಿಕೆಗಳನ್ನು ಮಾಡದೆ ದೂರ ಉಳಿದರು. ಗೋಖಲೆಯವರ ನಿಧನದ ಬಳಿಕ 1915ರಲ್ಲಿ ಸಂಸ್ಥೆಯ ತಳಪಾಯ ಕುಸಿಯಿತು. 1920ರ ಹೊತ್ತಿಗೆ ಮಹಾತ್ಮಾ ಗಾಂಧೀಜಿಯವರ ಸ್ವದೇಶಿ ಚಳವಳಿ ಸಮಯದಲ್ಲಿ ಸಾಮಾಜಿಕ ಸುಧಾರಣೆಯನ್ನು ದೊಡ್ಡ ಮಟ್ಟದಲ್ಲಿ ಮಾಡಿದಾಗ ಭಾರತೀಯ ಯುವಕರು ಆ ಕಡೆ ಆಕರ್ಷಿತರಾದರು. 1923ರ ಹೊತ್ತಿಗೆ ಸರ್ವೆಂಟ್ ಆಫ್ ಇಂಡಿಯಾ ಸಣ್ಣ ಸಂಸ್ಥೆಯಾಗಿದ್ದರೂ ಸಹಾಯ, ಸೌಹಾರ್ದ, ಐಕ್ಯತೆಯ ತನ್ನ ಕಾರ್ಯಚಟುವಟಿಕೆಗಳಿಂದ ಭಾರತದಾದ್ಯಂತ ಹೆಸರುವಾಸಿಯಾಗಿತ್ತು. ಅನೇಕ ವಿದ್ಯಾವಂತ ತರುಣರು ಇದಕ್ಕೆ ಸೇರಿ ಪರೋಪಕಾರಕ್ಕಾಗಿ ತಮ್ಮ ಬದುಕನ್ನು ಮುಡಿಪಾಗಿಟ್ಟಿದ್ದರು.

ಕುದ್ಮುಲ್ ಪಿಜ್ಜರು ಈ ಸಂಸ್ಥೆ ತಾನು ಮಾಡುವಂತೆ ಸಾಮಾಜಿಕ ಸೇವೆ ಮಾಡುವುದನ್ನು ಕೇಳಿ ತಿಳಿದಿದ್ದರು. ಸರ್ವೆಂಟ್ ಆಫ್ ಇಂಡಿಯಾ ಸೊಸೈಟಿ ಮತ್ತು ಡಿ.ಸಿ.ಎಂ ಸಮಾನ ಉದ್ದೇಶ ಹೊಂದಿರುವುದರಿಂದ ತನ್ನ ಸಂಸ್ಥೆಯನ್ನು ಅಂತಹದ್ದೇ ಯೋಚನೆಯಿರುವ ಸಂಸ್ಥೆಗೆ ಕೊಡುವುದು ಹಿತವೆಂದು ಅವರಿಗೆ ಅನ್ನಿಸಿತು. ಮಹಾರಾಷ್ಟ್ರದ ಪೂನಾದಲ್ಲಿ ಕೇಂದ್ರವಿದ್ದು ಬೇರೆ ಬೇರೆ ರಾಜ್ಯಗಳಲ್ಲಿ ಶಾಖೆಗಳಿರುವ ಆ ಸೊಸೈಟಿ ಇವತ್ತಿಗೂ ಕೂಡ ಚಟುವಟಿಕೆಗಳನ್ನು ನಡೆಸುತ್ತಿದೆ. ಪ್ರಾಥಮಿಕ ಶಾಲೆಗಳನ್ನು, ವಸತಿ ನಿಲಯಗಳನ್ನು, ಬುಡಕಟ್ಟು ಗಂಡುಮಕ್ಕಳಿಗೆ ವಸತಿ ನಿಲಯವನ್ನು, ಬುಡಕಟ್ಟು ಹೆಣ್ಮಕ್ಕಳಿಗಾಗಿ ಆಶ್ರಮ ಮಾದರಿಯ ಶಾಲೆಗಳನ್ನು, ಬಾಲಸಂರಕ್ಷಣಾ ಕೇಂದ್ರಗಳನ್ನು ಹಾಗೂ ಸಮಾಜದಲ್ಲಿ ಪ್ರಭಾವಿತ ಸಂಸ್ಥೆಗಳನ್ನು ನಡೆಸುತ್ತಿದ್ದಾರೆ.

1953ರಲ್ಲಿ ಭಾರತದ ಸ್ವಾತಂತ್ರ್ಯದ ಬಳಿಕ ಡಿ.ಸಿ.ಎಂ ಸಂಸ್ಥೆಯ ಆಸ್ತಿಯು ಮದ್ರಾಸ್ ಸರಕಾರಕ್ಕೆ ವರ್ಗಾವಣೆಗೊಂಡಿತು. 1932ರಲ್ಲಿ ಗಾಂಧೀಜಿಯವರು ಮಂಗಳೂರಿಗೆ ಭೇಟಿಯಿತ್ತಾಗ ಡಿ.ಸಿ.ಎಂ ಸಂಸ್ಥೆಯನ್ನು ಸಂದರ್ಶಿಸಿದ್ದ ಕಾರಣ ಗಾಂಧೀಜಿಯವರಿಗೆ ವಿಶೇಷವಾಗಿ ಆಸಕ್ತಿಯನ್ನುಂಟುಮಾಡಿತು. ಕುದ್ಮುಲ್ ಪಿಜ್ಜರ ಹೋರಾಟವು ಫಲವನ್ನು ಕೊಡಲು ಸುಮಾರು 30 ವರ್ಷ ಹಿಡಿಯಿತು. ಅಷ್ಟು ವರ್ಷಗಳ ಕಾಲ ಅವರು ಶಾಲೆಗಳನ್ನು ಮಾತ್ರವಲ್ಲದೆ ವೃತ್ತಿ ತರಬೇತಿ ಕೇಂದ್ರಗಳನ್ನು ಸ್ಥಾಪಿಸಿದರು; ಗುಡಿ ಕೈಗಾರಿಕೆಗಳಿಗೆ, ವಿಧವಾ ಪುನರ್ವಸತಿ, ಪುನರ್ವಿವಾಹಕ್ಕಾಗಿ ದುಡಿದರು. ದೇವದಾಸಿ ಪದ್ಧತಿಯ ವಿರುದ್ಧ ಹೋರಾಡಿದರು. ಒಟ್ಟಿಂದದಲ್ಲಿ

ಕೆಳಜಾತಿಯವರ ಹಾಗೂ ಅವಕಾಶ ವಂಚಿತರ ಶ್ರೇಯೋಭಿವೃದ್ಧಿಗಾಗಿ ಕೆಲಸ ಮಾಡಿದರು. ಕೆನರಾ ಪ್ರದೇಶದ ಪಂಚಮರು ಕುದ್ಮುಲ್ ಪಿಜ್ಜರ ಎಲ್ಲ ಪ್ರಯತ್ನಗಳಿಂದ ಪ್ರಯೋಜನ ಪಡೆದರು ಮತ್ತು ತಮ್ಮ ಬದುಕಿನಲ್ಲಿ ಬದಲಾವಣೆ ಕಂಡುಕೊಂಡರು. ಇವತ್ತು ಕುದ್ಮುಲ್ ಪಿಜ್ಜ ಬದುಕಿರುತ್ತಿದ್ದರೆ ಕರಾವಳಿಯ ಈ ಸಮುದಾಯಗಳಲ್ಲಿ ಮತ್ತು ಸಮುದಾಯದ ಯುವತಲೆಮಾರಿನಲ್ಲಿ ಆಗಿರುವ ಬದಲಾವಣೆ ಕಂಡು ಹೆಮ್ಮೆ ಪಡುತ್ತಿದ್ದರು.

ಸನ್ಯಾಸ

ಹಿಂದೂ ಧರ್ಮದಲ್ಲಿ ಬದುಕಿನ ನಾಲ್ಕು ಹಂತಗಳನ್ನು ಈ ರೀತಿಯಾಗಿ ವಿವರಿಸಲಾಗಿದೆ. ಬ್ರಹ್ಮಚರ್ಯ ಎಂದರೆ ಬಾಲ್ಯದಿಂದ ಗುರುಕುಲದಲ್ಲಿ ಗುರುಗಳೊಡನೆ ಬದುಕುವಂತಹದ್ದು; ಗೃಹಸ್ಥಾಶ್ರಮ ಎಂದರೆ ಗಂಡಸು ಮದುವೆಯಾಗಿ ಕುಟುಂಬವನ್ನು ಹೊಂದುವುದು ಮತ್ತು ಮನೆಯಲ್ಲಿದ್ದುಕೊಂಡು ತನ್ನ ಜವಾಬ್ದಾರಿಗಳನ್ನು ನಿಭಾಯಿಸುವುದು; ತನ್ನ ಎಲ್ಲ ಜವಾಬ್ದಾರಿಗಳನ್ನು ಪೂರ್ತಿಗೊಳಿಸಿದ್ದೇನೆಂದುಕೊಳ್ಳುವನೋ ನಂತರದ ಹಂತ ವಾನಪ್ರಸ್ಥಾಶ್ರಮ, ಎಂದರೆ ಕಾಡಿಗೆ ಹೋಗಿ ಪ್ರಾರ್ಥನೆಯಲ್ಲಿ ಸರಳ ಜೀವನ ಸಾಗಿಸುವುದು; ಕೊನೆಯ ಹಂತ ಸನ್ಯಾಸ. ಇದನ್ನು ಮನುಷ್ಯ 50 ವರ್ಷ ಕಳೆದ ಬಳಿಕ ಹೊಂದುವ ಕೊನೆಯ ಸ್ಥಿತಿಯೆಂದು ಕರೆಯಲಾಗುತ್ತದೆ.

ಕೆಲವು ಬಾರಿ ಯುವ ವಯಸ್ಸಿನಲ್ಲಿಯೇ ಲೌಕಿಕವಾದ ಆಸೆಗಳನ್ನೂ ಭೌತಿಕ ಅಪೇಕ್ಷೆಗಳನ್ನೂ ತ್ಯಜಿಸಿ ಆಧ್ಯಾತ್ಮಿಕ ಉದ್ದೇಶಕ್ಕಾಗಿ ಸಮರ್ಪಿಸಿಕೊಳ್ಳುತ್ತಾರೆ. ಇದು ಸಾಮಾನ್ಯವಾಗಿ ಅನುಸರಿಸುವಂತಹ ಪದ್ಧತಿ. ಎಷ್ಟೋ ಸಲ ಇಂತಹ ಲೌಕಿಕವಾದಂತಹ ರಾಜ್ಯ, ಪ್ರಭುತ್ವ, ಸಾರ್ವಭೌಮತ್ವ ಹಾಗೂ ದೊಡ್ಡ ದೊಡ್ಡ ಸಿಂಹಾಸನಗಳನ್ನು ಆಳಿ, ಆಮೇಲೆ ತ್ಯಜಿಸಿ ಕುಟುಂಬದವರಿಗೆ ಅಥವಾ ತನ್ನ

ಸಮುದಾಯದವರಿಗೆ ಕೊಟ್ಟು ನಿವೃತ್ತರಾಗಿ ಸನ್ಯಾಸವನ್ನು ಸ್ವೀಕರಿಸಿ ಹೊರಟು ಹೋಗಿರುವುದನ್ನು ನಾವು ಕೇಳಿದ್ದೇವೆ. ಎಂದರೆ ಕೌಟುಂಬಿಕವಾದ ವ್ಯಕ್ತಿ ನಿಯಮಗಳ ಪ್ರಕಾರ ತನ್ನ ಆಸೆಗಳನ್ನು ಮತ್ತು ಅಧಿಕಾರ, ಸಂಪತ್ತಿನ ಬಯಕೆಗಳನ್ನು ತ್ಯಜಿಸಿ ಅಂತಿಮವಾಗಿ ಆಧ್ಯಾತ್ಮಿಕ ಸ್ವಾತಂತ್ರ್ಯವನ್ನು ಬಯಸುವುದಾಗಿದೆ. ಇದನ್ನು ಧರ್ಮ, ಅರ್ಥ, ಕಾಮ ಮತ್ತು ಮೋಕ್ಷವೆಂದು ಸೂತ್ರದಲ್ಲಿ ಹೇಳಲಾಗಿದೆ. ಶ್ರೀಮಂತರು ದೇವಾಲಯಗಳನ್ನು, ದೊಡ್ಡ ದೊಡ್ಡ ಕೆರೆಗಳನ್ನು, ಛತ್ರಗಳನ್ನು, ಸ್ನಾನಗೃಹ ಇತ್ಯಾದಿ ವ್ಯವಸ್ಥೆಗಳನ್ನು ಮಾಡುತ್ತಾರೆ. ಹಿಂದೂ ಧಾರ್ಮಿಕ ಪಠ್ಯಗಳಲ್ಲಿ ಅಥವಾ ಪುರಾಣಗಳಲ್ಲಿ, ಇತಿಹಾಸದ ಕೃತಿಗಳಲ್ಲಿ ಬಡತನವನ್ನು ಸ್ತುತಿಸಲಾಗಿದೆ ಮತ್ತು ಶ್ರೀಮಂತಿಕೆಯನ್ನು ದೂಷಿಸಲಾಗಿದೆ.

ಕುದ್ಮುಲ್ ಪಿಜ್ಜರು ಬಾಲ್ಯದಿಂದಲೇ ದೈವಭಕ್ತರಾಗಿದ್ದರು. ಪ್ರತಿದಿನ ತಮ್ಮ ದಿನವನ್ನು ಪ್ರಾರ್ಥನೆಯೊಂದಿಗೆ ಆರಂಭಿಸುತ್ತಿದ್ದರು. ಪರಮಾತ್ಮನನ್ನು ಅವರು ತನ್ನದೇ ಆದ ಕೆಲವೇ ತರಹದ ಸ್ತೋತ್ರಗಳ ಮೂಲಕ ಭಜಿಸುತ್ತಿದ್ದರು. ಅವರ ಇಡೀ ಆತ್ಮವು ಕೆಲಸಗಳಲ್ಲಿ ಸಂಪೂರ್ಣವಾಗಿ ಮುಳುಗಿತ್ತು. ಪ್ರತೀ ವ್ಯಕ್ತಿಯಲ್ಲೂ ದೇವರನ್ನು ಕಾಣುತ್ತಿದ್ದುದರಿಂದಲೇ ಅವರಿಗೆ ಸ್ವಾರ್ಥವಿರದೆ ಎಲ್ಲವನ್ನೂ ಪರಮಾತ್ಮನೊಡನೆ ಲೀನವಾಗಿಸಿದ್ದರು. ವಿಶೇಷವಾದ ಅನುಕೂಲತೆಗಳು ಮತ್ತು ಇನ್ನೊಬ್ಬರನ್ನು ನಿರ್ಲಕ್ಷಿಸುವುದು ಅವರಿಗೆ ರುಚಿಸುತ್ತಿರಲಿಲ್ಲ. ತನ್ನೊಬ್ಬನ ಅಥವಾ ತನ್ನ ಕುಟುಂಬದ ಯೋಗಕ್ಷೇಮವನ್ನು ಮಾತ್ರ ಗಮನಿಸದೆ, ತನ್ನನ್ನು ತಾನು ಸಂಪೂರ್ಣವಾಗಿ ಒಂದು ಉದ್ದೇಶಕ್ಕಾಗಿ ಅರ್ಪಿಸಿಕೊಂಡಿದ್ದರು. ಲೌಕಿಕ ಜಗತ್ತಿನಲ್ಲೇ ಬದುಕಿದ್ದು ಹೌದಾದರೂ ಅವರ ಮನೋಧರ್ಮ ಮಾತ್ರ ಅಲೌಕಿಕವಾಗಿತ್ತು. ತಮ್ಮ ಧ್ಯೇಯವನ್ನು ಈಡೇರಿಸುವುದಕ್ಕಾಗಿ ಯಾವುದೇ ರೀತಿಯ ಹಿಂಸೆ, ಪೀಡೆ ಅಥವಾ ಅನಾನುಕೂಲಗಳನ್ನು ಲೆಕ್ಕಿಸುತ್ತಿರಲಿಲ್ಲ. ಅವರು ತನ್ನತನವನ್ನು, ಸ್ವಾರ್ಥವನ್ನು ಬಿಟ್ಟು ಶ್ರಮಿಸಿದರು. ಗೀತೆಯಲ್ಲಿ ಹೇಳಿರುವಂತೆ ಅವರು ಎಲ್ಲದರಿಂದ ವಿರಕ್ತರಾದ ಭಾವವನ್ನು ಹೊಂದಿದ್ದರು. ಆದರೂ ಕೂಡ ಒಂದು ಸಲ ಸರ್ವೆಂಟ್ ಆಫ್ ಇಂಡಿಯಾ ಸೊಸೈಟಿಗೆ ತನ್ನ ಎಲ್ಲ ಸಂಸ್ಥೆಗಳನ್ನು ಒಪ್ಪಿಸಿಕೊಟ್ಟಾಗ ಅವರು ಕ್ರಿಯಾಶೀಲ ಸಾಮಾಜಿಕ ಬದುಕಿನಲ್ಲಿ ಆಸಕ್ತಿಯನ್ನು ಕಳೆದುಕೊಂಡರು.

ಕುದ್ಮುಲ್ ಪಿಜ್ಜರು ದೈವಭಕ್ತರಾದರೂ ಧಾರ್ಮಿಕ ವಿಧಿವಿಧಾನಗಳನ್ನೆಲ್ಲವನ್ನೂ ಒಪ್ಪಿಕೊಳ್ಳುತ್ತಿರಲಿಲ್ಲ. ಆದರೂ ಕೂಡ ಅವರನ್ನು ಬಲ್ಲವರಿಗೆ ಅದು ಆಶ್ಚರ್ಯದ ಸಂಗತಿಯಲ್ಲ. ಯಾಕೆಂದರೆ ಅವರ ಬದುಕಿನ ಕಡೆಯ ದಿನಗಳಲ್ಲಿ ಇನ್ನೇನು ಕೆಲಸ ಮಾಡಲು ಸಾಧ್ಯವಾಗುವುದಿಲ್ಲವೆಂಬ ಸ್ಥಿತಿಗೆ ಬಂದ ನಂತರವಷ್ಟೇ ಕೊನೆಯ ದಿನಗಳನ್ನು ದೈವಿಕ ಸಂಪರ್ಕದಲ್ಲಿ ಕಳೆಯಬೇಕೆನ್ನುವ ಭಾವನೆ ಉಂಟಾಗಿತ್ತು. ಸನ್ಯಾಸ ತೆಗೆದುಕೊಳ್ಳುವ ನಿರ್ಧಾರ ಅವರ ವಯಸ್ಸಿಗೆ ಸಾಮಾನ್ಯವಾಗಿತ್ತು. ತನ್ನ

ಇಡೀ ಬದುಕನ್ನು ದೇವರ ಸೇವೆ ಮಾಡಿದಂತೆ ಇದ್ದುದರಿಂದ ಅದಕ್ಕನುಗುಣವಾದ ನಿರ್ಧಾರ ತೆಗೆದುಕೊಂಡರು. ತನ್ನ ಬದುಕಿನುದ್ದಕ್ಕೂ ದೇವರು ಮೆಚ್ಚುವ ಕಾರ್ಯಗಳನ್ನು ಮಾಡಿದವರು ಆ ವಯಸ್ಸಿನಲ್ಲಿ ತೆಗೆದುಕೊಂಡ ನಿರ್ಧಾರ ಸಾಮಾನ್ಯವೆಂದು ನಾವು ಭಾವಿಸಬಹುದು. ಅವರ ನಿರ್ಧಾರ ಮುಂದಿನ ಬದುಕನ್ನು ಸಂಪೂರ್ಣವಾಗಿ ಬದಲಾಯಿಸಿತು.

1924ರಲ್ಲಿ ದಯಾನಂದ ಸರಸ್ವತಿಯವರ ಶಿಷ್ಯರಾಗಿದ್ದ ಮಹರ್ಷಿ ಶ್ರದ್ಧಾನಂದರು ಮಂಗಳೂರಿಗೆ ಎರಡನೇ ಸಲ ಆರ್ಯ ಸಮಾಜದ ಉದ್ಘಾಟನೆಗೆ ಬರುತ್ತಾರೆಂದು ತಿಳಿದು ಅವರು ಮಂಗಳೂರಿನಲ್ಲಿ ಭೇಟಿಗೆ ವ್ಯವಸ್ಥೆ ಮಾಡಿದರು,. ಆರ್ಯ ಸಮಾಜವೆನ್ನುವುದು ಭಾರತದ ಹಿಂದೂ ಸುಧಾರಣಾ ಚಳವಳಿಗಳಲ್ಲಿ ಮುಖ್ಯವಾಗಿರುವಂತಹದ್ದಾಗಿದ್ದು ಅದರ ಮೌಲ್ಯಗಳು ಮತ್ತು ಪದ್ಧತಿಗಳು ವೇದಗಳ ಮೇಲಿನ ನಂಬಿಕೆಯ ಮೇಲೆ ನಿಂತುಕೊಂಡಿತ್ತು. ಆರ್ಯ ಸಮಾಜವು 1875ರ ಎಪ್ರಿಲ್ 10ರಂದು ಸನ್ಯಾಸಿ ದಯಾನಂದ ಸರಸ್ವತಿಯವರಿಂದ ಸ್ಥಾಪನೆಗೊಂಡಿದ್ದು ಅದರ ಸದಸ್ಯರು ಏಕದೇವೋಪಾಸಕರಾಗಿದ್ದರು ಮತ್ತು ಪ್ರತಿಮೆಗಳ ಆರಾಧನೆಯನ್ನು ನಿರಾಕರಿಸಿದವರಾಗಿದ್ದರು. ಕುದ್ಮುಲ್ ಪಿಜ್ಜರು ಶ್ರದ್ಧಾನಂದ ಸ್ವಾಮೀಜಿಯವರಿಂದ ಸನ್ಯಾಸ ತೆಗೆದುಕೊಳ್ಳಬೇಕೆಂದು ನಿರ್ಧರಿಸಿದರೂ ಅವರ ಆಸೆ ಈಡೇರಲಿಲ್ಲ. ಯಾಕೆಂದರೆ ಶ್ರದ್ಧಾನಂದ ಸ್ವಾಮೀಜಿಯವರು ದೆಹಲಿ ಸ್ಟೇಷನ್ನಿನಲ್ಲಿ ಕೊಲೆಯಾದರು.

ಆದರೆ ಕುದ್ಮುಲ್ ಪಿಜ್ಜರ ನಿರ್ಧಾರ ಸ್ಪಷ್ಟವಾಗಿತ್ತು. ಪೂರ್ವಾಶ್ರಮದಲ್ಲಿ ಗೌಡಸಾರಸ್ವತರಾಗಿ ಗಣಪತಿರಾವ್ ಎಂಬ ಹೆಸರಿನವರಾಗಿದ್ದು ನಂತರ ಶ್ರದ್ಧಾನಂದ ಸ್ವಾಮೀಜಿಯ ಶಿಷ್ಯರಾಗಿ ಸ್ವಾಮಿ ಸುವಿಚಾರಾನಂದ ಎಂದು ಹೆಸರನ್ನು ಪಡೆದವರಿಂದ ಕೊನೆಗೆ 1927ರಲ್ಲಿ ತ್ರಿಶೂರ್‌ನಲ್ಲಿ ಸನ್ಯಾಸ ದೀಕ್ಷೆಯನ್ನು ಪಡೆದರು. ಕುದ್ಮುಲ್ ಪಿಜ್ಜರಿಗೆ ಈಶ್ವರಾನಂದ ಸ್ವಾಮೀಜಿಯೆನ್ನುವ ಹೆಸರನ್ನಿಟ್ಟು ದಂಡವನ್ನೂ ಕಮಂಡಲವನ್ನೂ ವಿದ್ಯಾ ವಾಚಸ್ಪತಿಯವರು ಕೊಟ್ಟರು. ಕುದ್ಮುಲ್ ಪಿಜ್ಜರು ಸನ್ಯಾಸ ಸ್ವೀಕಾರ ಮಾಡಿದ ಕಾರಣ ಯಾವ ಹಿಂದೂ ಪದ್ಧತಿಯ ಆಚರಣೆಗಳನ್ನು ವಿರೋಧಿಸುತ್ತಿದ್ದರೋ ಆ ಧರ್ಮಕ್ಕೆ ಮರಳಿದರೆಂದು ಉಳಿದ ಬ್ರಾಹ್ಮಣ ಸಂಪ್ರದಾಯಸ್ಥರು ಭಾವಿಸಿದರು. ಆದರೆ ಕುದ್ಮುಲ್ ಪಿಜ್ಜರು ನಿರ್ಧಾರವನ್ನು ತನ್ನಲ್ಲೇ ಇಟ್ಟುಕೊಂಡಿದ್ದು ಯಾರಿಗೂ ತಿಳಿಸಲಿಲ್ಲ, ಅವರಿಗೆ ದೀಕ್ಷೆ ಕೊಡಲಾಗಿದೆಯೆಂದು ಯಾರಿಗೂ ಗೊತ್ತಿರಲಿಲ್ಲ. ಆದರೆ ಅವರು ಮಂಗಳೂರಿನಲ್ಲಿ ರೈಲಿನಿಂದ ಇಳಿದಾಗ ಕಾವಿಬಟ್ಟೆ ತೊಟ್ಟ ಕಾರಣ ಅವರು ಸನ್ಯಾಸಿಯಾಗಿರುವುದು ತಿಳಿಯಿತು.

ಕುದ್ಮುಲ್ ಪಿಜ್ಜರು ಬಹಳ ಗಂಭೀರವಾದ ಪ್ರತಿಜ್ಞೆ ತೆಗೆದುಕೊಂಡು ತಮ್ಮ ಮುಂದಿನ ಬದುಕನ್ನು ಧ್ಯಾನ, ಪ್ರಾರ್ಥನೆ ಮತ್ತು ಆಧ್ಯಾತ್ಮಿಕ ಗ್ರಂಥ ಓದುವುದರಲ್ಲಿ

ಕಳೆದರು. ಈ ಹಂತದಲ್ಲಿ ಅವರು ಲೌಕಿಕವಾದ ಎಲ್ಲ ಚಟುವಟಿಕೆಗಳಿಂದ ಸಂಪೂರ್ಣವಾಗಿ ಪ್ರತ್ಯೇಕರಾದರು ಎಂದೆನಿಸುತ್ತದೆ. ಎನ್.ರಾಮರಾವ್ ಹೇಳುವಂತೆ ಕುದ್ಮಲ್ ರಂಗರಾವ್ ಸರಳ ಮನುಷ್ಯರಾಗಿದ್ದರು. ಈ ರೀತಿಯ ಸನ್ಯಾಸ ಸ್ವೀಕರಿಸುವಾಗ ಕುದ್ಮಲ್ ಪಿಜ್ಜರು ಮೊಮ್ಮಗ ರಾಮರಾವ್ ಅವರ ಬಳಿ "ನಾನು ನನ್ನ ಬದುಕಿನಲ್ಲಿ ರೇಷ್ಮೆಯ ಒಳ್ಳೆಯ ಬಟ್ಟೆಯನ್ನು ತೊಟ್ಟಿದ್ದೆ. ಆದರೆ ಈಗ ಕಾವಿ ವಸ್ತ್ರವನ್ನು ತೊಟ್ಟಿದ್ದೇನೆ" ಎಂದವರು ತಕ್ಷಣಕ್ಕೆ "ನಾನು ಸನ್ಯಾಸತ್ವ ಸ್ವೀಕರಿಸಿದರೂ ರೇಷ್ಮೆ ಬಟ್ಟೆಗಳ ಬಗ್ಗೆ ಮಾತನಾಡುತ್ತಿರುವೆ, ನಾನೆಂತಹ ಮೂರ್ಖ!" ಎಂದು ನಕ್ಕು ಪುನಃ ಹೇಳಿದರು. ಸನ್ಯಾಸತ್ವದ ಬಗ್ಗೆ ಪ್ರಾಮಾಣಿಕವಾದ ನಂಬಿಕೆ ಇಟ್ಟುಕೊಂಡಿದ್ದವರು ಲೌಕಿಕ ಆಕರ್ಷಣೆಗಳಿಂದ ಕಳಚಿಕೊಂಡರು. ಸರಕಾರ ಅವರಿಗೆ ಕೊಟ್ಟ ಬಿರುದುಗಳೆಲ್ಲವನ್ನೂ ತ್ಯಜಿಸಿದರು. ಅವರ ಪ್ರಕಾರ ಮನಸ್ಸನ್ನು ತನ್ನ ಉದ್ದೇಶದ ಕಡೆಗೆ ಕೇಂದ್ರೀಕರಿಸುವಾಗ ಉಪಾಧಿಗಳು ಅಡ್ಡಿಯಾಗುತ್ತವೆಯೆಂದು ನಂಬಿದ್ದರು. ತನ್ನ ರಾವ್‌ಬಹದ್ದೂರ್ ಸರ್ಟಿಫಿಕೇಟ್ ಮತ್ತು ತನಗೆ ಅದುವರೆಗೆ ಸಿಕ್ಕಿದ ಎಲ್ಲ ಗೌರವಗಳನ್ನು ಬೆಂಕಿಗಾಹುತಿ ಮಾಡಿದರು. ಅವರು ಇಟ್ಟುಕೊಂಡಂತಹ ಒಂದೇ ಒಂದು ಬಿರುದು ಎಂದರೆ ಅದು ಸನ್ಯಾಸಿಯೆಂಬುದು ಮಾತ್ರ. ಸಂಪತ್ತು, ಗೌರವ ಎನ್ನುವಂತಹದ್ದು ಉತ್ತೇಜಕವಾದದ್ದು. ಮತ್ತದನ್ನು ಪಡೆಯುವುದು ಕೂಡ ಕಷ್ಟವೇನಲ್ಲ. ಆದರೆ ಅವುಗಳನ್ನು ಬಿಟ್ಟುಬಿಡುವುದು ತುಂಬ ಕಷ್ಟ. ಈ ತರಹದ ಬಿರುದು, ಜನಪ್ರಿಯತೆ, ಅನುಕೂಲತೆಗಳನ್ನು ಮೇಲ್ಜಾತಿಯಲ್ಲಿ ಹುಟ್ಟಿದವರು ಆ ಕಾಲದಲ್ಲಿ ಸಂಪೂರ್ಣ ಕೈ ಬಿಡುವಂತಹದ್ದು ಸುಲಭದ ಮಾತಾಗಿರಲಿಲ್ಲ.

ಕುದ್ಮಲ್ ರಂಗರಾವ್ ರಸ್ತೆಯೆಂದು ಈಗ ಕರೆಯುವಲ್ಲಿ ಕುದ್ಮಲ್ ಪಿಜ್ಜರಿಗೆ ತನ್ನದೇ ಆದಂತಹ ಮನೆ ಹಾಗೂ ಜಾಗವಿತ್ತು, ಅವರು ಅದನ್ನು ಆಶ್ರಮಕ್ಕೆ ದಾನ ಮಾಡಿ ತಾನು ಒಬ್ಬ ನಿರಾಶ್ರಿತನಾಗಿ ಕೊನೆಯ ದಿನಗಳನ್ನು ಕಳೆದರು. ತನ್ನ ಕುಟುಂಬಕ್ಕಾಗಿ ಏನನ್ನೂ ಉಳಿಸಲಿಲ್ಲ. ಅವರು ಸನ್ಯಾಸಿಯಾಗಿ ಶಿವಭಾಗ್‌ನ ತನ್ನ ಮಗಳ ಮನೆಗೆ ಹೋಗಿ ಅಲ್ಲಿ ತಮ್ಮ ಕೊನೆಯ ದಿನಗಳನ್ನು ಕಳೆದರು. ಅವರ ಕುಟುಂಬ ಕೊನೆಯ ಕಾಲಕ್ಕೆ ಅವರ ಜೊತೆಗಿದ್ದರೂ ಅವರು ಶಿವಭಾಗ್‌ನ ದೊಡ್ಡ ಮನೆಯಲ್ಲಿ ವಾಸ ಮಾಡದೆ ಅಲ್ಲೇ ಪಕ್ಕದಲ್ಲಿದ್ದ ನೆಲಕ್ಕೆ ಕಪ್ಪು ಬಣ್ಣ ಸಾರಿಸಿದ ಮರದ ಹಲಗೆಗಳಿಂದ ಕಟ್ಟಿದ ಸಣ್ಣ ಮನೆಯಲ್ಲಿ ವಾಸಿಸಿದರು. ಅಲ್ಲಿ ಕುದ್ಮಲ್ ಪಿಜ್ಜರ ಜೊತೆ ಕೆಲಸಕಾರ್ಯಕ್ಕೆ ಮಾಚು ಎನ್ನುವವರಿದ್ದರು. ಸುತ್ತಲೂ ಹಣ್ಣಿನಗಿಡಗಳಿದ್ದ ತನಗೆ ಬೇಕಾದ್ದು ಸಿಗುತ್ತಿದ್ದ ಉತ್ತಮ ಪ್ರದೇಶವಾಗಿದ್ದ ಅದನ್ನು ಅವರ ಮೊಮ್ಮಗ ರಾಮರಾವ್ ಕೊಂಕಣಿಯಲ್ಲಿ 'ತೋಗುಘರಾ' ಎಂದರೆ 'ಕೆಳಗಿನ ಮನೆ' ಎಂದು ಕರೆಯುತ್ತಿದ್ದರು.

ಮೊಮ್ಮಗ ರಾಮರಾವ್ ಅವರು ಕುದ್ಮುಲ್ ಪಿಜ್ಜರನ್ನು ಪ್ರತಿದಿನ ಭೇಟಿಯಾಗುತ್ತಿದ್ದರು. ಅವರೊಬ್ಬರಷ್ಟೇ ಅಲ್ಲ, ಅನೇಕ ಮಂದಿ ಕುದ್ಮುಲ್ ಪಿಜ್ಜರ ಆ ಮನೆಗೆ ಭೇಟಿ ಕೊಡುತ್ತಿದ್ದರು. ಕುದ್ಮುಲ್ ಪಿಜ್ಜರಿಗೆ ಹಾಸ್ಯ ಪ್ರವೃತ್ತಿಯಿತ್ತು, ವೈವಿಧ್ಯಮಯ ಆಸಕ್ತಿಗಳಿದ್ದವು. ಅವರು ಒಳ್ಳೆಯ ಮಾತುಗಾರನಾಗಿದ್ದುದರಿಂದ ನಿವೃತ್ತರಾದವರು ಅನೇಕ ಮಂದಿ ಅವರನ್ನು ಭೇಟಿಯಾಗಿ ಮಾತನಾಡುತ್ತಿದ್ದರು. ಕುದ್ಮುಲ್ ಪಿಜ್ಜರು ಸನ್ಯಾಸವನ್ನು ಸ್ವೀಕರಿಸಿದ ಬಳಿಕ ಅವರಿಗೆ ಯಾವುದೇ ಬಯಕೆಗಳಿರಲಿಲ್ಲ, ಆದರೆ ಒಂದು ದಿನ ಮೊಮ್ಮಗ ರಾಮರಾವ್‌ರನ್ನು ಕರೆದು "ರಾಮರಾವ್, ಒಬ್ಬ ಸನ್ಯಾಸಿಯಾದವನಿಗೆ ಯಾವುದೇ ಆಸೆಗಳು ಇರಬಾರದು ತಾನೇ? ಆದರೆ ನನಗೆ ಸಾಧು ವಾಸ್ವನಿಯವರನ್ನು ನೋಡಬೇಕೆಂಬ ಆಸೆಯಿದೆ" ಎಂದರು. ಸಾಧು. ಟಿ.ಎಲ್.ವಾಸ್ವನಿ (ಥಾನ್‌ವರ್‌ದಾಸ್ ಲಿಕ್ರಮ್ ವಾಸ್ವನಿ) ಅವರು ತಮ್ಮ ಮಿಷನ್‌ನ್ನು ಈಗ ಪಾಕಿಸ್ತಾನದ ಭಾಗವಾಗಿರುವ ಸಿಂಧ್ ಪ್ರಾಂತ್ಯದ ಹೈದರಾಬಾದ್‌ನಲ್ಲಿ ಸ್ಥಾಪಿಸಿದರು. ಆ ಪ್ರದೇಶ ಪಾಕಿಸ್ತಾನಕ್ಕೆ ಸೇರಿದ ಬಳಿಕ ಅವರು ತಮ್ಮ ಮಿಷನ್ ಸಂಸ್ಥೆಯನ್ನು ಪೂನಾಕ್ಕೆ ವರ್ಗಾಯಿಸಿದರು. ರಾಮರಾವ್ ಅವರಿಬ್ಬರ ಭೇಟಿಗೆ ಪ್ರಯತ್ನಿಸಿದರೂ ಸಾಧ್ಯವಾಗಲಿಲ್ಲ. ಯಾಕೆಂದರೆ ನಂತರ ಕೇವಲ ಮೂರೇ ದಿನಗಳಲ್ಲಿ ಕುದ್ಮುಲ್ ಪಿಜ್ಜರು ನಿಧನರಾದರು. ಹಾಗಿದ್ದರೂ ಅವರು ನಿಧನರಾದ ಹದಿಮೂರನೆಯ ದಿನ ಯಾರಿಗೂ ಗೊತ್ತಾಗದಂತೆ ಆಮಂತ್ರಣವಿಲ್ಲದೆ ಕುಟುಂಬಕ್ಕೇ ತಿಳಿಯದಂತೆ ಸಾಧು ವಾಸ್‌ವಾನಿಯವರು ಬಂದು ಕೆಲವು ಮಾತುಗಳನ್ನಾಡಿ ಹೆಚ್ಚೇನೂ ಹೇಳದೆ ಹೊರಟುಹೋದರು.

ನಿಧನ

ಕುದ್ಮುಲ್ ಪಿಜ್ಜನದ್ದು ದೇವರಲ್ಲಿ 'ತಾನು ಯಾವುದೇ ಒಂದು ಕಾಯಿಲೆಯಲ್ಲಿ ಬಿದ್ದು ನರಳಿ ನರಳಿ ತನ್ನ ಆಪ್ತರಿಗೆ ಯಾರಿಗೂ ತೊಂದರೆಯಾಗಬಾರದು' ಎಂಬ ಒಂದೇ ಒಂದು ವೈಯಕ್ತಿವಾದ ಕೋರಿಕೆಯಿತ್ತು. ವೈಯಕ್ತಿಕವಾಗಿ ಎಷ್ಟೇ ನೋವು ಬಂದರೂ ಪರವಾಗಿಲ್ಲ ತನಗೆ ಬೇಗನೇ ಮರಣ ಬರಬೇಕೆಂದು ಅವರು ಬೇಡಿಕೊಳ್ಳುತ್ತಿದ್ದರು. ಅವರ ಪ್ರಾರ್ಥನೆಯಂತೆಯೇ ಸಾಯುವ ಮೊದಲು ಕೇವಲ ಒಂದು ಗಂಟೆಯ ಕಾಲ ಮಾತ್ರ ನೋವನ್ನನುಭವಿಸಿ ಅಪಧಮನಿಯಲ್ಲಿ ರಕ್ತ ಹೆಪ್ಪುಗಟ್ಟುವ ತೊಂದರೆಯಿಂದ ನಿಧನರಾದರು. ನಿಧನರಾಗುವ ಹೊತ್ತಿಗೆ ನಾರಾಯಣ... ನಾರಾಯಣ... ನಾರಾಯಣ ಎಂದು ಮೂರು ಸಲ ಕೂಗಿದರು. ಮೊದಲು ಗಟ್ಟಿಧ್ವನಿಯಲ್ಲಿ ಮತ್ತು ಕೊನೆಯ ಸಲ ಕ್ಷೀಣ ಧ್ವನಿಯಲ್ಲಿ ನಾರಾಯಣಾ ಎಂದು ಕೂಗಿ ತನ್ನೊಡೆಯನನ್ನು ಸೇರಿಕೊಂಡರು. ಕುದ್ಮುಲ್ ಪಿಜ್ಜರ ಪಕ್ಕ ಕುಳಿತುಕೊಂಡಿದ್ದ ಅವರ ಹಿರಿಯ ಮೊಮ್ಮಗ ಎನ್.ರಾಮರಾವ್ ಪಿಜ್ಜ ಕೊನೆಯುಸಿರೆಳೆದ ಕ್ಷಣಕ್ಕೆ ಸಾಕ್ಷಿಯಾಗಿದ್ದರು.

ಕುದ್ಮುಲ್ ಪಿಜ್ಜರು 1928 ಜನವರಿ 30ರಂದು ತಮ್ಮ 69ನೇ ವಯಸ್ಸಿನಲ್ಲಿ ಮರಣವನ್ನಪ್ಪಿದರು. ಅದು ಒಂದು ರೀತಿಯ ಪವಿತ್ರ ದಿನ. ಯಾಕೆಂದರೆ

ಅಂದು ಭೀಷ್ಮ ಜನ್ಮಾಷ್ಟಮಿಯಾಗಿತ್ತು. ಎಂದರೆ ಮಹಾಭಾರತದ ಪಿತಾಮಹ ಎನ್ನಿಸಿಕೊಂಡ ಭೀಷ್ಮರು ಹುಟ್ಟಿದ ದಿನವಾಗಿತ್ತದು. ಆಕಸ್ಮಿಕವಾಗಿ ಎರಡು ದಶಕಗಳ ಬಳಿಕ ಮಹಾತ್ಮಾಗಾಂಧಿಯವರು 30 ಜನವರಿ 1948ರಂದು ಅದೇ ದಿನ ಹತ್ಯೆಗೊಳಗಾದರು.

ತನ್ನ ನಂಬಿಕೆಗಳಿಗೆ ಅನುಗುಣವಾಗಿ ಮಕ್ಕಳಿಗೆ ಯಾವುದೇ ಸಂಪತ್ತು ಬಿಟ್ಟುಹೋಗದೆ ಮನೆಯನ್ನು ಬಿಟ್ಟಿದ್ದರೂ ಅದನ್ನು ಕೂಡ ಆಶ್ರಮಕ್ಕೆ ದಾನ ಮಾಡಿದ್ದರು. ಮುಖ್ಯವಾಗಿ ಅವರು ಒಳ್ಳೆಯ ಶಿಕ್ಷಣ, ನಂಬಿಕೆ, ಬದ್ಧತೆ, ಸಮಾನತೆ, ಬದುಕಿನ ಆದರ್ಶಗಳನ್ನು ಮಕ್ಕಳಿಗೆ ಮೊಮ್ಮಕ್ಕಳಿಗೆ ಬಿಟ್ಟು ಹೋದರು. ತಮ್ಮ ಬದುಕಿನ ಕೊನೆಯಲ್ಲಿ ಅವರು ತನ್ನಲ್ಲಿರುವ ಎಲ್ಲ ಸಂಪತ್ತನ್ನು ದಾನ ಮಾಡಿ ನಿರ್ಗತಿಕನಾಗಿದ್ದು ಮಗಳ ಮನೆಯಲ್ಲಿ ವಾಸ ಮಾಡಿದರು. ಅವರ ಶ್ರೀಮತಿಯವರು ಏನಾದರೆಂಬುದರ ಬಗ್ಗೆ ಮಾಹಿತಿಯಿಲ್ಲ. ಬಹುಶಃ ರುಕ್ಮಿಣಿಯಮ್ಮನವರು ಕುದ್ಮುಲ್ ಪಿಜ್ಜರಿಗಿಂತ ಮೊದಲೇ ತೀರಿ ಹೋಗಿರಬೇಕು.

ಕುದ್ಮುಲ್ ಪಿಜ್ಜರ ಅಗಲುವಿಕೆ ಒಂದು ದೊಡ್ಡ ಶೂನ್ಯವನ್ನುಂಟು ಮಾಡಿತು. ಅವರ ನಿಧನದ ದಿನ ಎಲ್ಲರಿಗೂ ದುಃಖ ಮತ್ತು ಶೋಕವನ್ನುಂಟು ಮಾಡಿದ್ದು ವಿಶೇಷವಾಗಿ ಅವರಿಗೆ ಬಹಳ ಆಪ್ತರಾಗಿದ್ದ ದಲಿತರಿಗೆ ಬಹಳ ದುಃಖದ ದಿನವಾಗಿತ್ತು. ಸುದ್ದಿ ಹರಡಿದಾಗ ಜಿಲ್ಲೆಯ ಬೇರೆ ಬೇರೆ ಕಡೆಗಳಿಂದ ದಲಿತರು ಎನ್.ಸುಬ್ಬರಾವ್ ಮತ್ತು ಲಲಿತಾಬಾಯಿಯವರ ಮನೆಗೆ ಕುದ್ಮುಲ್ ಪಿಜ್ಜರಿಗೆ ಕೊನೆಯ ನಮನಗಳನ್ನು ಸಲ್ಲಿಸುವುದಕ್ಕಾಗಿ ಬಂದಿದ್ದರು.

ಅಂತ್ಯಕ್ರಿಯೆ

ಕುದ್ಮುಲ್ ಪಿಜ್ಜರು ನಿಧನರಾಗುವುದಕ್ಕೆ ಆರು ದಿನಗಳ ಮೊದಲು ಕುದ್ಮುಲ್ ಪಿಜ್ಜರ ಮಗ ರಾಮರಾವ್ ಅವರ ಮಗಳು ತಾರಾ (ಬಳಿಕ ಚಂದಾವರ್ಕರ್) ಜನಿಸಿದರು. ಆದುದರಿಂದ ಮನೆಯಲ್ಲಿ ಸಾಮಾನ್ಯವಾಗಿ ಆಚರಿಸುವಂತಹ ಸತ್‌ದೇವಿ ಪೂಜೆಯನ್ನು ಮಾಡಲಿಲ್ಲ.

ಕುದ್ಮುಲ್ ಪಿಜ್ಜರಿಗೆ ಪಂಚಮರ ಬಗ್ಗೆ ಇದ್ದ ಮಮತೆ, ಕಾಳಜಿ ಮತ್ತು ಗಾಢವಾದ ಭಾವನೆಗಳ ಕಾರಣವಾಗಿ ಅವರಿಗಾಗಿ ಅನೇಕ ರೀತಿಯ ಸಹಾಯಗಳನ್ನು ಮಾಡಿದರು. ತಾವು ತೀರಿಕೊಳ್ಳುವ ಕೆಲವು ವರ್ಷಗಳ ಮೊದಲು ಕುದ್ಮುಲ್ ಪಿಜ್ಜ ಬರೆದಿಟ್ಟಿದ್ದ ಉಯಿಲ್‌ನಲ್ಲಿ ಆ ಭಾವನೆಗಳು ಪ್ರತಿಫಲನಗೊಂಡಿವೆ. ದಕ್ಷಿಣಕನ್ನಡ ಮತ್ತು ಉಡುಪಿ ಜಿಲ್ಲೆಗಳಲ್ಲಿ ಸಾಂಪ್ರದಾಯಿಕವಾಗಿ ನೈರ್ಮಲ್ಯದ ಕೆಲಸ ಮಾಡುತ್ತಿದ್ದ ತೋಟಿ ಸಮುದಾಯದವರನ್ನು ಮೇಲೆತ್ತುವುದು ಅವರ ಕನಸಾಗಿತ್ತು. 1928 ಜನವರಿ 30ರಂದು ಕುದ್ಮುಲ್ ಪಿಜ್ಜ ನಿಧನರಾದಾಗ ತಮ್ಮ ವಿಲ್ಲಿನಲ್ಲಿ ತನ್ನ ಶವವನ್ನು ಸ್ಮಶಾನಕ್ಕೆ ತೋಟಿ ಸಮುದಾಯದವರು ಹೊರಬೇಕು ಎಂದು ಬರೆದದ್ದು ಬೆಳಕಿಗೆ ಬಂದಿತು. ತನ್ನ ಕಾಲದ ಸಾಮಾಜಿಕ ಪದ್ಧತಿಗಳ ಬಗ್ಗೆ ಅವರಿಗಿದ್ದ ಅಸಮಾಧಾನವು ಅವರ ಈ ಉಯಿಲಿನಲ್ಲಿ ಪ್ರಕಟಗೊಂಡಿತು. ಅವರ

ಬದ್ಧತೆಯನ್ನು ಸಾವಿನ ವೇಳೆಯಲ್ಲೂ ಅದು ಪ್ರಕಟಿಸಿತು. ಅವರ ಈ ವಿಲ್ಲನ್ನು ಓದಿದಾಗ ಮೇಲ್ಜಾತಿಯವರಿಗೆ ಸಿಟ್ಟುಬಂದು ಅಸಮಾಧಾನಗೊಂಡರು. ದಲಿತರು ಅಥವಾ ಕೊರಗರು ಮೇಲ್ಜಾತಿಯವರ ಶವವನ್ನು ಸ್ಮಶಾನಕ್ಕೆ ಹೊರುವುದೆಂದರೆ ಅದು ದೈವನಿಂದೆಯೆಂದು ಮೇಲ್ಜಾತಿಯವರು ಭಾವಿಸಿದ್ದರು. ಅದು ಕೂಡ ತೋಟಿಯವರು ದಲಿತರಲ್ಲಿ ಅತ್ಯಂತ ಕೆಳವರ್ಗದವರೆಂದು ಭಾವಿಸಲಾಗಿತ್ತು. ಈ ರೀತಿಯ ಒಂದು ಮನೋಧರ್ಮ ಮೇಲ್ಜಾತಿಯ ಬ್ರಾಹ್ಮಣರಲ್ಲಿ ಬಹಳ ಆಳವಾಗಿ ಬೇರೂರಿತ್ತು. ಮೇಲ್ಜಾತಿಯವರ ಹೆಣವನ್ನು ತೋಟಿಯವರು ಹೊತ್ತರೆ ಅವರು ಸ್ವರ್ಗಕ್ಕೆ ಹೋಗದೆ ನರಕದಲ್ಲಿ ಬೀಳುತ್ತಾರೆಂದು ಮೇಲ್ಜಾತಿಯವರು ನಂಬಿದ್ದರು. ಆದ್ದರಿಂದ ಮೇಲ್ಜಾತಿಯವರ ಶವವನ್ನು ತೋಟಿಗಳು ಹೊತ್ತರೆ ಆ ಆತ್ಮಕ್ಕೆ ಸದ್ಗತಿ ಸಿಗುವುದಿಲ್ಲ ಹಾಗೂ ಇದು ಒಂದು ರೀತಿಯಲ್ಲಿ ಅಪರಾಧ ಎಂಬ ಭಾವ ಮೇಲ್ಜಾತಿಯವರಿಗಿತ್ತು. ಆದರೆ ಕುದ್ಮುಲ್ ಪಿಜ್ಜರು ತಮ್ಮ ಬದುಕಿನ ಕೆಲಸಗಳಲ್ಲಿ ಇದೊಂದು ದೊಡ್ಡ ಗೌರವವೆಂದು ಭಾವಿಸಿದ್ದರು. ತನ್ನ ಆತ್ಮ ಅಥವಾ ಜೀವ ಒಂದು ವೇಳೆ ನರಕಕ್ಕೆ ಹೋಗುವುದಾದರೆ ಮೇಲ್ಜಾತಿಯವರ ತಾರತಮ್ಯದ ಸ್ವರ್ಗಕ್ಕಿಂತ ಎಷ್ಟೋ ವಾಸಿಯೆಂದುಯ ಭಾವಿಸಿದ್ದರು.

ಕುದ್ಮುಲ್ ಪಿಜ್ಜರ ಉಯಿಲಿಗೆ ಸಂಬಂಧಿಸಿ ಬಹಳಷ್ಟು ಗೊಂದಲ, ಗಲಾಟೆಗಳು ನಡೆದವೆಂದು ಹೇಳಲಾಗುತ್ತದೆ. ಕುದ್ಮುಲ್ ಪಿಜ್ಜರ ಅಳಿಯ ಸುಬ್ಬರಾವ್ ಅಲ್ಲಿದ್ದ ಜನರನ್ನು ಸಮಾಧಾನ ಪಡಿಸಿದರೆಂದು ಮಾಹಿತಿಯಿದೆ. ಕೆಲವು ಮೂಲಗಳ ಪ್ರಕಾರ ಬೇರೆ ಬೇರೆ ಜಾತಿಯವರು ಸ್ವಲ್ಪ ಸ್ವಲ್ಪ ದೂರದವರೆಗೆ ಕುದ್ಮುಲ್ ಪಿಜ್ಜರ ದೇಹವನ್ನು ಹೊತ್ತುಕೊಂಡು ಹೋದರೆಂದು ಹೇಳಿದರೆ, ಇನ್ನು ಕೆಲವರು ಹೇಳುವಂತೆ ಅಂತಿಮವಾಗಿ ಅವರ ದೇಹವನ್ನು ತೋಟಿಗಳೇ ಹೊತ್ತುಕೊಂಡು ಹೋದರಂತೆ. ಏನೇ ಆದರೂ ಕುದ್ಮುಲ್ ಪಿಜ್ಜರ ಭಾವನೆ ಮತ್ತು ಆಸೆ ತುಂಬ ವಿಶಿಷ್ಟವಾಗಿತ್ತು. ಲಲಿತಾಬಾಯಿಯವರು ತಮ್ಮ ತಂದೆಯ ನೆನಪನ್ನು ಬರೆದಿಟ್ಟಿದ್ದು ಅದರಲ್ಲಿ ದಿನಾಂಕವನ್ನು ಸೂಚಿಸಿಲ್ಲ. ಬಹುಶಃ ಅದನ್ನು ಪಿಜ್ಜನ ಸ್ಮಾರಕದ ಬಳಿ ಓದಿ ಹೇಳಿರಬೇಕು.

"ಕುದ್ಮುಲ್ ರಂಗರಾವ್ ಬಡವರಿಗೆ ಮತ್ತು ಶೋಷಿತರಿಗಾಗಿ ಕೆಲಸ ಮಾಡಿದವರಾದುದರಿಂದ ಕನ್ನಡ ಪ್ರದೇಶವೆಂದು ಕರೆಯಿಸಿಕೊಳ್ಳುವ ಕೆನರಾ ಪ್ರದೇಶದಲ್ಲಿ ಅವರ ಹೆಸರು ಮನೆಮಾತಾಗಿತ್ತು. ಅಸ್ಪೃಶ್ಯರೆಂದು ಕರೆಯಿಸಿಕೊಂಡ ಸಮುದಾಯದವರು ಅವರನ್ನು ಆರಾಧನೆ ಮಾಡುತ್ತಿದ್ದರು, ವಿಶೇಷವಾಗಿ ಪೂಜಿಸುತ್ತಿದ್ದರು. ಅವರ ಸೇವೆಗಾಗಿ ಬ್ರಿಟಿಷ್ ಸರಕಾರ ಅವರಿಗೆ ರಾವ್‌ಸಾಹೇಬ್ ಎನ್ನುವ ಪದವಿಯನ್ನು ಕೊಟ್ಟರು. ದಲಿತರಿಗಾಗಿ, ಅವಕಾಶ ವಂಚಿತರಿಗಾಗಿ

ಅವರು ಮಾಡಿದ ಕೆಲಸ ನೆನಪಿಸಿಕೊಂಡಾಗ ದಲಿತರು ಶೆಲ್ಲಿಯ ಈ ಕವನವನ್ನು ವಾಚಿಸಿರಬಹುದು:

"ನಮ್ಮ ರಾತ್ರಿಯ ನೆರಳನ್ನು ಬಿಟ್ಟು ಬಹಳ ಮೇಲೆ ಹೋಗಿದ್ದಾರೆ ಅವರು;
ಅಸೂಯೆ ಮತ್ತು ಅಪವಾದ, ದ್ವೇಷ ಮತ್ತು ನೋವು,
ಮತ್ತು ಯಾವುದನ್ನು ತಪ್ಪಾಗಿ ಆನಂದವೆಂದು ಕರೆಯುತ್ತಾರೋ ಆ ಅಶಾಂತಿ,
ಮುಟ್ಟುವುದಿಲ್ಲ ಅವರನ್ನು, ಹಾಗೂ ಮತ್ತವರನ್ನು ಹಿಂಸಿಸುವುದಿಲ್ಲ."

ಕುದ್ಮಲ್ ಪಿಜ್ಜರ ಸಮಾಧಿಯು ಮಂಗಳೂರಿನ ನಂದಿಗುಡ್ಡೆ ಬಳಿ ಬ್ರಹ್ಮಸಮಾಜ ಮಿಷನ್ ಆವರಣದಲ್ಲಿ ಇದೆ. ಅವರ ಅಸ್ಥಿಯನ್ನು ಅಲ್ಲಿ ಹೂಳಲಾಗಿದ್ದು ಅದು ದುಸ್ಥಿತಿಯಲ್ಲಿದ್ದ ಕಾರಣ ಅವರ ಮೊಮ್ಮಗ ಕುದ್ಮಲ್ ಸದಾಶಿವರಾವ್ ಕುಟುಂಬದ ಸದಸ್ಯರಿಂದ ಧನಸಂಗ್ರಹ ಮಾಡಿ ಪರಿಸರವನ್ನು ಪುನರುಜ್ಜೀವನಗೊಳಿಸಿದರು.

ಇವತ್ತು ಮಂಗಳೂರು ವಿಶ್ವವಿದ್ಯಾನಿಲಯದ ಸಮಾಜವಿಜ್ಞಾನಿಗಳು ಕುದ್ಮಲ್ ಪಿಜ್ಜರ ಸಾಹಸಕಾರ್ಯಗಳ ಬಗ್ಗೆ, ಶೋಷಿತ ಸಮುದಾಯಗಳನ್ನು ಸಾಮಾಜಿಕ ಅಂಗೀಕಾರ ಮಾಡುವ ಅವರ ಪ್ರಯತ್ನದ ಬಗ್ಗೆ ವಿಶೇಷ ಗೌರವ ಕೊಡುತ್ತಾರೆ. ಬಹಳ ಮುಖ್ಯವಾದದ್ದು ಏನೆಂದರೆ ದಕ್ಷಿಣಕನ್ನಡ ಮತ್ತು ಉಡುಪಿ ಜಿಲ್ಲೆಗಳ ಪರಿಶಿಷ್ಟ ಜಾತಿ ಮತ್ತು ಪಂಗಡದವರಿಗೆ ಹಾಗೂ ಅನೇಕ ಶೋಷಿತ ಸಮುದಾಯಗಳಿಗೆ ರಕ್ಷಕನಾಗಿ, ಹಲವಾರು ಕುಟುಂಬಗಳಿಗೆ ಕುದ್ಮಲ್ ಪಿಜ್ಜ ಆಸರೆಯಾಗಿದ್ದರು. ದಕ್ಷಿಣ ಕನ್ನಡ ಮತ್ತು ಉಡುಪಿ ಜಿಲ್ಲೆಗಳಲ್ಲಿನ ಶೋಷಿತ ಸಮುದಾಯಗಳು ಅನ್ನಿಸಿಕೊಂಡ ಸಾವಿರಾರು ಕುಟುಂಬದವರು ಕುದ್ಮಲ್ ಪಿಜ್ಜರನ್ನು ತಮ್ಮ ಸಮಾಜಗಳ ಉದ್ಧಾರಕ ಎಂದು ಗೌರವಿಸುತ್ತಾರೆ. ಕುದ್ಮಲ್ ಪಿಜ್ಜರನ್ನು ಪಂಚಮರು ಇವತ್ತಿಗೂ ವಿಶೇಷವಾಗಿ ನೆನಪಿಸಿಕೊಳ್ಳುತ್ತಾರೆ. ಕುದ್ಮಲ್ ಪಿಜ್ಜರ ವಾರ್ಷಿಕ ದಿನದಂದು ಅವರ ಸಮಾಧಿಗೆ ಹೂಗಳಿಂದ ಅಲಂಕರಿಸಿ ಪ್ರಾರ್ಥನೆಯನ್ನು ಸಲ್ಲಿಸುತ್ತಾರೆ.

ಗಾಂಧೀಜಿಯವರು ಹೇಗೆ ಪ್ರಭಾವಿತರಾದರು

ಸ್ವಾತಂತ್ರ್ಯ ಚಳವಳಿಯ ಅಂಗವಾಗಿ ಗಾಂಧೀಜಿಯವರು ಭಾರತದ ಜನಸಂಖ್ಯೆಯ ಐದನೇ ಒಂದು ಭಾಗವಾಗಿರುವ ಅಸ್ಪೃಶ್ಯರ ಸಾಮಾಜಿಕ ಸ್ಥಾನಮಾನ ಬದಲಾಯಿಸಲು ಉದ್ದೇಶಿಸಿದ್ದರು. ಗಾಂಧೀಜಿಯವರು ಅಸ್ಪೃಶ್ಯರ ಸರ್ವತೋಮುಖ ಅಭಿವೃದ್ಧಿ ಆಗದ ಹೊರತು ಸ್ವಾತಂತ್ರ್ಯವನ್ನು ಪಡೆಯುವುದು ಅರ್ಥಹೀನವೆಂದು ನಂಬಿದ್ದರು. ಅವರು ಅನೇಕ ಸಾರ್ವಜನಿಕ ಭಾಷಣಗಳಲ್ಲಿ ಸಮಾಜದ ಸುಧಾರಣೆ ಆಗದ ಹೊರತು ದೇಶಕ್ಕೆ ಸ್ವಾತಂತ್ರ್ಯ ಪಡೆಯುವುದನ್ನು ನಿಜವಾದ ಅರ್ಥದಲ್ಲಿ ಸ್ವಾತಂತ್ರ್ಯ ಎಂದು ಕರೆಯಲಾಗುವುದಿಲ್ಲ ಎಂದು ಸಾರುತ್ತಿದ್ದರು. ಆ ಕಾಲದಲ್ಲಿ ಅಸ್ಪೃಶ್ಯರನ್ನು ಸಮಾಜದಲ್ಲಿ ಬಹಿಷ್ಕೃತರೆಂದು ಪರಿಗಣಿಸುತ್ತಿದ್ದರು ಮತ್ತು ನೂರಾರು ವರ್ಷಗಳ ಕಾಲ ಅವರು ಶೋಷಣೆಗೆ ಒಳಗಾಗಿದ್ದರು. ಒಂದರ್ಥದಲ್ಲಿ ಗಾಂಧೀಜಿಯವರು ಕೂಡ ಈ ರೀತಿಯ ಕಾಲನಿಗಳಲ್ಲಿ ವಾಸ ಮಾಡಿ ವೈಯಕ್ತಿಕವಾಗಿ ಅವರ ಸ್ಥಿತಿಗತಿಗಳನ್ನು ತಿಳಿದರು. ಕುದ್ಮುಲ್ ಪಿಜ್ಜ ಗಾಂಧೀಜಿ ಅವರಿಗಿಂತ 25 ವರ್ಷಗಳ ಹಿಂದೆ ಈ ಸಮುದಾಯದವರ ನೋವುಗಳನ್ನು ಅರ್ಥ ಮಾಡಿಕೊಳ್ಳಲು ಯತ್ನಿಸಿದಂತೆ ಗಾಂಧೀಜಿಯವರು ಸಮುದಾಯಗಳ ನಡುವೆ ವಾಸಿಸಿ

ಕಷ್ಟಗಳನ್ನು ಅರ್ಥಮಾಡಿಕೊಂಡರು. ಈ ಉದ್ದೇಶಗಳನ್ನು ಸಾಧಿಸುವುದಕ್ಕಾಗಿ ಗಾಂಧೀಜಿಯವರು ದೇಶದ ಉದ್ದಗಲಕ್ಕೂ ಸಂಚರಿಸಿದರು. ಶೋಷಿತ ಸಮುದಾಯ ದವರ ಸಮಸ್ಯೆಗಳಾದ ಬಡತನ, ಅಸ್ಪೃಶ್ಯತೆ, ಸಾಮಾಜಿಕ ಅಸಮಾನತೆ ಈ ತರಹದ ಸಾಮಾಜಿಕ ಸಮಸ್ಯೆಗಳ ವಿರುದ್ಧ ದೊಡ್ಡ ಆಂದೋಲನವನ್ನು ಗಾಂಧೀಜಿಯವರು ಆರಂಭಿಸಿದರು.

ಆಂದೋಲನದ ಭಾಗವಾಗಿ ಗಾಂಧೀಜಿಯವರು ಮೂರು ಸಲ ಮಂಗಳೂರಿಗೆ ಭೇಟಿಕೊಟ್ಟರು. 1934 ಫೆಬ್ರವರಿ 24ರಂದು ಸಂಜೆ ಏಳು ಗಂಟೆಗೆ ಮಹಾತ್ಮಾ ಗಾಂಧಿಯವರು ಶೇಡಿಗುಡ್ಡೆಯ ಡಿ.ಸಿ.ಎಂ ಶಾಲೆಗೆ ಭೇಟಿ ಕೊಡಲು ಸಿದ್ಧತೆಗಳಾಗಿತ್ತು. ಪಂಚಮರು ಮತ್ತು ಇತರರು ಶಾಲೆಗೆ ಬರಲಾರಂಭಿಸಿದರು. ಸಂಜೆ ಹೊತ್ತಿಗಂತೂ ತುಂಬ ಮಂದಿ ಅಲ್ಲಿ ನೆರೆದಿದ್ದರು. ಅನೇಕ ಮಂದಿಗೆ ಶಾಲೆಯ ಕಟ್ಟಡ ಪ್ರವೇಶಿಸಲೂ ಜಾಗವಿರದೆ ಹೊರಗಡೆ ನಿಂತಿದ್ದರು. ಗಾಂಧೀಜಿಯವರು ಡಿ.ಸಿ.ಎಂ ಶಾಲೆಗೆ ಬಂದವರೇ ಶಾಲೆಯ ಮಕ್ಕಳು ಮಾಡಿದ ಕರಕುಶಲ ವಸ್ತುಗಳನ್ನು ನೋಡಿದರು. ಶಾಲೆಯ ಮಕ್ಕಳು ಮಾಡಿದ ತೋಟವನ್ನು ನೋಡಿ ಮೆಚ್ಚುಗೆ ವ್ಯಕ್ತಪಡಿಸಿದರು. ಕುದ್ಮುಲ್ ರಂಗರಾಯರು ಡಿ.ಸಿ.ಎಂ ಮೂಲಕ ಮಾಡಿದ ಸೇವೆಯಿಂದ ಗಾಂಧೀಜಿಯವರು ಪ್ರಭಾವಿತರಾದರು.

ಗಾಂಧೀಜಿಯವರು ಬಳಿಕ ಅಲ್ಲಿ ದೊಡ್ಡ ಸಂಖ್ಯೆಯಲ್ಲಿ ನೆರೆದಿದ್ದ ಪರಿಶಿಷ್ಟ ಜಾತಿ ಮತ್ತು ಪರಿಶಿಷ್ಟ ಪಂಗಡದವರನ್ನು ಉದ್ದೇಶಿಸಿ ಭಾಷಣ ಮಾಡಿದರು. ಅವರು ಡಿ.ಸಿ.ಎಂ ನ ಸ್ಥಾಪಕರಾದ ಕುದ್ಮುಲ್ ರಂಗರಾಯರನ್ನು 'ಆದರ್ಶ ಪುರುಷ' ಎಂದು ಗೌರವಿಸುತ್ತೇನೆಂದು ಹೇಳಿದರು. ಕುದ್ಮುಲ್ ಪಿಜ್ಜರ ಸೇವೆ, ಮಾನವತೆ. ದೂರದೃಷ್ಟಿ ದರ್ಶನ ಇವು ಗಾಂಧೀಜಿಯವರಿಗೆ ಪಂಚಮರ ಹೊರೆಗಳನ್ನು ಇಳಿಸುವ ಜವಾಬ್ದಾರಿಯನ್ನು ಅರಿತುಕೊಳ್ಳುವುದಕ್ಕೆ ಸಹಕರಿಸಿತು. ಸಮಾಜದಿಂದ ಅಸ್ಪೃಶ್ಯತೆ ಹೋಗಲಾಡಿಸಲು ಕುದ್ಮುಲ್ ಪಿಜ್ಜರು ಮನಃಪೂರ್ವಕವಾಗಿ ಮಾಡಿದ ಕೆಲಸವನ್ನು ಸ್ಮರಿಸಿ ತಮ್ಮ ಪ್ರಾಮಾಣಿಕತೆಯಿಂದ ಅವರನ್ನು ತನ್ನ 'ಗುರು' ಎಂದು ಘೋಷಿಸಿದರು. ಗಾಂಧೀಜಿಯವರು ಕುದ್ಮುಲ್ ಪಿಜ್ಜರ ಆಂದೋಲನವನ್ನು ಮೆಚ್ಚಿಕೊಂಡದ್ದಷ್ಟೇ ಅಲ್ಲದೆ ಅವರಿಂದ ತಾನು ಪ್ರಭಾವಿತನಾದೆ ಎಂದು ಹೇಳಿದರು.

ಗಾಂಧೀಜಿಯವರು ಡಿ.ಸಿ.ಎಂ ವಿದ್ಯಾರ್ಥಿಗಳಲ್ಲಿ ತಮಗೆ ದೊರೆತ ಅನುಕೂಲತೆಗಳನ್ನು ಬಳಸಿಕೊಳ್ಳಲು ಹೇಳಿದರು. ಅಲ್ಲಿ ದೊರೆತದ್ದಕ್ಕೆ ಪ್ರತಿಯಾಗಿ ಸಮಾಜಕ್ಕೆ ಒಳ್ಳೆಯ ಕೆಲಸವನ್ನು ಮಾಡಬೇಕೆಂದು ವಿದ್ಯಾರ್ಥಿಗಳಿಗೆ ಹಿತವಚನ ನೀಡಿದರು. ಅವರು ಡಿ.ಸಿ.ಎಂ ಬಗ್ಗೆ ಬಹಳ ಮೆಚ್ಚುಗೆಯ ಮಾತುಗಳನ್ನಾಡಿದರು. ಡಿ.ಸಿ.ಎಂ ಎನ್ನುವುದು ಸಮಾಜ ಸುಧಾರಣೆಯಲ್ಲಿ ತೊಡಗಿಸಿಕೊಂಡಿದ್ದ ಭಾರತದಲ್ಲೇ ಹಿರಿಯ ಸಂಸ್ಥೆಯಾಗಿತ್ತು. ಸಮಾಜದ ಶೋಷಿತ ವರ್ಗದ

ಸಮುದಾಯದ ಜನರಿಗಾಗಿ ಕೆಲಸ ಮಾಡುವ ಇಂತಹ ಅನೇಕ ಸಂಸ್ಥೆಗಳಿಗೆ ಈ ಶಾಲೆ ಮಾದರಿಯೆಂದು ಗಾಂಧೀಜಿ ಘೋಷಿಸಿದರು. ಹೀಗೆ ಅನೇಕ ರೀತಿಯಲ್ಲಿ ಕುದ್ಮಲ್ ಪಿಜ್ಜರ ಕಠಿಣ ಪರಿಶ್ರಮ ಸಮಾಜವನ್ನು ಉದ್ಧಾರ ಮಾಡುವುದಕ್ಕೆ ಸಮರ್ಥನೆಯನ್ನು ಕೊಟ್ಟಿತು. ಕುದ್ಮಲ್ ಪಿಜ್ಜರ ನಿಧನಾನಂತರ ಗಾಂಧೀಜಿ ಮಂಗಳೂರಿಗೆ ಬಂದಾಗ ಅವರ ವಿಸ್ತೃತ ಕುಟುಂಬದ ಸದಸ್ಯೆ ವಸಂತಿ ಚಂದಾವರ್ಕರ್ ಅವರು ನೆನಪಿಸಿಕೊಳ್ಳುವಂತೆ ಗಾಂಧೀಜಿಯವರು ಮೈದಾನದಲ್ಲಿ ಸಾರ್ವಜನಿಕ ಭಾಷಣ ಮಾಡಿದಾಗ ವೇದಿಕೆಯಲ್ಲಿ ಭಾಷಣ ಮಾಡುವವರ ಪೋಡಿಯಂ ಬಳಿ ಕುಳಿತು ತಾನು ಅವರ ರೋಮಾಂಚನಕಾರಿ ಭಾಷಣ ಕೇಳಿದ್ದನ್ನು ನೆನಪಿಸಿಕೊಂಡಿದ್ದರು.

ಕುದ್ಮುಲ್ ಪಿಜ್ಜರ ಕಾರ್ಯಗಳ ಮುಂದುವರಿಕೆ

ಕುದ್ಮುಲ್ ಪಿಜ್ಜರು ಹೊಸ ಆಶ್ರಮಗಳನ್ನು, ಅನಾಥಾಲಯಗಳನ್ನು ಸ್ಥಾಪಿಸಲು ತನ್ನದೇ ಆದ ಸ್ವಂತ ಬಂಡವಾಳ, ಸಂಪನ್ಮೂಲ ಏನೂ ಇರಲಿಲ್ಲ. ಅವರಲ್ಲಿದ್ದುದು ಕದ್ರಿಯ ಒಂದು ಮನೆ ಮಾತ್ರ. ಅದನ್ನೂ ಅವರು ದಾನವಾಗಿ ಕೊಟ್ಟಿದ್ದರು. ಅವರ ನಿಧನದ ಬಳಿಕ ಅವರ ನೆನಪಿನಲ್ಲಿ ಅನೇಕ ಸಂಸ್ಥೆಗಳನ್ನು ಸ್ಥಾಪಿಸಲಾಯಿತು. 'ಸ್ವಾಮಿ ಈಶ್ವರಾನಂದ ಮಹಿಳಾ ಸೇವಾಶ್ರಮ' ಸೊಸೈಟಿಯು 1928ರಲ್ಲಿ ಮಂಗಳೂರಿನ ಬಂಟ್ಸ್ ಹಾಸ್ಟೆಲ್ ಮುಂಭಾಗದಲ್ಲಿ ಡಾ. ಬೆನಗಲ್ ರಾಘವೇಂದ್ರ ರಾವ್ ಹಾಗೂ ಅವರಂತೆ ಬದ್ಧತೆಯುಳ್ಳ ಕೆಲವು ಮಹನೀಯರಿಂದ ಸ್ಥಾಪನೆಗೊಂಡಿತು. ಅದರ ಮುಖ್ಯ ಉದ್ದೇಶ ನಿರಾಶ್ರಿತ, ನಿರ್ಗತಿಕ, ಅಸಹಾಯಕ ಮಹಿಳೆಯರಿಗೆ ಮತ್ತು ಮಕ್ಕಳಿಗೆ ಜಾತಿ, ಧರ್ಮದ ಭಿನ್ನತೆಯಿಲ್ಲದೆ ಆಸರೆ ಕೊಟ್ಟು ಸಹಾಯ ಮಾಡುವುದಾಗಿತ್ತು. ಅದು ಮಹಿಳೆಯರನ್ನು ಸ್ವಸಹಾಯದ ಮೂಲಕ ಸ್ವಾವಲಂಬಿಗಳನ್ನಾಗಿ ಮಾಡುವ ಗುರಿ ಹೊಂದಿತ್ತು. ಆ ಸೊಸೈಟಿಯು ಈಗ 'ಬಾಲಿಕಾಶ್ರಮ'ವನ್ನು ನಡೆಸುತ್ತಿದ್ದು ಇದು ಐದೂವರೆ ವರ್ಷ ಮೇಲ್ಪಟ್ಟ ಹುಡುಗಿಯರ ಆಶ್ರಮ ಶಾಲೆಯಾಗಿದೆ. ಅದರಲ್ಲಿ ಐದೂವರೆ ವರ್ಷದಿಂದ

ಹದಿನೆಂಟು ವರ್ಷದವರೆಗಿನ ನಿರಾಶ್ರಿತ ಹೆಣ್ಮಕ್ಕಳಿಗೆ ಶೈಕ್ಷಣಿಕ ವಸತಿ ಸೌಕರ್ಯ ಕಲ್ಪಿಸಲಾಗಿದೆ. ಎಲ್ಲ ಮಕ್ಕಳು ಆಶ್ರಮದಲ್ಲಿದ್ದುಕೊಂಡು ಎಸ್.ಎಸ್.ಎಲ್.ಸಿ ಅಥವಾ ಪಿ.ಯು.ಸಿ ತನಕ ಕಲಿಯಲು ಅನುಕೂಲ ಕಲ್ಪಿಸಲಾಗಿದೆ.

ಈ ಸೊಸೈಟಿಯು ಉದ್ಯೋಗಿ ಮಹಿಳೆಯರ ಹಾಸ್ಟೆಲನ್ನು ಕೂಡ ನಡೆಸುತ್ತಿದ್ದು ಕಂಕನಾಡಿಯಲ್ಲಿ ದಿವಂಗತ ನಯಂಪಳ್ಳಿ ರಾಮರಾವ್ ಮತ್ತು ನಯಂಪಳ್ಳಿ ಶಿವರಾವ್ ಅವರು 1956ರಲ್ಲಿ ದಾನವಾಗಿ ಕೊಟ್ಟ ಸ್ಥಳದಲ್ಲಿ ಸುಮಾರು ಮೂರೂವರೆ ಎಕರೆ ಜಾಗದಲ್ಲಿ ಆ ಹಾಸ್ಟೆಲ್ ಇದೆ. ಇದರಲ್ಲಿ ಒಂದೂಕಾಲು ಎಕರೆಯನ್ನು ಸರಕಾರ ಬೈಪಾಸ್ ರಸ್ತೆಯನ್ನಾಗಿಸಲು ವಶಪಡಿಸಿಕೊಂಡು ಅದಕ್ಕೆ ಪರಿಹಾರದ ಹಣ ಕೊಟ್ಟಿತು. ಈ ಸೊಸೈಟಿಯ ಬೆಳವಣಿಗೆಗೆ ಕುದ್ಮುಲ್ ಪಿಜ್ಜರ ಮೊಮ್ಮಕ್ಕಳಾದ ನಯಂಪಳ್ಳಿ ಸೋದರರು ಸಹಾಯ ಮಾಡಿದರು.

ನಯಂಪಳ್ಳಿ ಸೋದರರು ಕೊಟ್ಟ ದಾನದ ದತ್ತಿ ಕರಾರಿನ ಪಾಠ ಹೀಗಿದೆ.

ಈ ದಾನದ ದತ್ತಿ ಕೊಟ್ಟವರು :

"(1) ನಯಂಪಳ್ಳಿ ರಾಮರಾವ್, ದಿವಾನ್ ರಾವ್ ಬಹದ್ದೂರ್ ಎನ್. ಸುಬ್ಬರಾವ್ ಅವರ ಮಗ.

ಮಂಗಳೂರಿನ ಮರ್ಕೆರ ಹಿಲ್‌ನಲ್ಲಿ ವಾಸ ಮಾಡುವವರು, ಭೂ ಮಾಲಿಕರು.

(2) ನಯಂಪಳ್ಳಿ ಶಿವರಾವ್, ದಿವಾನ್ ರಾವ್ ಬಹದ್ದೂರ್ ಎನ್. ಸುಬ್ಬರಾವ್ ಅವರ ಮಗ.

ಕಲ್ಕತ್ತಾದ ಇಂಪೀರಿಯರ್ ಟೊಬ್ಯಾಕೊ ಕಂಪೆನಿಯ ನಿರ್ದೇಶಕರು

ಇವರಿಬ್ಬರೂ ಕೂಡ ಮಂಗಳೂರಿಗೆ ಬಂದು ಸಾಮೂಹಿಕವಾಗಿ ಈಶ್ವರಾನಂದ ಮಹಿಳಾ ಸೇವಾಶ್ರಮ ಸೊಸೈಟಿಗೆ ಸೊಸೈಟಿ ರಿಜಿಸ್ಟ್ರೇಷನ್ ಆಕ್ಟ್ ಪ್ರಕಾರ ಮಂಗಳೂರಿನಲ್ಲಿ ಅದರ ಗೌರವ ಕಾರ್ಯದರ್ಶಿಗೆ ದಾನವಾಗಿ ಕೊಟ್ಟಿರುವುದಕ್ಕೆ ದಾಖಲೆ ಮಾಡಿಕೊಟ್ಟಿದ್ದಾರೆ. ಈ ದಾನಿಗಳು ಮತ್ತು ಅವರ ಹಿರಿಯರು ದಾನ ಪಡೆದ ಸಂಸ್ಥೆಯ ಜೊತೆಗೆ ಸನಿಹವರ್ತಿ ಸಂಪರ್ಕ ಹೊಂದಿದವರಾಗಿದ್ದಾರೆ ಹಾಗೂ ಸಂಸ್ಥೆಯಲ್ಲಿ ಸಮಾಜಾಭಿವೃದ್ಧಿಗಾಗಿ ಕೆಲಸ ಮಾಡುವವರಿಗೆ ಪ್ರೋತ್ಸಾಹವನ್ನು ಕೊಡುತ್ತಾರೆ. ಸ್ವಾಮಿ ಈಶ್ವರಾನಂದ ಮಹಿಳಾ ಆಶ್ರಮ ಯಾರ ಹೆಸರಿನಲ್ಲಿದೆಯೋ ಅವರು ನಿರ್ಗತಿಕ ಮಕ್ಕಳು ಮತ್ತು ಮಹಿಳೆಯರ ಸುಧಾರಣೆಗಾಗಿ ಜೀವಮಾನದಲ್ಲಿ ಶ್ರಮಿಸಿದವರು. ಆದುದರಿಂದ ಅವರ ಹೆಸರಿನ ಈ ಆಶ್ರಮ ಅವರದ್ದೇ ಉದ್ದೇಶಗಳನ್ನು ಅಳವಡಿಸಿಕೊಂಡು ಕೆಲಸ ಮಾಡುವುದಕ್ಕಾಗಿ ಆಸ್ತಿಯನ್ನು ದಾನವಾಗಿ ಕೊಡುತ್ತಿದ್ದೇವೆ."

ಇದು ದಾನದ ಪತ್ರದಲ್ಲಿ ಬರೆದಿರುವಂತಹ ವಿಷಯವಾಗಿದೆ.

ಹಿಂತಿರುಗಿ ನೋಡಿದಾಗ

ಸುಮಾರು ನೂರು ವರ್ಷಕ್ಕೂ ಹಿಂದಿನ ಸ್ಥಿತಿಯನ್ನು ನಾವು ನೋಡಿದಾಗ ಕುದ್ಮುಲ್ ಪಿಜ್ಜರ ಧೈರ್ಯ ಮತ್ತು ದೃಢ ಸಂಕಲ್ಪವನ್ನು ನಾವು ಮೆಚ್ಚದಿರಲು ಸಾಧ್ಯವಿಲ್ಲ. ಇದಕ್ಕಾಗಿ ಅವರು ತಮ್ಮ ಸಮಾಜವನ್ನು ಎದುರು ಹಾಕಿಕೊಂಡರು. ಬಹಳ ಆಳವಾಗಿ ಬೇರೂರಿರುವ ಆಲೋಚನೆಗಳು ಉಳ್ಳ ಮತ್ತು ಎಲ್ಲ ರೀತಿಯ ಸಾಮಾಜಿಕ ಸಂಗತಿಗಳಿಂದ ವಂಚಿತರಾದ ದಲಿತರು ಒಂದು ಸಭ್ಯ ಬದುಕನ್ನು ಸಾಗಿಸುವುದಕ್ಕೆ ಹಾಗೂ ಅವರನ್ನು ಮೃಗೀಯಭಾವದಿಂದ ನಡೆಸಿಕೊಳ್ಳದೆ ಮನುಷ್ಯರಾಗಿ ಬಾಳಗೊಡಬೇಕೆನ್ನುವ ದೊಡ್ಡ ಕೈಂಕರ್ಯವನ್ನು ಕುದ್ಮುಲ್ ಪಿಜ್ಜ ಮಾಡಿದರು. ಮುಖ್ಯವಾಗಿ ಅವರು ಎಲ್ಲರಿಗೂ ಶಿಕ್ಷಣ ಸಿಗುವುದರ ಕಡೆ ಗಮನಕೊಟ್ಟರು. ಅವಕಾಶವಂಚಿತರಿಗೆ ಮನೆ ಕಟ್ಟಿಕೊಳ್ಳುವುದಕ್ಕೆ ಭೂಮಿಯನ್ನು ಕೊಡುವುದು, ಬಾಲವಿಧವೆಯರಿಗೆ ಪುನರ್ವಿವಾಹ, ಉದ್ಯೋಗಾವಕಾಶಗಳು ಮತ್ತು ಹಣಕಾಸಿನ ಸುರಕ್ಷತೆಯ ಅಭಿವೃದ್ಧಿ ಇವೆಲ್ಲ ಆಲೋಚನೆಗಳು ಅವರಿಗೆಲ್ಲಿಂದ ಬಂತು ಎಂಬುದನ್ನು ನಾವು ಇವತ್ತು ಪ್ರಶ್ನಿಸಬಹುದು. ಆದರೆ ಅದು ಅವರಿಗೆ ಬಂದಿದ್ದು ಅವರ ಕುಟುಂಬದಿಂದ, ಜಾತಿಯಿಂದ ಅಥವಾ ಸಮುದಾಯದಿಂದ ಅಲ್ಲ, ಅವೆಲ್ಲ ಅವರ ಸ್ವತಂತ್ರವಾದ ದೂರದೃಷ್ಟಿ ಮತ್ತು ಸ್ವಚಿಂತನೆಗಳಿಂದ ಬಂತು.

"ಬಂಡೆಯನ್ನು ಬುಡದಿಂದ ಮೇಲಕ್ಕೆ ಎತ್ತಬೇಕಾದರೆ, ಅದನ್ನು ಎತ್ತುವ ಒಂದು ಕೈಯ ಸಹಾಯ ಬೇಕು." ದೇವರು ಪಂಚಮರನ್ನು ಮೇಲಕ್ಕೆ ಎತ್ತುವುದಕ್ಕಾಗಿ ಕುದ್ಮುಲ್ ಪಿಜ್ಜರ ರೂಪದಲ್ಲಿ ಅಂತಹ ಕೈಯನ್ನು ಕೊಟ್ಟಿರಬೇಕು.

ಮತ್ತೆ ಮತ್ತೆ ಸಾಬೀತಾದಂತೆ ಶೋಷಿತ ಸಮುದಾಯಗಳಿಗೆ ಆರ್ಥಿಕ, ಸಾಮಾಜಿಕ ಮತ್ತು ಶೈಕ್ಷಣಿಕ ಬೆಳವಣಿಗೆ ಶಿಕ್ಷಣದಿಂದ ಮಾತ್ರ ಸಾಧ್ಯವಾಯಿತು. ಆ ಸಮುದಾಯದವರು ಗೌರವಯುತವಾದ ಬದುಕು ಸಾಗಿಸಬೇಕು, ಮೇಲ್ಜಾತಿಯವರಿಗೆ ಬಲಿಯಾಗಬಾರದು ಮತ್ತು ಶೋಷಣೆಗೆ ಒಳಗಾಗದೆ ತಮ್ಮದೇ ಕೈಕಸುಬಿಗೆ ಉತ್ತಮ ಬೆಲೆಯನ್ನು ಪಡೆಯಬೇಕು ಎಂಬ ಉದ್ದೇಶದಿಂದ ಕೈಕಸುಬಿಗೆ, ಗುಡಿಕೈಗಾರಿಕೆಯ ವಸ್ತುಗಳಿಗೆ ಹೆಚ್ಚು ಪ್ರೋತ್ಸಾಹ ಕೊಡುವುದಕ್ಕಾಗಿ ಕುದ್ಮುಲ್ ಪಿಜ್ಜರು ದುಡಿದರು. ಕುದ್ಮುಲ್ ಪಿಜ್ಜರು ಆದರ್ಶವಾದ ಗುಡಿಕೈಗಾರಿಕೆಯ ಘಟಕಗಳನ್ನು ಆರಂಭಿಸಿದರು. ಸಾಮಾಜಿಕವಾಗಿ ಕೆಳಗೆ ತಳ್ಳಲ್ಪಟ್ಟಂತಹ ಜನರು ಸ್ವತಂತ್ರವಾದ, ಸ್ವಾಯತ್ತವಾದ, ಗೌರವಯುತವಾದ ಬದುಕನ್ನು ಸಮಾಜದಲ್ಲಿ ಬದುಕಬೇಕು ಹಾಗೂ ಅವರ ಹುಟ್ಟಿನ ಕಾರಣಕ್ಕಾಗಿ ಮೇಲ್ಜಾತಿಯವರು ಹೇರುವಂತಹ ಪದ್ಧತಿಗಳಿಂದ ಹೊರಬರಬೇಕು ಎಂದು ಪರಿಕಲ್ಪಿಸಿದ ಅವರ ಗುರಿ, ದೂರದೃಷ್ಟಿ ಮತ್ತು ಬದ್ಧತೆಯನ್ನು ಈಡೇರಿಸುವುದು ಸುಲಭದ ಮಾತಾಗಿರಲಿಲ್ಲ. ಒಂದು ಕಡೆಯಲ್ಲಿ ಸಂಪ್ರದಾಯಸ್ಥ ಮೇಲ್ಜಾತಿಯವರಿಂದ, ಅವರದ್ದೇ ಸ್ನೇಹಿತರು ಮತ್ತು ಸಂಬಂಧಿಕರಿಂದ ಪ್ರಬಲವಾದ ವಿರೋಧವಿತ್ತು. ಆ ವಿರೋಧ ಎಷ್ಟು ವಿಷಪೂರಿತವಾಗಿತ್ತೆಂದರೆ ಕುದ್ಮುಲ್ ಪಿಜ್ಜರನ್ನು ಸಾರಸ್ವತ ಸಮಾಜದಿಂದ ಜಾತಿ ಬಹಿಷ್ಕಾರ ಹಾಕಿದರು. ಇನ್ನೊಂದು ಕಡೆಯಲ್ಲಿ ಯಾರ ಅಭಿವೃದ್ಧಿಗಾಗಿ ಪಣತೊಟ್ಟರೋ ಅಂತಹ ಪಂಚಮರು ಕೂಡ ತಮ್ಮ ಜಡತ್ವದಿಂದ ಹೊರಗೆ ಬರುತ್ತಿರಲಿಲ್ಲ. ಇಂತಹ ಒಂದು ಸನ್ನಿವೇಶದಲ್ಲಿ ತನ್ನ ಉದ್ದೇಶ ಸಾಧನೆಗಾಗಿ ಕುದ್ಮುಲ್ ಪಿಜ್ಜರು ತುಂಬ ದೃಢವಿಶ್ವಾಸದಿಂದ ಅಡೆತಡೆಗಳಿಗೆ ಧೈರ್ಯದಿಂದ ಪ್ರತಿರೋಧವನ್ನು ಒಡ್ಡಿದರು. ಎಲ್ಲವನ್ನೂ ಅವರು ಮುಗುಳ್ನಗು ಮತ್ತು ಹಾಸ್ಯ ಪ್ರವೃತ್ತಿಯಿಂದ ಎದುರಿಸಿದರು.

ಇವತ್ತಿನ ದಿನ ದಕ್ಷಿಣಕನ್ನಡ ಜಿಲ್ಲೆಯಲ್ಲಿ ದಲಿತರ ಸ್ಥಾನಮಾನದಲ್ಲಿ ದೊಡ್ಡ ಬದಲಾವಣೆಗಳಾಗಿವೆ. ಅವರಿಗೂ ಸೂರ್ಯನ ಕೆಳಗೆ ಒಂದು ಸೂರಿದೆ, ಅವರದ್ದೇ ಆದ ಸ್ವತಂತ್ರ ಬದುಕನ್ನು ಸಾಗಿಸುತ್ತಿದ್ದಾರೆ. ಯಾವುದೇ ರೀತಿಯಲ್ಲಿ ಬೇರೆ ಜಾತಿಯವರಿಂದ ಶೋಷಣೆಗೆ ಒಳಗಾಗದೆ ಸ್ವತಂತ್ರರಾಗಿ ಬದುಕುತ್ತಿದ್ದಾರೆ. ಬಹು ಆಯಾಮದಲ್ಲಿ ನೋಡುವುದಾದರೆ ಹತ್ತೊಂಬತ್ತನೆಯ ಶತಮಾನದ ಕೊನೆಯಲ್ಲಿ ಮತ್ತು ಇಪ್ಪತ್ತನೇ ಶತಮಾನದ ಆರಂಭದಲ್ಲಿ ಬಾಳಿದ ಕುದ್ಮುಲ್ ಪಿಜ್ಜರ ಪ್ರಾಮಾಣಿಕವಾದ, ದೃಢವಾದ ದಣಿವಿಲ್ಲದ ಪರಿಶ್ರಮದ ಕಾರಣಕ್ಕಾಗಿ ಈ ರೀತಿಯ

ಒಂದು ಸಾಧನೆ ಸಾಧ್ಯವಾಯಿತು. ಅವರು ತಮ್ಮ ಕಾಲಕ್ಕಿಂತ ಬಹಳ ಮುಂದಿದ್ದರು. ಅವರ ಮನಸ್ಸಿನಲ್ಲಿ ಎಂತಹ ಭಾವನೆಗಳು ಹೊಳೆಯುತ್ತಿತ್ತು ಎಂಬುದರ ಕಲ್ಪನೆ ಯಾರಿಗೂ ಇರುತ್ತಿರಲಿಲ್ಲ. ಆದರೆ ಅವರ ಆಲೋಚನೆಗಳು ಎಲ್ಲರನ್ನೂ ಒಳಗೊಂಡಿದ್ದವು. ಶಿಕ್ಷಣ ಮತ್ತು ಮಹಿಳೆಯರ ಸ್ಥಾನಮಾನದ ಬಗ್ಗೆ ಯೋಚಿಸದೆ ಮೂದಲಿಸುತ್ತಿದ್ದ ಕಾಲಘಟ್ಟದಲ್ಲಿ ಕುದ್ಮುಲ್ ಪಿಜ್ಜರ ಕಾರ್ಯವೈಖರಿ ವಿಶಿಷ್ಟವಾಗಿತ್ತು. ಯಾವುದು ಬಹಳ ಮಹತ್ವದ್ದಾಗಿತ್ತೆಂದರೆ ಅವರು ತೀವ್ರಗಾಮಿಯಾಗಿ ಅಥವಾ ಬಂಡಾಯ ಸ್ವರೂಪದಲ್ಲಿ ಆಂದೋಲನವನ್ನು ಮಾಡಲಿಲ್ಲ. ಎಲ್ಲ ಕೆಲಸಗಳ, ಸಾಧನೆಗಳ ಫಲ ಮನವೊಲಿಕೆ ಮತ್ತು ತನ್ನ ವೈಯಕ್ತಿಕ ಬದುಕಿನ ಅನುಭವದಿಂದ ಸಾಧ್ಯವಾಯಿತು. ಅವರು ಮಾನವೀಯ ರೀತಿಯಲ್ಲಿ ಆಲೋಚನೆಗಳ ಮೂಲಕ ತಿದ್ದುವ ಕೆಲಸ ಮಾಡಿದರು. ಅವರ ಪ್ರಯತ್ನಗಳೆಲ್ಲವೂ ಹೆಚ್ಚಾಗಿ ಜನರ ಮನಸ್ಸನ್ನು ತೆರೆಸುವ ಕೆಲಸ ಮಾಡಿತು. ಯಾವುದು ಕೆಟ್ಟದ್ದು, ಸಮಾಜದಲ್ಲಿ ಅಮಾನವೀಯವಾದದ್ದು, ಏನನ್ನು ಬದಲಾಯಿಸಬೇಕಾಗಿರುವುದು ಎಂಬುದನ್ನು ಅರಿತು ತನ್ನ ಪರಿಸರದ ಜನರಿಗೆ ಒಳಿತನ್ನು ಮಾಡಬೇಕು ಎನ್ನುವುದನ್ನು ಮನವರಿಕೆ ಮಾಡುವ ಕೆಲಸ ಮಾಡಿದರು. ಕುದ್ಮುಲ್ ಪಿಜ್ಜ ಅನುಸರಿಸಿದ ಮಾರ್ಗಗಳನ್ನು, ವಿಧಾನಗಳನ್ನು ಮಾದರಿಯಾಗಿ ತೆಗೆದುಕೊಂಡು ಗಾಂಧೀಜಿಯವರು ಮತ್ತು ಅಂಬೇಡ್ಕರರು ರಾಷ್ಟ್ರೀಯ ಮಟ್ಟದಲ್ಲಿ ಕೆಲಸ ಮಾಡಿದರು.

ಕುದ್ಮುಲ್ ಪಿಜ್ಜ ಅವರು ದೈವಭಕ್ತಿಯುಳ್ಳವರಾಗಿದ್ದರು. ಕೆಲವು ಮಂದಿಗೆ ಅವರ ಸ್ಮಾರಕವಾಗಿ ಪ್ರತಿಮೆಗಳನ್ನು ಸ್ಥಾಪಿಸಬೇಕಾಗಿಲ್ಲ, ಅವರು ಬಿಟ್ಟು ಹೋದಂತಹ ಪ್ರೀತಿ ಮತ್ತು ಕೃತಜ್ಞತೆ ಯಾವಾಗಲೂ ಶಾಶ್ವತವಾಗಿ ಉಳಿಯುತ್ತದೆ. ಕುದ್ಮುಲ್ ಪಿಜ್ಜರನ್ನು ತಿಳಿದುಕೊಂಡವರ ಹೃದಯದಲ್ಲಿ ಅವರು ಯಾವಾಗಲೂ ನಂದಾದೀಪವಾಗಿ ಬೆಳಗುತ್ತಿರುತ್ತಾರೆ. ಅವರ ಆಲೋಚನೆಗಳು ಮತ್ತು ಕಠಿಣ ಪರಿಶ್ರಮಗಳಿಂದ ಪ್ರಯೋಜನ ಪಡೆದ ಮುಂದಿನ ಪೀಳಿಗೆಯವರು ಸಾವಿರಾರು ಮಂದಿಯ ಹೃದಯದಲ್ಲಿ ಶಾಶ್ವತವಾಗಿ ನೆಲೆ ನಿಂತಿದ್ದಾರೆ. ಕೆನರಾ ಪ್ರಾಂತ್ಯದಲ್ಲಿ ಅವರು ಮಾಡಿದ ದೊಡ್ಡ ಕೆಲಸಗಳು ಆ ಪ್ರದೇಶಕ್ಕೆ ಸೀಮಿತವಾಗಿದ್ದರೂ ಈ ರೀತಿಯ ಬದಲಾವಣೆ ಸಾಧ್ಯವೆಂಬುದನ್ನು ಹಾಗೂ ಸಂಪ್ರದಾಯಬದ್ಧವಾದ ಜಡ ಸಮಾಜವನ್ನು ಎಬ್ಬಿಸಬಹುದೆನ್ನುವುದನ್ನು ಅವರು ತೋರಿಸಿಕೊಟ್ಟರು. ಕುದ್ಮುಲ್ ಪಿಜ್ಜರ ಇಡೀ ತಾತ್ವಿಕತೆ ಹೊಸತು ಮತ್ತು ಆ ಕಾಲಕ್ಕೆ ವಿಭಿನ್ನವಾಗಿದ್ದು ಎಷ್ಟೋ ಶತಮಾನಗಳ ಕಾಲ ಇದ್ದ ಸ್ಥಿತಿಯನ್ನು ಬದಲಾಯಿಸುವಂತಿತ್ತು. ಖಂಡಿತವಾಗಿಯೂ ಬದಲಾವಣೆಯೆನ್ನುವುದು ಒಂದು ದಿನದಲ್ಲಿ ದಿನ ಬೆಳಗಾದರೆ ಸಾಧಿಸುವುದಲ್ಲ. ಆದರೆ ಬೀಜವನ್ನು ಬಿತ್ತಿ ಮುಂದಿನ ಶತಮಾನದಲ್ಲಿ ಮೊಳಕೆಯೊಡೆಯುವಂತೆ ಮಾಡುವುದು ಬಹಳ ವಿಶೇಷವಾದದ್ದು.

ಕುದ್ಮುಲ್ ಪಿಜ್ಜರ ಆಲೋಚನೆ ಮತ್ತು ಮಹತ್ವಾಕಾಂಕ್ಷೆಗಳು ಡಿ.ಸಿ.ಎಂನ ಶಾಲೆಗಳ ವಿದ್ಯಾರ್ಥಿಗಳಲ್ಲಿ ಆಳವಾಗಿ ಬೇರೂರಿದ್ದವು. ಅಲ್ಲಿನ ವಿದ್ಯಾರ್ಥಿಗಳು, ಶಿಕ್ಷಣ ಪಡೆದವರು ಮೊದಲ ಹಂತದಲ್ಲಿ ಯಶಸ್ಸು ಪಡೆದು ಜಾತಿ ಸಂಕೋಲೆ ಒಡೆದರು. ಮೌಲ್ಯಗಳು, ಮಹತ್ವಾಕಾಂಕ್ಷೆಗಳು ಮತ್ತು ಬಯಕೆಗಳನ್ನು ಬದಲಾಯಿಸಿ ದರು. ಅಸ್ಪೃಶ್ಯರೆನ್ನುವವರ ಇಡೀ ಮನೋಧರ್ಮವನ್ನು ಬದಲಾಯಿಸಿ ಅವರಿಗೆ ಪ್ರಜಾಪ್ರಭುತ್ವವೆಂದರೆ ಸಮಾನ ಹಕ್ಕುಗಳನ್ನು, ಅವಕಾಶಗಳನ್ನು ಕೊಡುವುದೆಂಬು ದನ್ನು ಮನವರಿಕೆ ಮಾಡಿ ಧೈರ್ಯ ತುಂಬಿದರು. ಅಷ್ಟೇ ಅಲ್ಲದೆ ಮಹಿಳೆಯರಿಗೆ ಶಿಕ್ಷಣ, ಕೌಶಲ ಅಭಿವೃದ್ಧಿಯ ಮೂಲಕ ತಾವು ಕೂಡ ಸ್ವಾವಲಂಬಿ ಬದುಕು ಸಾಗಿಸಬಹುದು ಹಾಗೂ ಆರ್ಥಿಕ ಸ್ವಾತಂತ್ರ್ಯವನ್ನು ಪಡೆಯಬಹುದೆಂಬುದನ್ನು ಮನಗಂಡರು.

ಇವತ್ತಿನ ದಿನ ದಕ್ಷಿಣಕನ್ನಡ ಜಿಲ್ಲೆಯಲ್ಲಿ ಜಾತಿಪದ್ಧತಿಯೆನ್ನುವುದು ಮುರಿದುಬಿದ್ದಿದೆ. ಅದರ ಕಾಠಿಣ್ಯ, ಕ್ರೌರ್ಯ ಕಡಿಮೆಯಾದರೂ ಸಂಪೂರ್ಣ ನಿರ್ಮೂಲನೆಯಾಗಲು ಇನ್ನಷ್ಟು ಸಮಯ ಬೇಕಾಗಬಹುದು. ಕುದ್ಮುಲ್ ಪಿಜ್ಜ ಮಾಡಿ ತೋರಿಸಿದ ಕೆಲಸಗಳಿಂದ ಸಮಾಜದ ಮನೋಧರ್ಮ ಬದಲಾಗಿದೆ ಮತ್ತು ಪ್ರಗತಿಯ ಚಕ್ರವೆನ್ನುವುದು ನಿಧಾನವಾಗಿಯಾದರೂ ಮುಂದಕ್ಕೆ ಹೋಗಿದೆ. ನೀವು ಒಂದು ಚಿಂತನೆಯನ್ನು ನಂಬಿದರೆ ಮತ್ತು ಅದಕ್ಕೆ ನಿಮ್ಮ ಜೀವಮಾನವನ್ನು ಅರ್ಪಿಸಿಕೊಂಡರೆ ಬದಲಾವಣೆ ಸಾಧ್ಯ ಎಂಬುದನ್ನು ಕುದ್ಮುಲ್ ಪಿಜ್ಜ ತೋರಿಸಿಕೊಟ್ಟರು. ಈ ರೀತಿ ಮಾಡಿ ತೋರಿಸಿ ಅವರು ಜನರನ್ನು ಎಚ್ಚರಿಸಿ ಅವರ ಬದುಕಿನಲ್ಲಿ ಬದಲಾವಣೆಯನ್ನು ತಂದರು. ಕುದ್ಮುಲ್ ಪಿಜ್ಜರ ಈ ತರಹದ ಸಾಧನೆಗಳು ಬೃಹತ್ ಆಂದೋಲನಗಳಿಗೆ ಹೋಲಿಸಿದರೆ ಸಣ್ಣದೆಂದು ಕಂಡರೂ ಅವಕಾಶವಂಚಿತರಿಗೆ ಸಂಬಂಧಪಟ್ಟಂತೆ ಇದ್ದ ನಿಷಿದ್ಧಗಳನ್ನು ಅವರು ಒಡೆದರು ಹಾಗೂ ಆಶಾಭಾವವನ್ನು ಉಂಟುಮಾಡಿ ಹೊಸ ಜಗತ್ತಿಗೆ ಪ್ರವೇಶಿಸುವಂತೆ ಮಾಡಿದರು.

ಒಂದು ದ್ವಿಪದಿಯಲ್ಲಿ ಈ ತರಹ ಹೇಳುತ್ತಾರೆ, "ಇಬ್ಬರು ವ್ಯಕ್ತಿಗಳು ತಮ್ಮ ಕೈದಿಕೋಣೆಯಿಂದ ಹೊರಗಡೆ ನೋಡುತ್ತಿದ್ದಾಗ ಒಬ್ಬನು ಹೇಳಿದನಂತೆ: ಅಲ್ಲಿ ಕೆಸರು ಇದೆಯೆಂದು, ಇನ್ನೊಬ್ಬನಿಗೆ ನಕ್ಷತ್ರಗಳು ಕಂಡವಂತೆ." ಕುದ್ಮುಲ್ ಪಿಜ್ಜರು ಬದುಕು ಉತ್ತಮಿಕೆಯಾಗುವಂತಹ ಪ್ರಯತ್ನ ಮಾಡಿ ಶೋಷಿತ ಸಮುದಾಯ ನಕ್ಷತ್ರಗಳನ್ನು ಕಾಣುವಂತೆ ಮಾಡಿದರು. ಆರಂಭದ ಅವರ ಕೆಲಸ ಪಂಚಮರ ಬದುಕನ್ನು ಸುಧಾರಿಸುವುದಾಗಿತ್ತು ಮತ್ತು ಅವರ ಬಡತನವನ್ನು ನಿವಾರಣೆ ಮಾಡುವಂತದ್ದಾಗಿದ್ದು ಹಾಗೂ ಶಿಕ್ಷಣ ಒಂದೇ ಅವರನ್ನು ಅಭಿವೃದ್ಧಿಯ ಕಡೆಗೆ ಕೊಂಡೊಯ್ಯುತ್ತದೆಯೆಂದು ತಿಳಿಸುವುದಾಗಿತ್ತು. ಉಷಾಪ್ರಭಾ ಅವರು ಕುದ್ಮುಲ್

ರಂಗರಾವ್ ಬಗ್ಗೆ 2012ರ ತಮ್ಮ ಸಂಶೋಧನಾ ಪ್ರಬಂಧದಲ್ಲಿ ಹೀಗೆ ಬರೆದಿದ್ದಾರೆ. "ಒಬ್ಬ ಮಹಾ ಸಮಾಜ ಸುಧಾರಕರಾಗಿ ಕುದ್ಮುಲ್ ರಂಗರಾಯರು ತನ್ನ ಕುಟುಂಬದ ಸೌಖ್ಯವನ್ನು ಬಲಿಕೊಟ್ಟು ಅಸ್ಪೃಶ್ಯರೆನ್ನುವವರ ಕ್ಷೇಮಕ್ಕಾಗಿ ಅವರು ಎಲ್ಲವನ್ನೂ ಮಾಡಿದರು. ದಕ್ಷಿಣ ಕನ್ನಡದ ಅಸ್ಪೃಶ್ಯರ ಬದುಕಿನಲ್ಲಿ ಅವರು ಪ್ರವೇಶ ಮಾಡಿದ್ದು ಒಂದು ದೊಡ್ಡ ಸಂಕ್ರಮಣ ಕಾಲವಾಗಿತ್ತು. ಪದ್ಧತಿಗಳು, ನಂಬಿಕೆಗಳನ್ನು ಬಹಳ ಗಮನಿಸಿ ಈ ತರಹದ ಮೂಢನಂಬಿಕೆಗಳನ್ನು ಕಿತ್ತು ಎಲ್ಲರೂ ಒಳಗೊಳ್ಳುವಂತಹ ಪದ್ಧತಿಯ ಬೋಧನೆ ಮತ್ತು ಪಾಲನೆಯ ನಡುವೆ ನೇರ ಸಂಬಂಧ ಕಲ್ಪಿಸಿದರು. ಅವರು ಪ್ರಾದೇಶಿಕವಾಗಿದ್ದ ಅಲ್ಲಿನ ವಿಶಿಷ್ಟವಾದ ಪದ್ಧತಿಗಳನ್ನು ತನ್ನದೇ ರೀತಿಯಲ್ಲಿ ಸುಧಾರಿಸಿದರು. ಆ ಕಾಲಕ್ಕೆ ಅದು ರಾಷ್ಟ್ರೀಯ ಮಟ್ಟದಲ್ಲಿ ಪ್ರಭಾವ ಬೀರಿತು. ಕುದ್ಮುಲ್ ರಂಗರಾಯರ ಸುಧಾರಣೆಯ ಆಲೋಚನೆಗಳು ಮತ್ತು ಮುಗ್ಧತೆ ವಿಶೇಷವಾದ ಸಂವೇದನೆಯನ್ನು ಹೊಂದಿದ್ದವು. ಕುದ್ಮುಲ್ ಅವರದ್ದು ಮುಖ್ಯವಾಗಿ ಅನ್ಯಾಯದ ಬಗ್ಗೆ, ಸಾಮಾಜಿಕ ಸೇವೆಯ ಬಗ್ಗೆ ಪ್ರಾಯೋಗಿಕವಾದ ಕ್ರಿಯಾಶೀಲ ಧೋರಣೆ ಮತ್ತು ಮನಸ್ಸಾಗಿತ್ತು."

ಕುದ್ಮುಲ್ ಪಿಜ್ಜ ಒಂದು ಸಲ "ದಲಿತ ಸಮುದಾಯದ ಒಬ್ಬ ಹುಡುಗ ನನ್ನ ಸಂಸ್ಥೆಯಲ್ಲಿ ಶಿಕ್ಷಣ ಪಡೆದು ಸರಕಾರಿ ಉದ್ಯೋಗಿಯಾಗಿ ತನ್ನ ಕಾರಿನಲ್ಲಿ ನನ್ನ ಹಳ್ಳಿಗೆ ಪ್ರಯಾಣಿಸುವಾಗ ಅದರಿಂದ ಎದ್ದ ಧೂಳು ನನ್ನ ತಲೆಗೆ ಸ್ಪರ್ಶಿಸಿದರೆ ನನ್ನ ಬದುಕು ಪಾವನವಾಯಿತು. ನನಗೆ ನೆಮ್ಮದಿ ದೊರಕಿತು ಎಂದು ಭಾವಿಸುತ್ತೇನೆ" ಎಂದು ಹೇಳಿದರಂತೆ. ಈ ಮಾತನ್ನು ಬಳಿಕ ಕುದ್ಮುಲ್ ಪಿಜ್ಜರ ಸಮಾಧಿಯಲ್ಲಿ ಕೆತ್ತಲಾಯಿತು. ಇವತ್ತು ಕೆನರಾ ಪ್ರದೇಶದಲ್ಲಿ ದಲಿತ ಸಮುದಾಯದವರು ವಕೀಲರಾಗಿದ್ದಾರೆ, ವೈದ್ಯರಾಗಿದ್ದಾರೆ, ಐ.ಎ.ಎಸ್ ಅಧಿಕಾರಿಗಳಾಗಿದ್ದಾರೆ, ಅಧ್ಯಾಪಕರಾಗಿದ್ದಾರೆ ಮತ್ತು ಫ್ಯಾಷನ್ ಡಿಸೈನರುಗಳಾಗಿದ್ದಾರೆ. ಯುವ ತಲೆಮಾರಿನಲ್ಲಿ ಹುಡುಗರು ಮತ್ತು ಹುಡುಗಿಯರಲ್ಲಿ ನೂರರಷ್ಟು ಸಾಕ್ಷರತೆ ಇದೆ. ಹಳ್ಳಿಗಳಲ್ಲಿ ಕೂಡಾ ಎಲ್ಲಾ ಜಾತಿಯವರು ಸೌಹಾರ್ದದಿಂದ ಒಟ್ಟಿಗೆ ಬಾಳುತ್ತಿದ್ದಾರೆ. ಕುದ್ಮುಲ್ ಪಿಜ್ಜರ ಕನಸುಗಳು ಬಹಳ ದೀರ್ಘಕಾಲದವರೆಗೂ ದಕ್ಷಿಣಕನ್ನಡ ಜಿಲ್ಲೆಯಲ್ಲಿ ಸುಮಾರು ತೊಂಭತ್ತು ವರ್ಷಗಳ ಕಾಲದ ನಂತರವೂ ಈ ಸಮುದಾಯಗಳ ಬದುಕಿನ ಮೇಲೆ ಪರಿಣಾಮವನ್ನು ಬೀರಿವೆ. ಇಂದು ಅವರು ಇದ್ದಿದ್ದರೆ ಖಂಡಿತವಾಗಿ ಅವರಿಗೆ ಸಂತೋಷವನ್ನೂ ಸಂತೃಪ್ತಿಯನ್ನೂ ಕೊಡುವಂತಹದ್ದಾಗಿದೆ.

www.ingramcontent.com/pod-product-compliance
Lightning Source LLC
LaVergne TN
LVHW090411051026
849518LV00006B/2315